ಹೇಮಂತದ ಸೊಗಸು

AA000743

ಸಾಯಿಸುತೆ

ಸುಧಾ ಎಂಟರ್‌ಪ್ರೈಸಸ್

ನಂ. 761, 8ನೇ ಮುಖ್ಯರಸ್ತೆ, 3ನೇ ಬ್ಲಾಕ್
ಕೋರಮಂಗಲ, ಬೆಂಗಳೂರು–560 034.

Hemanthada Sogasu (Kannada): a social novel written by Smt. Saisuthe; published by Sudha Enterprises, # 761, 8th Main, 3rd Block, Koramangala, Bangalore - 560 034.

ಮೊದಲನೆಯ ಮುದ್ರಣ	:	1992
ಎರಡನೆಯ ಮುದ್ರಣ	:	1996
ಮೂರನೆಯ ಮುದ್ರಣ	:	2013
ನಾಲ್ಕನೆಯ ಮುದ್ರಣ	:	2023
ಪುಟಗಳು	:	122
ಬೆಲೆ	:	ರೂ. 125
ಉಪಯೋಗಿಸಿದ ಕಾಗದ	:	70 ಜಿ.ಎಸ್.ಎಂ. ಮ್ಯಾಪ್‌ಲಿಥೋ
ಮುಖಪುಟ ವಿನ್ಯಾಸ	:	ಚಂದ್ರನಾಥ ಆಚಾರ್ಯ
ಹಕ್ಕುಗಳು	:	ಲೇಖಕಿಯವರದು

ಸಗಟು ಮಾರಾಟಗಾರರು
ವಸಂತ ಪ್ರಕಾಶನ
360, 10ನೇ 'ಬಿ' ಮುಖ್ಯರಸ್ತೆ, 3ನೇ ಬ್ಲಾಕ್,
ಜಯನಗರ, ಬೆಂಗಳೂರು – 560 011
ದೂರವಾಣಿ : 080–40917099/ ಮೊ: 7892106719
email : vasantha_prakashana@yahoo.com
website: www.vasanthaprakashana.com

ಅಕ್ಷರ ಜೋಡಣೆ :
ವಸಂತ ಪ್ರಕಾಶನ

ಮುದ್ರಣ :
ಎಸ್.ಎಲ್.ಆರ್ ಪ್ರಿಂಟರ್ಸ್

ಮುನ್ನುಡಿ

ಆತ್ಮೀಯ ಓದುಗರಲ್ಲಿ,

ಪ್ರತಿಗಳು ಮುಗಿದು ವರ್ಷಗಳ ನಂತರ ಮುದ್ರಣವಾಗದಿರುವುದಕ್ಕೆ ಹಲವಾರು ಕಾರಣಗಳು. ನೇರವಾಗಿ ಹೊಣೆ ನನ್ನದೇ. ಈ ಕಾದಂಬರಿಯ ಪ್ರಭು ಮತ್ತು ಸವಿತಾ ಪಾತ್ರಗಳು ತಾವೆಂದು ಪತ್ರ ಬರೆದಿದ್ದರೂ, ಶಾಂತಿಯಾಗಲು ಹಿಂಜರಿದಿದ್ದ ಓದುಗರ ಹಲವಾರು ಪತ್ರಗಳು ಬಂದಾಗ ಅಚ್ಚರಿಯೆನಿಸಿತ್ತು. ಬಹುಶಃ ಗಂಡು ಮತ್ತು ಹೆಣ್ಣಿನ ಸ್ನೇಹದಲ್ಲಿ ಪರಿಶುದ್ಧ ಪ್ರೇಮದ ಕೊರತೆಯೋ? ಅಂತು ಶಾಂತಿ ಪಾತ್ರ ಎಲ್ಲರ ಮನಸ್ಸಿನಲ್ಲಿ ಶುದ್ಧವಾಗಿ ಉಳಿದಿದೆಯೆನ್ನುವುದೇ ಸಮಾಧಾನ.

ಈ ಕಾದಂಬರಿಯ ಮೂರನೆಯ ಮುದ್ರಣದ ಪ್ರಕಾಶನ ಜವಾಬ್ದಾರಿಯನ್ನು ಸುಧಾ ಎಂಟರ್‌ಪ್ರೈಸಸ್‌ನ ಮಾಲೀಕರು ಕೈಗೆತ್ತಿಕೊಂಡಿದ್ದಾರೆ. ಅದಷ್ಟು ಬೇಗ ಪ್ರತಿಗಳು ನಿಮ್ಮ ಕೈ ಸೇರುತ್ತೆ.

ಪ್ರಕಾಶಕರಿಗೂ, ಮುಖಚಿತ್ರ ಕಲಾವಿದರಿಗೂ ಮತ್ತು ನಿಮಗೂ ನನ್ನ ಧನ್ಯವಾದಗಳು.

– ಸಾಯಿಸುತೆ

"ಸಾಯಿಸದನ"
12, 2ನೇ ಮುಖ್ಯರಸ್ತೆ, 2ನೇ ಅಡ್ಡರಸ್ತೆ,
ಮಾರುತಿನಗರ, ಕೋಗಿಲೆ ಕ್ರಾಸ್, ಯಲಹಂಕ
ಓಲ್ಡ್ ಟೌನ್, ಬೆಂಗಳೂರು – 560064.
ದೂ: 080–28571361
Email: saisuthe1942@gmail.com

ನಮ್ಮಲ್ಲಿ ದೊರೆಯುವ ಸಾಯಿಸುತೆಯವರ
ಇತರ ಕಾದಂಬರಿಗಳು

ಜೀವನ ಸಂಧ್ಯ
ಶ್ವೇತ ಗುಲಾಬಿ
ಮಿಡಿದ ಶ್ರುತಿ
ಮೇಘವರ್ಷಿಣಿ
ನವಚೈತ್ರ
ಪೂರ್ಣೋದಯ
ಅಪೂರ್ವ ಮೈತ್ರಿ
ನಿಶೆಯಿಂದ ಉಷೆಗೆ
ಸಪ್ತರಂಜನಿ
ವಸುಧೈವ ಕುಟುಂಬ
ಪ್ರೇಮಸಾಫಲ್ಯ
ಸದ್ಗೃಹಸ್ಥೆ
ಕಾರ್ತೀಕದ ಸಂಜೆ
ನಾ ನಿನ್ನ ಧ್ಯಾನದೊಳಿರಲು
ಸುಪ್ರಭಾತದ ಹೊಂಗನಸು
ಕರಗಿದ ಕಾರ್ಮೋಡ
ಹೃದಯ ರಾಗ
ಅಮೃತಸಿಂಧು
ಬಣ್ಣದ ಚುಂಬಕ
ಸ್ವರ್ಣ ಮಂದಿರ
ಶ್ರೀರಸ್ತು ಶುಭಮಸ್ತು
ಗಂಧರ್ವಗಿರಿ
ಶುಭಮಿಲನ
ಸಪ್ತಪದಿ
ಚೈತ್ರದ ಕೋಗಿಲೆ
ಬೆಳ್ಳಿದೋಣಿ
ವಿವಾಹ ಬಂಧನ
ಮಂಗಳ ದೀಪ
ಡಾ॥ ವಸುಧಾ
ಮುಂಜಾನೆಯ ಮುಂಬೆಳಕು
ಸೊಬಗಿನ ಪ್ರಿಯದರ್ಶಿನಿ
ರಾಗಬೃಂದಾವನ
ಬಿಳಿ ಮೋಡಗಳು
ಅನುಬಂಧದ ಕಾರಂಜಿ
ಮಿಂಚು
ನಾಟ್ಯಸುಧಾ
ಪಸರಿಸಿದ ಶ್ರೀಗಂಧ
ಬೆಳದಿಂಗಳ ಚೆಲುವೆ
ವರ್ಷಬಿಂದು
ಸಪ್ನ ಸಂಭ್ರಮ
ನನ್ನ ಭಾವ ನಿನ್ನ ರಾಗ
ಸುಮಧುರ ಭಾರತಿ
ಮೌನ ಆಲಾಪನ
ಮತ್ತೊಂದು ಬಾಡದ ಹೂ
ಶಿಶಿರದ ಇಂಚರ
ಮುಂಗಾರಿನ ಹುಡುಗಿ
ಸಾಮಗಾನ
ಕಡಲ ಮುತ್ತು
ಆಡಿಸಿದಳು ಜಗದೋದ್ಧಾರನಾ
ಪಂಚವಟಿ
ಶ್ಯಾನುಭೋಗರ ಮಗಳು
ಮೂಡಿ ಬಂದ ಶಶಿ
ಜನನೀ ಜನ್ಮಭೂಮಿ
ಬಿರಿದ ನೈದಿಲೆ
ಶರದೃತುವಿನ ಚಂದ್ರ
ಮೋಹನ ಮುರಳಿ ಕರೆಯಿತು
ಮುಗಿಲ ತಾರೆ
ಅಗ್ನಿದಿವ್ಯ
ಧವಳ ನಕ್ಷತ್ರ
ಕಲ್ಯಾಣಮಸ್ತು
ದಂತದ ಗೊಂಬೆ
ಸುಭಾಷಿಣಿ
ಮಮತೆಯ ಸಂಕೋಲೆ
ಮಂತ್ರಾಕ್ಷತೆ
ಸಪ್ತಧಾರೆ
ಹೇಮಂತದ ಸೊಗಸು
ಬೆಳಕಿನ ಹಣತೆ
ಗ್ರೀಷ್ಮದ ಸೊಬಗು
ಗ್ರೀಷ್ಮ ಋತು
ಪ್ರಿಯ ಸಖೀ
ಚಿರಬಾಂಧವ್ಯ
ಆಶಾಸೌರಭ
ಗಿರಿಧರ

ಸೇತುವೆಯ ಮೇಲೆ ನಿಂತು ಕೆಳಗೆ ಹರಿಯುವ ನೀರನ್ನು ನೋಡುವುದು ಪ್ರಭುವಿನ ಅಭ್ಯಾಸ. ನೋಟ ಒಂದಿಷ್ಟು ವಿಶಾಲವಾದರೆ ನಿಸರ್ಗ ಅತ್ಯಂತ ರಮಣೀಯ. ಕ್ಷಿತಿಜದ ಅಂಚಿಗೆ ಸರಿಯುವ ಕೆಂಪು ಗೋಳಾಕಾರದ ಅತ್ಯಂತ ರಮಣೀಯ.

ಇಂದು ಅತ್ಯಂತ ತನ್ಮಯತೆಯಿಂದ ನೋಡುತ್ತಿದ್ದ. ಹಿಂದಿನ ದಿನ ಮಳೆ ಸುರಿದಿದ್ದರಿಂದ ಕಂಪಿನ ಹವೆ ಅತ್ಯಂತ ಆಹ್ಲಾದಕರ.

ಒಂದು ಸ್ವರ ಅವನನ್ನು ಎಚ್ಚರಿಸಿತು ''ಗುಡ್ ಈವಿನಿಂಗ್ ಸರ್...'' ಪರಿಚಿತ ಸ್ವರ. ಕತ್ತನ್ನು ಅತ್ತ ಹೊರಳಿಸಿದ. ಕಣ್ಣುಗಳಲ್ಲಿ ಆಚ್ಚರಿ ಮಿನುಗಿತು. ''ನನ್ನ ನೆನಪಿದ್ಯಾ, ಸರ್'' ಬೆಳದಿಂಗಳಲ್ಲಿ ಅರಳಿದ ಸುಂದರ ಹೂನಂಥ ನಗೆ ಬೀರಿದಳು.

''ಇಂಪಾಜಿಬಲ್, ನಿನ್ನ ಮರೆಯೋಕೆ ಸಾಧ್ಯನಾ? ಸರ್ ಪ್ರೈಜ್.... ಅಷ್ಟೆ'' ಪೂರ್ತಿ ಅವಳತ್ತ ತಿರುಗಿದ.

ಮುಖದ ಮೇಲೆ ಹುಡುಗುತನದ ಛಾಯೆ ಸ್ವಲ್ಪ ಕಡಿಮೆಯಾದುದ್ದರಿಂದ ಅತ್ಯಂತ ಚೆಲುವಾಗಿ, ಸ್ವಲ್ಪ ಓಕುಳಿಯಾಡಿದ ಕೆನ್ನೆಗಳ ಒಡತಿಯಾಗಿ ಕಂಡಳು.

''ಹೇಗಿದ್ದೀರಾ?'' ಅವಳೇ ಕೇಳಿದಳು.

''ಫೈನ್....'' ಅಷ್ಟೆ ಅಂದಿದ್ದು.

ಮೌನವಹಿಸಿದ ಪ್ರಭು ಬೇರೆಡೆ ನೋಡತೊಡಗಿದ. ಅವಳ ಬಳಿ ಮಾತು, ಸಲಿಗೆ ಎಲ್ಲಾ ಅಪಾಯವೆಂದು ಆವನು ಬಲ್ಲ.

''ನನ್ನ ಬಗ್ಗೆ ವಿಚಾರಿಸಲೇ ಇಲ್ಲ'' ದೊಡ್ಡದಾಗಿ ಆಕ್ಷೇಪಿಸಿದಾಗ ಬೆಕ್ಕಸ ಬೆರಗಾದ. ''ನಿನ್ನ ಏನು ಕೇಳಬಹುದು? ನೀನು ಅಮೆರಿಕಾಗೆ ಹೋಗಿರೋದು ಗೊತ್ತು. ಮತ್ತೆ ಕೇಳಿದರೇ ನಿನ್ನ ಮದ್ವೆಯ ಇನ್ವಿಟೇಷನ್ ಬಗ್ಗೆ' ನಿರುತ್ಸಾಹಿತನಾಗಿ ಹೇಳಿದ.

ಅಲ್ಲಿ ಅರಳಿ ನಿಂತ ಒಂದು ಜಾತಿಯ ಹೂವನ್ನು ಕಿತ್ತುಕೊಂಡು ಒಂದೊಂದೇ ದಳವನ್ನು ಕಿತ್ತು ಕಿತ್ತು ಹಾಕತೊಡಗಿದವಳು ''ನಾನ್ಬಂದ ಕೂಡ್ಲೇ ಊರಿನಲ್ಲಿರೋ ದೇವಸ್ಥಾನಗಳಿಗೆಲ್ಲ ಹೋಗಿ ಪೂಜೆ ಮಾಡಿಕೊಂಡ್ಬಂದೆ. ಬರೀ ಪೂಜೆ ಮಾತ್ರ ಅಲ್ಲ; ಅಭಿಷೇಕ, ಅಷ್ಟೋತ್ತರ ಪೂಜೆ....'' ಎಂದಳು ಬಡಬಡನೆ.

ಮಾತಿನಲ್ಲಿ ಸವಿತಾ ಬದಲಾಗಿಲ್ಲವೆಂದುಕೊಂಡ.

ಅರ್ಥವಾಗದವನಂತೆ ಮುಖ ಮಾಡಿದ ''ಯಾಕೆ, ಯಾವುದಾದ್ರು ಹರಕೆ ಇತ್ತಾ? ಲೀವ್ ಇಟ್.... ಮತ್ತೇನು ವಿಶೇಷ?'' ದಳಗಳನ್ನ ಕಿತ್ತು ಎಸೆಯುತ್ತಿದ್ದ ಅವಳ ನೀಳ ಬೆರಳುಗಳನ್ನು ನೋಡಿದ

ಐದು ನಿಮಿಷದಷ್ಟು ದೀರ್ಘವಾಗಿ ತಾನು ಅಮೇರಿಕಾಗೆ ಹೋದದ್ದರಿಂದ ಹಿಡಿದು ಹಿಂದಿರುಗುವ ವಿದ್ಯಮಾನಗಳನ್ನು ಸಂಕ್ಷಿಪ್ತವಾಗಿ ವಿವರಿಸಿದ.

''ಮಾತು ಕಮ್ಮಿ ಮಾಡಿಲ್ಲ, ಸವಿತಾ. ಇಷ್ಟೆಲ್ಲ ಹೇಳುವ ಅಗತ್ಯವೇನಿತ್ತು'' ಅವನ ಸ್ವರ ಕಠಿಣವಾಯಿತು.

ಇದು ಅವಳಿಗೆ ಅಭ್ಯಾಸವೇ. ಎರಡು ವರ್ಷ ಅವನಿಗೆ ಸ್ಟೂಡೆಂಟ್ ಆಗಿದ್ದವಳು. ಒಂದು ರೀತಿಯಲ್ಲಿ ಪ್ರಭುಗೆ ತಲೆನೋವಾಗಿದ್ದ ವಿದ್ಯಾರ್ಥಿನಿ.

ತಕ್ಷಣ ಅವಳ ಮುಖ ಮಂಕಾಯಿತು. ಅವನಿಗೆ ಕಷ್ಟವಾಯಿತು. ಎರಡು ವರ್ಷಗಳ ನಂತರ ಸಿಕ್ಕಿದ ವಿದ್ಯಾರ್ಥಿ. ಹಿಂದೆ ಗದರಿಸಿದ್ದ, ಮೂದಲಿಸಿದ್ದ. ಬಹಳ ಕಠಿಣವಾಗಿ ವರ್ತಿಸಿದ್ದ. ಈಗ ಮೃದುವಾದ.

ಅಷ್ಟು ದೂರದಲ್ಲಿ ನಿಂತ ಮಾರುತಿ ಅವನ ಗಮನಕ್ಕೆ ಬಂತು. ಕಾಲೇಜು ಓಡಾಟಕ್ಕೆ ಅವಳು ಬಳಸುತ್ತಿದ್ದುದು ಮಾರುತಿಯನ್ನೇ. ಆದರೆ ಈಗ ಬಣ್ಣ ಬದಲಾಗಿತ್ತು.

ಪ್ರಭು ಗಮನ ಅಲ್ಲಿದೆಯೆಂದು ಅರಿತ ಕೂಡಲೇ ಅವಳಿಗೆ ಖುಷಿಯಾಯಿತು. ''ನನ್ನ ಡ್ಯಾಡಿ ಪ್ರೆಸೆಂಟ್ ಮಾಡಿದ ಹೊಸ ಕಾರು. ಇದ್ರ ಬಣ್ಣ ಚೆನ್ನಾಗಿದೆಯಲ್ಲಾ; ನಂಗೆ ಲೈಟು ಕ್ರೀಮ್ ಇಷ್ಟ.'' ಅವಳ ಮುಖದ ಹರ್ಷ ಕುಗ್ಗಿಸಲು ಇಷ್ಟಪಡದೇ ''ಎಕ್ಸಲೆಂಟ್.... ಮಾರ್ವಲಸ್...'' ಹೊಗಳಿದ. ಆದಷ್ಟು ಬೇಗ ಹೋಗುವುದು ಅವನ ಉದ್ದೇಶ.

ಹಕ್ಕಿಯಂತೆ ಸಂತೋಷದಿಂದ ಅವಳ ಮನ ಹಾರಾಡಿತು. ''ನಾನು ಡ್ರಾಪ್ ಮಾಡ್ತೀನಿ'' ಎಂದಳು. ನಯವಾಗಿ ನಿರಾಕರಿಸಿದ. ''ನಂಗೆ ಲೈಬ್ರರಿಯಲ್ಲಿ ಕೆಲ್ಸ ಇದೆ. ಸಾರಿ....'' ಅಡಿಯಿಂದ ಮುಡಿಯವರೆಗೂ ನೋಟ ಹರಿಸಿ, ''ಒಂದಿಷ್ಟು ಬದಲಾಗಿದ್ದೀಯ, ಚೆ'' ನಡೆದ.

''ಸರ್....'' ಕೂಗಿ ಓಡಿ ಬಂದಳು. ಓಡುವ ನೆಗೆಯುವ ಈ ಹೆಣ್ಣಿಗೆ ಸೀರೆಗಿಂತ, ಅಂದಿನ ಡ್ರೆಸ್‌ಗಳೆ ಚೆನ್ನಾಗಿರುತ್ತದೆಯೆಂದುಕೊಂಡ. ''ನಾನು ಹಿಂದಿನ ಸವಿತಾನೇ, ಕೆಲವಲ್ಲಿ ಬದಲಾವಣೆ ಆಗಿರಬಹುದು. ಒಂದು ವಿಷ್ಯದಲ್ಲಂತು ಬದಲಾಗಿದೆ'' ಉದ್ವಿಗ್ನಳಾದಳು. ಅವಳ ಕಣ್ಣುಗಳಲ್ಲಿ ಅಪರೂಪವಾದ ಕಾಂತಿ.

ಬರೀ ಮುಗುಳ್ನಕ್ಕು ನಡೆದ. ಎಷ್ಟೋ ವಿದ್ಯಾರ್ಥಿನಿಯರನ್ನು ನೋಡಿರಬಹುದು. ಪರಿಚಯ ಇರಬಹುದು. ಆದರೆ ಸವಿತಾನ ಮರೆಯಲು ಸಾಧ್ಯವಿರಲಿಲ್ಲ. 'ಲವ್' ಎನ್ನುವ ಅರ್ಥದಲ್ಲಿ ಅವನನ್ನು ಸ್ಪಷ್ಟವಾಗಿ ಎಳೆದಾಡಿದವಳು ಅವಳೊಬ್ಬಳೆ.

ಲೈಬ್ರರಿಯ ವಿಷಯ ಕ್ಯಾನ್ಸಲ್ ಮಾಡಿ ಮನೆಗೆ ಬಂದ. ಅಪ್ಪಾ ಅಮ್ಮ ಮದುವೆಗೆ ಹೋಗಿದ್ದರೆ, ಶಾಂತಿ ಊರಿನಲ್ಲಿ ಇರಲಿಲ್ಲ. ಸ್ವಯಂಪಾಕ ಬೇಸರವೆನಿಸಿತು. ಆರಾಮವಾಗಿ ಒಂದು ಲೋಟ ಹಾಲು ಕುಡಿದು ಸುಮ್ಮನಾದ.

ಕೊನೆಯ ಮನೆಯ ಶಂಕರ ಕ್ಯಾರಿಯರ್ ಹಿಡಿದು ಬಂದ. ಅವನು ಫೈನಲ್ ಇಯರ್‌ನ ಅವನ ವಿದ್ಯಾರ್ಥಿ; ಬಹಳ ಬಾಯಿ ಬಡುಕ.

''ನೀವು ಉಪವಾಸ ಮಲಗೋದ್ಬೇಡ. ಒಂದು ಗುಡ್ ನ್ಯೂಸ್ ತಿಳಿಸೋಕ್ಕೋಸ್ಕರ ಕ್ಯಾರಿಯರ್ ಹಿಡಿದು ಬಂದೇ, ಸರ್, ಬ್ಯೂಟಿ ಕ್ವೀನ್ ಸವಿತಾ ವಾಪಸ್ಸು ಬಂದಿದ್ದಾರೆ. ಇನ್ನ ನಿಮ್ಗೇ ಪ್ರೇಮ ಪತ್ರಗಳ ಸುರಿಮಳೆ'' ತಮಾಷೆ ಮಾಡಿದಾಗ ಮುಖ ಗಂಟಿಕ್ಕಿದ. ''ಷಟಪ್, ಹಗುರವಾಗಿ ಮಾತಾಡೋಕೆ ಹೋಗ್ಬೇಡ'' ಸಿಡುಕಿದ.

ಆ ವಿಷಯ ಯಾರಿಗೂ ತಿಳಿದಿಲ್ಲವೆನ್ನುವುದು ಮೂರ್ಖತನವಾಗಿ ಕಂಡಿತು ಅವನಿಗೆ.

ಊಟಕ್ಕೆ ಕೂತಾಗ ಅವನ ಮಾತುಗಳು ನೆನಪಾಯಿತು. ಸವಿತಾ ದೊಡ್ಡ ಇಂಡಸ್ಟ್ರಿಯಲಿಸ್ಟ್ ಮಗಳು. ಇಂಥ ಮಾತುಗಳು ಅವಳ ಬಳಿ ಸುಳಿಯದಷ್ಟು ದೂರ. ಇದರಿಂದ ಅವಳಿಗೇನು ತೊಂದರೆ ಇಲ್ಲ. ಇಂಥ ಮಾತು, ಸಿಲ್ಲಿಯ ವಿಷಯಗಳಿಗೆ ಹೆದರುವವರು ಮಧ್ಯಮ ದರ್ಜೆಯ ಜನ

ಹಾಸಿಗೆಯ ಮೇಲೆ ಹೊರಳಿದಾಗ ನೆನಪುಗಳು ಕೆನೆಗಟ್ಟಿದವು.

ಸವಿತಾ ಕಾಲೇಜಿನಲ್ಲಿ ಅತ್ಯಂತ ಸುಂದರ ಹುಡುಗಿ. ಮುದ್ದಾದ ಮುಖದಲ್ಲಿ ಮಗುವಿನಂಥ ಮುಗ್ಧತೆ. ಶ್ರೀಮಂತ ಡ್ರೆಸ್‌ಗಳಲ್ಲಿ ಬರುತ್ತಿದ್ದ ಅವಳ ನಡವಳಿಕೆ ಪಾದರಸದಂತೆ. ಅಂತು ಎಲ್ಲರ ಗಮನ ಸೆಳೆಯುವಂಥ ಹೆಣ್ಣು.

ಪ್ರಭು ಕ್ಲಾಸ್‌ನಲ್ಲಿ ಏನೋ ಗೀಚುತ್ತಾ ಆಗಾಗ ಕಳ್ಳನೋಟ ಬೀರುತ್ತಿದ್ದ. ಸವಿತಾ ಅವನ ಗಮನ ಸೆಳೆದಳು. ಕಂಡಾಪಟ್ಟೆ ಸಿಟ್ಟು, ಆದರೆ ವಿದ್ಯಾರ್ಥಿನಿಯರ ನಡುವೆ ತಾಳ್ಮೆ ಕಳೆದುಕೊಳ್ಳಲಾರ.

''ಗೆಟ್ ಅಪ್, ಏನ್ಮಾಡ್ತಾ ಇದ್ದೀರಾ?'' ಮುಖ ಕೆಂಪಗೆ ಮಾಡಿದ. ನೋಟ್ ಬುಕ್ ತಂದು ಅವನ ಮುಂದಿಟ್ಟಳು. ಕೈಗೆತ್ತಿಕೊಂಡು ನೋಡಿದ. ಅವನ ರೇಖಾಚಿತ್ರ ಬಿಡಿಸಿದ್ದು ಪ್ರಭುಪ್ರಸಾದ್ ಎಂದು ಬರೆದಿದ್ದಳು. ಕಣ್ಣಲ್ಲಿ ಕಿಡಿಗಳನ್ನೆರಚುತ್ತ'' ಆಮೇಲೆ ಬಂದು ನೋಡ್ತೀನಿ'' ನೋಟ್ ಬುಕ್‌ನ ಪಕ್ಕದಲ್ಲಿಟ್ಟ.

ಅಂದು ಡಿಪಾರ್ಟ್‌ಮೆಂಟ್ ರೂಮಿಗೆ ಅವನು ಹೋಗಲಿಲ್ಲ, ನೋಟ್ ಬುಕ್ ಒಂದು ಸಮಸ್ಯೆಯನ್ನು ತಂದೊಡ್ಡಿತು.

ನಾಲ್ಕು ದಿನದ ನಂತರ ಸವಿತಾ ಕಾಲೇಜ್ ಲೈಬ್ರರಿಯಲ್ಲಿದ್ದಾಗ ಅವನನ್ನು ಅರಸಿಕೊಂಡು ಬಂದಳು. ''ನೀವು ಸಿಗಲೇ ಇಲ್ಲ'' ಎನ್ನುವ ಆರೋಪ ಬೇರೆ ಅವಳಿಂದ.

''ಆಲ್‌ರೈಟ್, ನೀವು ಒಳ್ಳೆ ಕಾರ್ಟೂನಿಸ್ಟ್ ಆಗಬಲ್ಲಿರಿ. ಆದರೆ ಕ್ಲಾಸ್‌ನಲ್ಲಿ ಕೂತು ರೇಖೆಗಳ್ನ ಗೀಚೋದು ಬಿಡಿ. ಇದು ಒಳ್ಳೆದಲ್ಲ. ಅಕ್ಕ ಪಕ್ಕದವ್ರ ಕಾನ್ಸೆಂಟ್ರೇಷನ್ ಹಾಳಾಗುತ್ತೆ. ಅಂಡರ್‌ಸ್ಟಾಂಡ್....'' ಸೀರಿಯಸ್ಸಾಗಿ ಹೇಳಿದ.

ತುಸು ತಲೆ ತಗ್ಗಿಸಿ ''ಯೆಸ್ ಸರ್....'' ಎಂದವಳು ತಕ್ಷಣ ''ನಮ್ಮ ಮನೆಗೆ ಯಾವಾಗ ಬರ್ತೀರಾ?'' ಕೇಳಿಯೇ ಬಿಟ್ಟಳು. ಪ್ರಭು ದಂಗಾದ. ''ವಾಟ್ ನಾನ್ಸೆನ್ಸ್ ಯು ಆರ್ ಟಾಕಿಂಗ್'' ರೇಗಿದ.

''ನೀವು ಎದುರಿಗಿಲ್ದೇ ಪರ್‌ಫೆಕ್ಟಾಗಿ ಹೇಗೆ ಚಿತ್ರ ಬಿಡಿಸೋದು. ಕಾರ್ಟೂನಿಸ್ಟ್‌ಗಳು... ಮೂಗು, ಹೊಟ್ಟೆ.... ಎಟ್‌ಸೆಟ್ರಾ.... ಎಕ್ಸ್‌ಎಕ್ಸ್ ಇತ್ಯಾದಿಗಳ್ನ ತೀವ್ರ ಗಮನದಲ್ಲಿ ಇಟ್ಕೋತಾರೆ. ನಿಮ್ಮ.... ಅದೇ ಪ್ರಾಬ್ಲಮ್ ಆಗಿರೋದು. ಅದಕ್ಕೋಸ್ಕರ ನಿಮ್ಮ ಸಿಟ್ಟಿಂಗ್‌ನ ಅಗತ್ಯವಿದೆ.'' ಸವಾಲೆಸೆದಂತೆ ಹೇಳಿದಾಗ, ಅವನ ಹಣೆಯ ಮೇಲೆ ಬೆವರಿನ ಬಿಂದುಗಳು ಮೂಡಿದವು. ''ಸ್ಟುಪಿಡ್....'' ಎಂದುಕೊಂಡು ಹೊರಟುಬಿಟ್ಟ. ಆದರೆ ಆ ಸಂದರ್ಭ, ಮಾತು ಪದೇಪದೇ ನೆನಪಿಗೆ ಬರುತ್ತಿತ್ತು.

ಕಾಲೇಜಿನಲ್ಲಿ ಪ್ರಭು ಒಳ್ಳೆಯ ಹೆಸರು ಪಡೆದ ಅಧ್ಯಾಪಕ. ಎಂಥ ಕಳ್ಳ ವಿದ್ಯಾರ್ಥಿಗಳೂ ಅವನ ಕ್ಲಾಸನ್ನು ತಪ್ಪಿಸಿಕೊಳ್ಳುತ್ತಿರಲಿಲ್ಲ. ಪಾಠ ಹೇಳುವ ರೀತಿಯಲ್ಲಿ ಮೋಡಿ ಇತ್ತು. ಅಷ್ಟೇ ಹೆದರುತ್ತಿದ್ದರು ಅವನಿಗೆ ವಿದ್ಯಾರ್ಥಿಗಳು.

ಮಾರನೆಯ ದಿನ ವಿರಾಮದ ಸಮಯದಲ್ಲಿ ಅವನನ್ನು ಅರಸಿಕೊಂಡು ಬಂದಳು. ಅವನೊಬ್ಬನೇ ಇದ್ದಿದ್ದು.

''ಸರ್, ನನ್ನ ನೋಟ್ ಬುಕ್'' ನೆನಪಿಸಿದಳು.

ಅದರ ಸಂಗತಿಯನ್ನು ಮರೆತುಬಿಟ್ಟಿದ್ದ. ಡ್ರಾಯರ್ ಎಲ್ಲಾ ಹುಡುಕಾಡಿದ. ಕಪಾಟಿನಲ್ಲಿ ಪುಸ್ತಕಗಳಲ್ಲಿ ಅರಸಿದ. ಅವನಿಗೆ ಒಂದು ತರಹ ಆಯಿತು.

''ಸಿಗ್ಲಿಲ್ಲ ಮಿಸ್, ನಾಳೆ ಕೊಡ್ತೀನಿ'' ಎಂದ.

ಎಂದಿನಂತೆ ಲೈಬ್ರರಿಗೆ ಹೋಗದೆ ಕಪಾಟು, ಡ್ರಾಯರ್‌ನಲ್ಲೆಲ್ಲ ಹುಡುಕಾಡಿದ. ಎಲ್ಲೂ ಪತ್ತೆಯಾಗಲಿಲ್ಲ. ಒಬ್ಬ ಶಿಕ್ಷಕನಾಗಿ ಬೇಜವಾಬ್ದಾರಿಯಿಂದ ವರ್ತಿಸುವುದು ತೀರಾ ಕೆಟ್ಟದಾಗಿ ಕಂಡಿತು.

ಎರಡು ದಿನ ಯಾವ ವಿದ್ಯಾರ್ಥಿನಿ ಸಿಕ್ಕರೂ ಸವಿತಾಳೇ ಎನ್ನುವಂಥ ಗಾಬರಿ. ಒಂದೆರಡು ಸಲ ಕೇಳಿಯು ಇದ್ದಳು.

ತುಸು ಬೇಸರದಿಂದಲೇ ಮನೆಗೆ ಬಂದ. ಅವನ ಸೋದರಮಾವ ಬಂದಿದ್ದ. ಮಾತಾಡಲು ಉತ್ಸಾಹವೇ ಮೂಡಲಿಲ್ಲ. ''ಹೇಗಿದ್ದೀರಾ?'' ಚುಟುಕಾಗಿ ಪ್ರಶ್ನಿಸಿದ.

''ಒಳ್ಳೆ ಗುಂಡುಕಲ್ಲು ತರಹ, ಊಟ-ತಿಂಡಿ, ಮಾತು, ಓಡಾಟವೇನು ಕಮ್ಮಿ ಆಗಿಲ್ಲ. ಕಮ್ಮಿಯಾಗಿರೋದು ನಿಮ್ಮ ಅತ್ತಿಗೆಯೊಂದಿಗೆ ಜಗಳ'' ದೊಡ್ಡನಗೆ ಹಾರಿಸಿದನು. ಇದು ಅವರ ಸ್ವಭಾವ

ಪ್ರಭು ಅವರ ಎದುರು ಬಂದು ಕೂತ. ''ನಿಮ್ಗೇ ಗೆಲ್ಲೋ ಅವಕಾಶವೇ ಇಲ್ಲ. ಸೋಲಿಗಿಂತ ಸುಮ್ಮನಿರೋದೆ ಸರಿಯೆನಿಸಿರಬೇಕು'' ಅವನ ಮಾತುಗಳಿಗೂ ನಕ್ಕರು.

''ನೀನು ಎಂದಿನಿಂದ ಜಗಳ ಷುರು ಮಾಡೋದು, ಆ ವ್ಯಕ್ತಿ ಎಂದು ಈ ಮನೆಗೆ ಬರೋದು''

ಮಾತು ಆ ಕಡೆ ಹರಿದಾಗ ಪ್ರಭು ಎದ್ದುಬಿಟ್ಟ. ''ಪೌರೋಹಿತ್ಯ ನಿಮ್ದೇ. ಅದಕ್ಕೆ ಇನ್ನು ಕಾಲ ಕೂಡಿ ಬಂದಿಲ್ಲ'' ಕೋಣೆಗೆ ಹೋದ.

ತಮ್ಮಯ್ಯ ಚಿದಂಬರಯ್ಯನವರ ಕಡೆ ತಿರುಗಿದಾಗ ''ನಾನು ಪ್ರಭುಗೆ ಪೂರ್ತಿ ಸ್ವತಂತ್ರ ಕೊಟ್ಟಿದ್ದೀನಿ. ಈ ವಿಷ್ಯದಲ್ಲು ಬಲವಂತ ಮಾಡ್ಲಾರೆ'' ಮಗನ ಬಗ್ಗಿ ತಮ್ಗಿದ್ದ ಪ್ರೀತಿಗೆ ಮೀರಿದ ಗೌರವ ವ್ಯಕ್ತಪಡಿಸಿದರು.

ಸೌಭಾಗ್ಯ, ಕಾಫಿ ಹಿಡಿದು ಮಗನ ಕೋಣೆಗೆ ಹೋದಾಗ ಏನೋ ಹುಡುಕಾಟ ನಡೆಸಿದ್ದ. ಆಕೆಗೆ ಆಶ್ಚರ್ಯವೆ. ಪ್ರತಿಯೊಂದರ ಬಗ್ಗೆಯು ಅವನದು ಶಿಸ್ತು. ಪ್ರತಿಯೊಂದಕ್ಕೂ ಒಂದೊಂದು ನಿಗದಿತ ಜಾಗ.

''ಪ್ರಭು, ಏನು ಹುಡುಕ್ತಾ ಇದ್ದೀಯಾ?'' ಕಾಫೀ ಅಲ್ಲೇ ಇಟ್ಟರು. ''ಲೈಬ್ರರಿಯಿಂದ ರಸೆಲ್‌ರ ಒಂದು ಪುಸ್ತಕ ತಂದಿದ್ದೆ ಎಲ್ಲೋ ಇಟ್ಟಿದ್ದೀನಿ'' ಲೋಟ ತೆಗೆದುಕೊಂಡ.

ತಮ್ಮಯ್ಯನವರು ಕೋಣೆಗೆ ಬಂದರು. ಲೋಟ ಕೆಳಗಿಟ್ಟ.

''ಪ್ರಭು, ನಿನ್ಮೇಲೆ ನಂಗೆ ಅಸಾಧ್ಯ ಕೋಪ. ನೀನು ಆರಾಮಾಗಿರೋದು ನಂಗೆ ಸುತರಾಂ ಇಷ್ಟವಿಲ್ಲ. ಖಂಡಿತ ಏನಾದ್ರೂ ಒಂದು ವ್ಯವಸ್ಥೆ ಮಾಡ್ತೀನಿ'' ಘೊಳ್ಳನೆ ನಕ್ಕರು.

ಬಿಮ್ಮನೆ ಇದ್ದ ಅವನ ಮೇಲೆ ರೇಗಿದರು ಕೂಡ ''ಒಂದಿಷ್ಟು ನಗೋಕೇನು? ಹಲ್ಲು ತೋರಿಸಿದ್ರೆ ಕಲ್ಲು ಹೊಡೀತಾರ. ಈಗ್ಲೇ ನೀವು ಹೀಗೇ. ಮುಂದಿನ ಜನರೇಷನ್.... ನಗು ಅನ್ನುವ ಪದಕ್ಕೆ ಅರ್ಥವನ್ನು ಪುಸ್ತಕಗಳಲ್ಲಿ ಹುಡುಕಿಕೋ ಬೇಕು'' ಅವನಿಟ್ಟ ಲೋಟ ತಾವೆತ್ತಿಕೊಂಡರು.

''ನಗೋಕು ಕಾರಣ ಬೇಕು, ಮಾವ'' ಎಂದಾಗ ಪ್ರಭು ಅವರು ತಳ್ಳಿ ಹಾಕಿದರು. ''ಕಾರಣ ಹುಡ್ಕಿಕೊಂಡು ಕೂತರೆ ಜೀವನದಲ್ಲಿ ಒಂದ್ಸಲ ಕೂಡ ನಗೋಕಾಗೋಲ್ಲ'' ಎಂದು ಇನ್ನಷ್ಟು ಅವನ ಸನಿಹಕ್ಕೆ ಸರಿದು ''ಏನು ವಿಷ್ಯ? ಮದ್ವೆ ಆಗೋಕೆ ಆಗಿರೋ ದಾಢಿಯಾದ್ರೂ ಏನು? ತಲೆ ನೆರತ ಮೇಲೆ ಮದ್ವೆ ಆಗೋ ಯೋಚ್ನೇ ಬೇಡ'' ಬುದ್ಧಿ ಹೇಳಿದಂತೆ ನಟಿಸಿದರು.

ಅಷ್ಟರಲ್ಲಿ ಸೌಭಾಗ್ಯ ಇನ್ನೊಂದು ಲೋಟ ಕಾಫಿ ಹಿಡಿದು ಬಂದರು. ಅಕ್ಕ ತಮ್ಮ ಕೂಡಿಯೇ ಹೊರಗೆ ಹೋಗಿದ್ದು.

ತಾಯಿ ಹೋದಮೇಲೆ ಕಾಫಿ ಕುಡಿದಾದ ಮೇಲೆ ಮತ್ತೆ ಹುಡುಕತೊಡಗಿದ. ರೂಮಿನಿಂದ ಹಾಲ್‌ಗೂ ಬಂದ. ಪೇಪರ್ ಮ್ಯಾಗಝೀನ್‌ನಲ್ಲಿ ಅರಸಿ ಸುಸ್ತಾದ.

''ಏನು ಹುಡುಕ್ತಾ ಇದ್ದೀಯ?'' ಚಿದಂಬರಯ್ಯ ಕೇಳಿದರು. ಅವನಿಗೆ ಒಂದು ತರಹ ಎನಿಸಿತು.

''ಲೈಬ್ರರಿಯಿಂದ ಬುಕ್ ತಂದಿದ್ದೆ, ಸಿಕ್ತಾ.... ಇಲ್ಲ'' ಅವೆಲ್ಲವನ್ನು ಅವುಗಳ ಸ್ಥಾನಕ್ಕೆ ಸೇರಿಸಿದ.

ಊಟಕ್ಕೆ ಕೂತಾಗಲೂ ಅನ್ಯಮನಸ್ಕನಾಗಿಯೇ ಇದ್ದ. ಅವನಿಗೆ ಅದು ತಪ್ಪು ಅನ್ನಿಸದಿದ್ದರೂ, ಆ ನೋಟ್ ಬುಕ್ ಹಿಂದಿರುಗಿಸದಿದ್ದರೆ ಅಪರಾಧವಾಗಿ ಕಂಡಿತು.

ಎಷ್ಟೋ ಸಲ ಕ್ಲಾಸ್ ರೂಮಿನ ಬೋರ್ಡ್ ಮೇಲೆ ಸಹಪಾಠಿಗಳ ಹಿಂಡನ್ನ ಕಟ್ಟಿಕೊಂಡು ಚಿತ್ರಗಳನ್ನ ಬಿಡಿಸುತ್ತಿದ್ದರು. ತನ್ನ ಡ್ರೆಸ್, ನಡಿಗೆ, ಸ್ನೇಹದಿಂದ ಇಡೀ ಕಾಲೇಜನ್ನ ಆವರಿಸಿಬಿಟ್ಟಿದ್ದಳು. ಎಷ್ಟೋ ಶ್ರೀಮಂತರ ಹೆಣ್ಣು ಮಕ್ಕಳು ಕಾಲೇಜಿಗೆ ಬರುತ್ತಿದ್ದರು. ಆದರೆ ಇವಳಷ್ಟು ಫೇಮಸ್ ಆದವರು ಯಾರು ಇರಲಿಲ್ಲ.

''ನಾಟೀ.... ಗರ್ಲ್'' ಎಂದಿದ್ದರು ಪ್ರಿನ್ಸಿಪಾಲರು ಕೂಡ. ಒಮ್ಮೆ ''ನಾನು, ಸವಿತಾ ತಂದೆ ತುಂಬ ಫ್ರೆಂಡ್ಸ್. ಈಗ ಎಷ್ಟೊ ವಾಸಿ. ನಾಲ್ಕೈದು ವರ್ಷದ ಹಿಂದೆ ಅವ್ರ ಮನೆಗೆ ಹೋದರೆ ಒಂದಲ್ಲ ಒಂದು ಕಿಟಲೇ ಮಾಡುತ್ತಿದ್ದಳು. ತಾಯಿ ಇಲ್ಲದ ಹುಡ್ಗೀಂತ ತುಂಬ ಅಕ್ಕರೆಯಿಂದ ಸಾಕಿದ್ದಾರೆ'' ಅದೆಲ್ಲ ನೆನಪು ಮಾಡಿಕೊಂಡ.

ಈ ವಿಷಯವನ್ನು ಪ್ರಿನ್ಸಿಪಾಲರವರೆಗೆ ಒಯ್ದರೆ- ಅಷ್ಟು ಸಿಲ್ಲಿಯಾಗಿ ಕಾಣದಿದ್ದರೂ ಒಂದು ರೀತಿಯ ಅನುಮಾನ.

ಇಡೀ ರಾತ್ರಿ ಅವನಿಗೆ ನಿದ್ದೆ ಬರಲಿಲ್ಲ. ಕೆಲಸಕ್ಕೆ ಬಾರದ ನೋಟ್ ಬುಕ್ ಅವನನ್ನ ಚಿತ್ತಕ್ಷೋಭೆಗೊಳಿಸಿದಂತಿತ್ತು. ಮತ್ತೆ ಎದ್ದು ಎಲ್ಲಾ ಹುಡುಕಾಡಿದ. ಬಹುಶಃ ಇಂಥ ಸಂದರ್ಭ ಅವನ ಬದುಕಿನಲ್ಲಿ ಮೊದಲ ಸಲ ಬಂದಂತಿತ್ತು.

ಸ್ನಾನಕ್ಕೆ ಹೊರಟಾಗ ಪರಿಶೀಲನಾ ದೃಷ್ಟಿಯಿಂದ ನೋಡಿ ಅವನಮ್ಮ ''ಯಾಕೋ, ಒಂದು ತರಹ ಇದ್ದೀಯಾ? ಹುಷಾರಿಲ್ವಾ?'' ಆಕೆಯ ಸ್ವರದಲ್ಲಿ ಆತಂಕ ಗುರ್ತಿಸಿ ನಸು ನಕ್ಕ. ''ಎಂಥದ್ದು ಇಲ್ಲ. ಒಂದು ರೀತಿ ಸೋಮಾರಿತನ ಅಷ್ಟೆ'' ಟವಲುನಲ್ಲಿ ಮುಖ ಉಜ್ಜುತ್ತ ಹೊರಟ.

ಕೆಲಸ ಸಿಕ್ಕಾಗಲೇ ಅವನಿಗೆ ಮದುವೆ ಮಾಡುವ ಉದ್ದೇಶ ಸೌಭಾಗ್ಯಗೆ ಇತ್ತು. ಒಂದೆರಡು ಸಲ ಪ್ರಸ್ತಾಪವೆತ್ತಿದಾಗ ಒಂದು ಮೂರು ವರ್ಷ ಆ ಸುದ್ದಿಯೇ ಬೇಡವೆಂದಿದ್ದ. ಬೇರೆಯವರ ಮೂಲಕವಾಗಿ ವಿವಾಹದ ಬಗ್ಗೆ ಮಾತುಗಳು ಬರುತ್ತಿದ್ದವು. ಆಗ ಪ್ರಭು ಮೌನವಹಿಸುತ್ತಿದ್ದ. ಯಾವುದೇ ವಿಷಯಕ್ಕೂ ಒತ್ತಡ ಹೇರದಂಥ ಒಬ್ಬ ಉತ್ತಮ ತಂದೆ ಚಿದಂಬರಯ್ಯ. ಅದಕ್ಕೆ ಮಗನ ಮೇಲ್ಮಟ್ಟದ ನಡವಳಿಕೆ, ಸ್ವಭಾವ, ಯೋಚನೆಗಳು ಕಾರಣವಾಗಿದ್ದವು.

ವಿಷಯವನ್ನು ಗಂಡನ ಕಿವಿಗೆ ಹಾಕಿದರು ಸೌಭಾಗ್ಯ. ''ಯಾಕೋ ಪ್ರಭು ಒಂದು ತರಹ ಇದ್ದಾನೆ.'' ಅವರು ನಕ್ಕು ಬಿಟ್ಟರು ಹೆಂಡತಿಯ ಮಾತಿಗೆ. ''ಅವನು ಉದ್ಯೋಗದಲ್ಲಿರುವ

ಸಂದರ್ಭಗಳು ಸಮಸ್ಯೆಗಳನ್ನು ತಂದೊಡ್ಡಬಲ್ಲುದು. ಮೆಜಾರಿಟಿಗೆ ಬಂದ ಮಗ ಸ್ವತಹ ಫೇಸ್ ಮಾಡಬಲ್ಲ.'' ಅಲ್ಲಿಗೆ ಆ ಮಾತಿಗೆ ಮುಕ್ತಾಯ ಹಾಡಿದರು.

ಇಂದು ಅವನು ಕಾಲೇಜಿಗೆ ಹೋದ ಕೂಡಲೇ ಕಾದಿದ್ದವಳಂತೆ ಬಂದಳು ಸವಿತಾ ''ಸರ್, ನನ್ನ ನೋಟ್ ಬುಕ್....'' ಅವನಿಗೆ ಕಸಿವಿಸಿಯಾಯಿತು.

''ಎಲ್ಲೋ ಇಟ್ಟಿದ್ದೀನಿ, ಸಿಗ್ಲಿಲ್ಲ. ಏನಿದೆ ಅಂಥ ಇಂಪಾರ್ಟೆಂಟ್?'' ತುಸು ಬೇಸರ ಇಣಕಿತು ಅವನ ದನಿಯಲ್ಲಿ. ''ಸಾರಿ ಸರ್, ನಾನು ಯಾವ್ದೇ ಕಾರಣಕ್ಕೆ ಆ ನೋಟ್ ಬುಕ್ ಕಳೆದುಕೊಳ್ಳೋಕೆ ಸಿದ್ಧವಿಲ್ಲ. ಲಕ್ಷ ರೂಪಾಯಿ ಇನ್‌ಷೂರೆನ್ಸ್ ಹಣ ಬಂದರೂ ನಂಗೆಬೇಡ. ನಂಗೆ ಆ ನೋಟ್ ಬುಕ್ ಬೇಕೇ ಬೇಕು'' ಪುಟ್ಟ ಮಗುವೊಂದು ಇಲ್ಲದಕ್ಕೆ ಹಟ ಹಿಡಿದಂತಿತ್ತು ಅವಳ ಧೋರಣೆ.

ರೇಗಿಬಿಡಬೇಕೆಂದುಕೊಂಡರೂ ತಪ್ಪು ತನ್ನದೆಂದು ಸುಮ್ಮನಾದ. ''ಆಯ್ತು....'' ಪ್ರಿನ್ಸಿಪಾಲರ ಕೋಣೆಯತ್ತ ನಡೆದ.

ಮತ್ತೆ ಮತ್ತೆ ನೆನಪಿಸಿಕೊಂಡ ಆ ದಿನ ಕಾನ್ಸಂಟ್ರೇಟ್ ಆಗಿ ಪಾಠ ಮಾಡಲು ಅವನಿಂದಾಗಲಿಲ್ಲ. ಸಣ್ಣ ವಿಷಯವೆಂದು ಉದಾಸೀನ ಮಾಡಿದ್ದೇ ತಪ್ಪೆಂದುಕೊಂಡ.

ಕೊನೆಯ ಪಿರಿಯಡ್‌ನ ತೆಗೆದುಕೊಳ್ಳದೆಯೇ ಮನೆಗೆ ಬಂದ. ಶಾಂತಿ ಮಗುವನ್ನೆತ್ತಿಕೊಂಡು ಬಂದು ಕೂತಿದ್ದಳು. ಮೂರು ಮಕ್ಕಳ ತಾಯಿ. ಅವನಿಗಿಂತ ನಾಲ್ಕು ವರ್ಷಕ್ಕೆ ಕಿರಿಯಳು.

ಅವನ ಹುಡುಕಾಟ ನೋಡಿ ನೆನಪಿಸಿಕೊಂಡಳು. ''ನಮ್ಮ ಚಾಮಿ ಮೊನ್ನೆ ಒಂದು ನೋಟ್ ಬುಕ್ ತಂದಿದ್ದ ಕಣೋ. ಅದು ಸ್ವಪ್ನ ಸ್ಕೂಲ್ ಬ್ಯಾಗಿನಲ್ಲಿರಬೇಕು'' ಎಂದ ಕೂಡಲೇ ಭಾರವಾದ ಅವನೆದೆ ಎಷ್ಟೋ ಹಗುರವಾಯಿತು. ಎಂ.ಎ. ಯಲ್ಲಿ ರ್‍ಯಾಂಕ್ ಬಂದಾಗಲೂ ಅವನಿಗೆ ಅಷ್ಟು ಸಂತೋಷವಾಗಿರಲಿಲ್ಲ.

''ಶಾಂತಿ, ಬೇಗ ಹೋಗಿ ಅದನ್ನ ತಗೊಂಡ್ಬಾ, ಯಾವ್ದೋ ಸ್ಟೂಡೆಂಟ್‌ದು'' ಮಗುವನ್ನ ತಾನೆತ್ತಿಕೊಂಡು ಅವಳನ್ನು ಕಳುಹಿಸಿದ.

ಅವಳಿಗಂತು ಆಶ್ಚರ್ಯ.... ಎಷ್ಟೋ ಕಾಮಿಕ್ಸ್ ತಂದು ಕೊಡುತ್ತಿದ್ದ ಸ್ವಪ್ನಳಿಗಾಗಿ. ಖಾಲಿ ನೋಟ್ ಬುಕ್‌ಗಳನ್ನು ಅವಳಿಗೆ ಬರೆಯಲು ಕೊಟ್ಟಿದ್ದ.

ಐದು ನಿಮಿಷದಲ್ಲಿ ಹಿಂದಿರುಗಿದಳು ಶಾಂತಿ.

''ಅವ್ರ ಮನೆಯಲ್ಲಿಲ್ಲ. ನೆನ್ನೆ ರಾತ್ರಿ ಅಲ್ಲೇ ಹಾಕಿಕೊಂಡಿದ್ಳು. ಅದ್ರಲ್ಲಿ ಅಂಥದೇನು ಕಾಣ್ಲಿಲ್ಲ. ಅದೆಲ್ಲಿ ಬಿಸಾಕಿ ಇರ್ತಾಳೋ. ಬ್ಯಾಗ್ ಎಲ್ಲಾ ನೋಡ್ದೇ. ಬೇಕಾದ್ರೆ ಒಂದು ಹೊಸ ನೋಟ್‌ಬುಕ್ ಕೊಟ್ಟು ಬಿಡು'' ಸಮಸ್ಯೆಗೆ ಪರಿಹಾರ ಸೂಚಿಸಿದಳು.

ಹಣೆಯೊತ್ತಿಕೊಂಡ ಪ್ರಭು.

''ಶಾಂತಿ, ಅದರಲ್ಲಿ ಏನಿದೆ. ಏನಿಲ್ಲ ಅನ್ನೋದು ಮುಖ್ಯವಲ್ಲ. ಒಬ್ಬ ಹಟಮಾರಿ ಸ್ಟೂಡೆಂಟ್‌ದು. ಅದು ಸಿಗಲೇ ಬೇಕು'' ತಲೆ ಕೆಟ್ಟಂತೆ ಹೇಳಿದ.

ಶಾಂತಿಗೆ ಅರ್ಥವಾಗಲಿಲ್ಲ. ಆಯ್ತು, ಅವಳೆಲ್ಲೋ ಆಟಕ್ಕೆ ಹೋಗಿದ್ದಾಳೆ. ಹುಡ್ಕಿಕೊಂಡ್ಬರ್ತೀನಿ'' ಮತ್ತೆಹೋದಳು.

ಖಾಲಿ ನೋಟ್ ಬುಕ್ ತೀರಾ ಸಾಧಾರಣದ್ದೆ. ಆದರೆ.... ಸವಿತಾ.... ಅವನಿಗೆ ರೇಗಿತು.''ಸ್ಟುಪಿಡ್ ಗರ್ಲ್...'' ಮನದಲ್ಲೇ ರೇಗಿದ.

ಹತ್ತು ನಿಮಿಷದ ನಂತರ ಶಾಂತಿಯ ಮನೆಗೆ ಪ್ರಭುನೇ ಹೋದ. ನೋಟ್‌ಬುಕ್ ಸಿಗಲೇ ಬೇಕಿತ್ತು.

ಮಗಳನ್ನು ಹುಡುಕಿಕೊಂಡು ಹೋಗಿದ್ದ ಶಾಂತಿ ಬಂದಳು. ''ಅಮ್ಮ ಸಿಕ್ಕಲಿಲ್ಲ ಕಣೋ. ಪ್ರಭು, ನೀನೇ ಸ್ವಲ್ಪ ಹುಡುಕು'' ಅವನ ಬ್ಯಾಗನ್ನು ತಂದು ಅವನ ಮುಂದಿಟ್ಟಳು.

ಅಲ್ಲೇನು ಸಿಗಲಿಲ್ಲ. ಪ್ರತಿಯೊಂದು ಕಪಾಟಿನಲ್ಲೂ ಹುಡುಕಿದ, ಕಾಮಿಕ್ಸ್‌ಗಳ ನಡುವೆ ಹೂತುಹೋಗಿದೆಯೇನೋಂತ ಅವೆಲ್ಲ ತೆಗೆದು ಹಾಕಿದ.

''ಮಾರಾಯ್ತಿ, ಇನ್ನೆಲ್ಲಿ ಹುಡುಕಲೀ'' ಅಪರೂಪಕ್ಕೆ ಕೈ ಚೆಲ್ಲಿ ಕುಳಿತಾಗ ಶಾಂತಿಗೆ ಆಶ್ಚರ್ಯ. ಅಕಸ್ಮಾತ್ ನೂರರ ನೋಟ್ ಕಳೆದಾಗಲೂ, 'ಏನೋ ಹೋಯ್ತು' ಯಾರಿಗಾದ್ರೂ ಅನ್ಕೂಲವಾಗಿರುತ್ತೆ ಅಂದ್ಕೊಳ್ಳುವ ವ್ಯಕ್ತಿ, ಆ ಪುಸ್ತಕಕ್ಕಾಗಿ ಇಷ್ಟೊಂದು ಹುಟುಕಾಟ ನಡೆಸ ಬೇಕೇ.... ಅವಳಂತು ವಿಸ್ಮಿತಳಾದಳು.

''ಪ್ರಭು, ಅದೇನು ಹುಡುಗನದೋ, ಹುಡುಗಿಯದೋ; ಅದರಲ್ಲೇನಾದ್ರೂ ಲವ್ ಲೆಟರ್ ಇತ್ತಾ'' ಛೇಡಿಸಿದಳು. ಅದರ ಜೊತೆಯಲ್ಲಿ ಒಂದಿಷ್ಟು ತಿಂಡಿಯನ್ನು ತಟ್ಟೆಯಲ್ಲಿ ತುಂಬಿಕೊಂಡು ಬಂದಳು.

ಶಾಂತಿಯ ಸ್ವಭಾವ ಅವನಿಗೆ ಗೊತ್ತು. ಶುದ್ಧಸ್ನೇಹ ಪವಿತ್ರ ಜಲದಂತೆ ಹರಿಯುತ್ತಿತ್ತು. ಅವಳ ಬಗ್ಗೆ ಅವನ ಪ್ರೇಮ ಹೆಚ್ಚು.

ತಿಂಡಿ ಒಳಗೆ ಒಯ್ಯಲಾರಳೆಂದು ಅವನಿಗೆ ಗೊತ್ತು. ಮಾತು ಬದಲಿಸಿದ ''ಮಾಧವನ್ನ ಈಚೆಗೆ ನೋಡೇ ಇಲ್ಲ'' ಅವಳ ಗಂಡನ ಬಗ್ಗೆ ಕೇಳಿದ.

ಶಾಂತಿ ನಕ್ಕುಬಿಟ್ಟಳು. ''ಫ್ಯಾಕ್ಟರಿಗೆ ಹೋಗ್ಬಂದ್ರೆ ಮುಗ್ದು ಹೋಯ್ತು. ಬೆಳಿಗ್ಗೆ ಒಂದೂವರೆ ಗಂಟೆ ಪೂಜೆ, ಜಪ, ತಪ, ಆಮೇಲೆ ಮಕ್ಕಳ ಸೇವೆ. ಸಂಜೆ ಕೂಡ ಅವೆರಡಕ್ಕೆ ಅವ್ರ ವೇಳೆಯ ವಿನಿಯೋಗ ಇನ್ನೊಂದು ಕೆಲ್ಸಕ್ಕೇಂತ ಹೊರ್ಗೆಹೋಗಿಲ್ಲ'' ದೂರಿದರೂ ಆ ದನಿಯಲ್ಲಿ ಅಭಿಮಾನ ಇಣಕಿದ್ದು ಅವನಿಗೆ ಅರಿವಾಯಿತು.

ಬೇರೆಯವರು ಕಂಡ ಹಾಗೆಯು ಮಾಧವ ಬಹಳ ಒಳ್ಳೆಯ ವ್ಯಕ್ತಿ. ಒಂದು ಕೆನ್ನೆಗೆ ಹೊಡೆದರೇ ಮತ್ತೊಂದು ಕೆನ್ನೆಯೊಡ್ಡುವಂತ ಸೌಜನ್ಯ. ಆದರೆ ಅಷ್ಟೇ ಸ್ವಾಭಿಮಾನಿ.

''ಪುಣ್ಯ ಮಾಡಿದ್ದೇ ಬಿಡು'' ಹೊಗಳಿದ.

''ಹೌದಪ್ಪ, ಹೌದು... ಪೂಜೆ, ಮಕ್ಳೂಂದ್ರೆ ಮುಗ್ದುಹೋಯ್ತು. ನಾನು ಒಬ್ಬಳಿದ್ದೀನಿ

ಅನ್ನೋದು ಕೂಡ ಅವ್ರ ನೆನಪಿಗೆ ಬರೋಲ್ಲ. ನಾನು ಇನ್ನಷ್ಟು ಓದಿದ್ರೆ.... ಚೆನ್ನಾಗಿತ್ತು'' ನೊಂದು ಕೊಂಡಳು.

ಹೈಸ್ಕೂಲು ಮುಗಿದ ಕೂಡಲೇ ಮನೆಯಲ್ಲೇ ಗಂಡು ಇದ್ದುದರಿಂದ ಅಪ್ಪ ಅಮ್ಮ ಅಕ್ಷತೆ ಹಾಕಿ ಆಶೀರ್ವಾದ ಮಾಡಿಬಿಟ್ಟಿದ್ದರು. ಮಾಧವ ಅಳಿಯ, ಮಗ ಎಲ್ಲಾ.

''ಓದಿಲ್ಲಾಂತ ಪರಿತಾಪಪಡೋದೇನು ಬೇಡ. ಒಳ್ಳೆ ಗಂಡ, ಮುದ್ದಾದ ಮಕ್ಳು. ಸಮಾಜಕ್ಕೆ ಹೊರೆಯಾಗ್ದಂತೆ ಸಂಸಾರ ಮಾಡ್ತಾ ಇದ್ದೀಯ. ಅಷ್ಟು ಸಾಕು ಬಿಡು'' ಎಂದ. ಅಷ್ಟು ಹೊತ್ತಿಗೆ ಅವನ ಕೈಯಲ್ಲಿನ ಚಕ್ಕುಲಿ ಅರ್ಧ ಮುಗಿದಿತ್ತು.

ಆ ವೇಳೆಗೆ ಸ್ವಪ್ನ ಬಂದಳು. ಕೈಯಲ್ಲಿ ಹೂಗಳ ಗೊಂಚಲು. ತಲೆ ಕೆದರಿಕೊಂಡಿದ್ದಳು. ತೊಟ್ಟ ಬಟ್ಟೆಗಳೆಲ್ಲ ಮಣ್ಣಿನಮಯ.

ಕೋಪದಿಂದ ಅವಳಿಗೆ ನಾಲ್ಕು ಬಿಗಿದಳು. ಅವಳ ಅಳು ನಿಲ್ಲುವವರೆಗೂ ಕಾದು ಪ್ರಶ್ನಿಸಿದಾಗ ಅವಳಿಗೆ ನೆನಪೇ ಇಲ್ಲ. ಪುಸ್ತಕದ ಬ್ಯಾಗ್‌ನ ತಂದು ಅವನ ಮುಂದೆ ಹರಡಿದಳು.

''ಇದ್ರಲ್ಲಿ.... ಇತ್ತು! ತೆಗೆದು ನೋಡಿದ. ಅವಳ ಶಾಲೆಯ ಪುಸ್ತಕಗಳು ಬಿಟ್ಟು ಮತ್ತೇನು ಇರಲಿಲ್ಲ ''ಇಲ್ವಲ್ಲ ಮರೀ.... ಎಲ್ಲಿ ಹೋಯ್ತು'' ರಮಿಸಿ ಕೇಳಿದ. ಅವಳು ಅಳುತ್ತಾ ಎದ್ದು ಹೋದಳು.

''ಎಲ್ಲೋ ಕಳ್ದು ಬಿಟ್ಟಿದ್ದಾಳೆ, ಪ್ರಭು. ನನ್ನ ಹಾಗೇ ಅವಳು ದಡ್ಡಿ'' ಮತ್ತೆರಡು ಏಟು ಬಿಗಿದಳು ಮಗಳಿಗೆ.

ಅವಳ ಕೈ ತಡೆದ ''ಇದೆಂಥ ಹೊಡೆಯೋ ಕೆಟ್ಟ ಅಭ್ಯಾಸ. ಮಕ್ಳನ ಹೇಗೆ ಸಾಕಬೇಕೂಂತ ಕೂಡ ಗೊತ್ತಿಲ್ಲ'' ರೇಗಿಯೇ ಅಲ್ಲಿಂದ ಕದಲಿದ್ದು.

ಬಾಗಿಲವರೆಗೂ ಬಂದ ಶಾಂತಿ ಸಪ್ಪೆ ಮುಖ ಮಾಡಿಕೊಂಡು ''ಪ್ರಭು, ಏನು ತಿಳ್ಕೋಬೇಡಾ. ಅದೆಲ್ಲಿ ಬಿಸಾಕಿಬಿಟ್ಟಳೋ'' ಎಂದಳು.

''ಅದಕ್ಯಾಕೆ ನೊಂದ್ಕೋತೀಯಾ! ಹೋದರೆ ಹೋಯ್ತು ಬಿಡು. ಮತ್ತೇನು ಹೊಡೆಯೋಕೆ ಹೋಗ್ಬೇಡ'' ತಿಳಿ ಹೇಳಿದ.

ಬಾಗಿಲಿನಿಂದ ಕಾಂಪೌಂಡ್ ಗೇಟ್‌ಗೆ ಬರುವ ವೇಳೆಗೆ ಪಕ್ಕದ ಕ್ರೋಟನ್ ಗಿಡದ ಬುಡದಲ್ಲಿ ಎರಡು ನೋಟ್ ಪುಸ್ತಕಗಳ ಜೊತೆ ಹತ್ತಾರು ಬಣ್ಣದ ಪೆನ್ಸಿಲ್‌ಗಳು ಬಿದ್ದಿದ್ದವು.

ಬಗ್ಗಿ ಎತ್ತಿಕೊಂಡ, ಒಂದು ಅದೇ ನೋಟ್ ಬುಕ್, ಮತ್ತೊಂದು ಸ್ವಪ್ನಳದು. ಹಿಂದಕ್ಕೆ ಬಂದು ಶಾಂತಿಗೆ ಕರೆದು ಕೊಟ್ಟ. ''ಬುಕ್ ಸಿಕ್ತು. ಮತ್ತೆ ಅವಳನ್ನು ಕೇಳೋದು ಬೇಡ. ಹುಡುಗರನ್ನು ಸ್ವಲ್ಪ ಶಿಸ್ತಾಗಿ ಬೆಳೆಸೋದು ಒಳ್ಳೇದು'' ಅದನ್ನ ಹೇಳೋದು ಮರೆಯಲಿಲ್ಲ.

ಗೇಟಿನ ಬಳಿಯಲ್ಲೇ ನೋಟ್ ಬುಕ್‌ನಲ್ಲಿನ ಪುಟಗಳನ್ನು ಮೊಗಚಿದ, ಒಂದು ಅಕ್ಷರವಿಲ್ಲ, ಅವಳ ಹೆಸರು ಬಿಟ್ಟು. ಕೊನೆಯ ಪುಟದಲ್ಲಿ ಮಾತ್ರ ಅವನ ರೇಖಾ ಚಿತ್ರ ಬಿಡಿಸಿ ಪ್ರಭು ಎಂದು ಬರೆದಿದ್ದಳು ಪಕ್ಕದಲ್ಲಿ.

ಕೋಪದಿಂದ ಹುಬ್ಬುಗಳನ್ನ ಗಂಟಿಕ್ಕಿದ ''ಸಿಲ್ಲಿಗರ್ಲ್, ಇಂಥವರು ಯಾಕಾದರೂ ಕಾಲೇಜಿಗೆ ಬರ್ತಾರೆ'' ಸಿಡಿಮಿಡಿಗೊಂಡ.

ಮರುದಿನ ಎಂದಿಗಿಂತ ಹತ್ತು ನಿಮಿಷ ಮೊದಲೆ ಮನೆ ಬಿಟ್ಟ. ಕೊನೆಯ ಪುಟವನ್ನು ಹರಿದೆಸೆಯಬೇಕೆನಿಸಿದರೂ ಹಾಗೆ ಮಾಡಲಿಲ್ಲ. ಅದರ ಪ್ರತಿಭಟನೆ ಬೇರೆ ರೂಪ ತಿರುಗಿದರೇ, ಅಂಥ ತಲೆ ನೋವಿನ ಕೆಲಸವೇ ಬೇಡವೆಂದುಕೊಂಡ.

ಅಂದು ಪ್ರತಿಯೊಂದು ವಿದ್ಯಾರ್ಥಿನಿಯಲ್ಲೂ ಅವಳನ್ನು ಅರಿಸಿದ, ಎಲ್ಲೂ ಕಾಣಲಿಲ್ಲ. ನಾಪತ್ತೆ. ತರಗತಿಯಲ್ಲೂ ಅವಳ ಜಾಗ ಕಾಲಿ.

''ಈ ಬುಕ್ ಸವಿತಾಗೆ ಕೊಡಿ'' ಬೇರೊಂದು ವಿದ್ಯಾರ್ಥಿನಿಗೆ ಕೊಟ್ಟವನು ವಾಪಸು ಪಡೆದ. ''ಎಕ್ಸ್‌ಕ್ಯೂಜ್ ಕೇಳಿ... ಒಯ್ಯಲಿ'' ಎಂದ.

ಒಂದೇ ಒಂದು ಕಾರಣಕ್ಕೆ ಮನಸ್ಸು ಬದಲಾಯಿಸಿದ್ದ. ಅವಳ ರೇಖಾ ಚಿತ್ರ ನಾನಾ ಸುದ್ದಿಗಳಿಗೆ ಎಡೆ ಕೊಡಬಾರದೆಂದು ಅವನ ಅಭಿಪ್ರಾಯ.

ಮೂರು ದಿನವು ನೋಟ್‌ಬುಕ್ ತಂದ. ನಾಲ್ಕನೆಯ ದಿನವೇ ಕಾರಿಡಾರ್‌ನಲ್ಲಿ ಅವಳು ಎದುರಾಗಿದ್ದು.

''ಗುಡ್ ಮಾರ್ನಿಂಗ್ ಸರ್....'' ತೊದಲಿದಳು.

''ಮಾರ್ನಿಂಗ್, ತಗೊಳ್ಳಿ ನಿಮ್ಮ ನೋಟ್ ಬುಕ್'' ಕೊಟ್ಟು ಸರಿದು ಹೋದವನು ಹಿಂದಕ್ಕೆ ತಿರುಗಿ ''ಐ ಡೋಂಟ್ ಲೈಕ್, ಮೈಂಡಿಟ್'' ಎಂದ. ಅವನ ಕಣ್ಣುಗಳಲ್ಲಿ ಕೋಪದ ಕಿಡಿಗಳಿದ್ದವು.

ಅದಾದ ನಾಲ್ಕನೆಯ ದಿನ ಅವನಿಗೊಂದು ಲೆಟರ್ ಬಂತು. ತೆರೆದು ನೋಡಿ ದಂಗುಹೊಡೆದು ಹೋದ. ಲವ್ ಲೆಟರ್. ಕನ್ನಡ ಕವಿಗಳ ಉಪಮೆಗಳನ್ನು ಮಧ್ಯೆ ಮಧ್ಯೆ ಸೇರಿಸಿಕೊಂಡು ಬರೆದ ಪತ್ರ. ಕೋಪದಿಂದ ಅವನ ಮೈ ಉರಿದುಹೋಯಿತು. ನಿರ್ಲಕ್ಷ್ಯದಿಂದ ಹರಿದು ಕಸದ ಬುಟ್ಟಿಗೆ ಎಸೆದ.

ವಿದ್ಯಾರ್ಥಿನಿಯರ ಇಂಥ ಬರವಣಿಗೆಯನ್ನು ಅವನು ಸರ್ವಥಾ ಕ್ಷಮಿಸಲಾರ. ಕಾಲೇಜಿನ ಬಗ್ಗೆ, ಶಿಕ್ಷಣದ ಬಗೆಗೆ ಅವನಿಗೆ ಅಪರಿಮಿತವಾದ ಗೌರವ. ಮತ್ತೆ ಎರಡು ದಿನಕ್ಕೆ ಒಂದು ಪತ್ರ. ಕವರನ್ನು ಅತ್ತಿತ್ತ ತಿರುಗಿಸಿ ನೋಡಿ, ಓದದೆಯೇ ಹರಿದು ಕಸದ ಬುಟ್ಟಿಗೆ ಹಾಕಿದ. ಇದು ಯಾರ ಕೆಲಸ?

ಒಮ್ಮೆ ಪಾಠ ಮಾಡುತ್ತಿದ್ದಾಗ ನೋಟ ಸವಿತಾಳತ್ತ ಹರಿದು ನಿಂತು ಬಿಟ್ಟಿತು. ಗದ್ದಕ್ಕೆ ಕೈಯೂರಿ ಅವನನ್ನೇ ದಿಟ್ಟಿಸುತ್ತ ಕೂತಿದ್ದಳು. ಆ ನಯನಗಳಲ್ಲಿ ಅರ್ಥವಾಗದ ಆಕರ್ಷಣೆ.

''ಗೆಟ್ ಅಪ್....'' ಎಂದ ಖಾರವಾಗಿ. ಗಲಿಬಿಲಿಗೊಂಡವಳಂತೆ ಮೇಲೆದ್ದಳು. ಅಷ್ಟು ಜನ ವಿದ್ಯಾರ್ಥಿಗಳ ನೋಟ ಅವಳತ್ತ. ಛೀಮಾರಿ ಹಾಕುವುದು ಸರಿಯೆನಿಸಲಿಲ್ಲ. ''ರೂಪಾಯಿ ಅಪಮೌಲ್ಯದ ಬಗ್ಗೆ ನಿಮ್ಮ ಅಭಿಪ್ರಾಯವೇನು?'' ಅವನು ಅರ್ಥಶಾಸ್ತ್ರದ ಅಧ್ಯಾಪಕ. ಪಾಠ ಮಾಡುತ್ತಿದ್ದುದು ಅದೇ ವಿಷಯವಾಗಿ. ಅದರಿಂದ ಆ ಪ್ರಶ್ನೆಯೇನು ಅನುಚಿತವಾಗಿ ಕಾಣಲಿಲ್ಲ.

''ಎಕ್ಸ್‌ಕ್ಯೂಜ್ ಮಿ, ಸರ್'' ತಲೆ ತಗ್ಗಿಸಿದಳು.

ಅವಳಿದ್ದ ಮೂಡ್‌ನಲ್ಲಿ ಯಾವುದೇ ಪ್ರಶ್ನೆಗೆ ಉತ್ತರಿಸುವ ಸಿದ್ಧತೆಯಲ್ಲಿ ಇರಲಿಲ್ಲ. ಕೂಡುವಂತೆ ಸನ್ನೆ ಮಾಡಿ ಪಾಠ ಮುಂದುವರಿಸಿದ. ಮತ್ತೆ ಆತ ನೋಟ ಹರಿಸಲಿಲ್ಲ.

ಪ್ರೇಮ ಪತ್ರಗಳ ಭರಾಟೆ ನಿಲ್ಲಲಿಲ್ಲ. ಎರಡು ದಿನಕ್ಕೊಮ್ಮೆ ಬರುತ್ತಿದ್ದುದ್ದು ದಿನವು ಬರತೊಡಗಿದಾಗ ಅವನಿಗೆ ಮುಜುಗರದ ಜೊತೆಯಲ್ಲಿ ಗಾಬರಿಯೂ ಆಯಿತು. ಇದು ಸವಿತಾಳ ಕೆಲಸವೇ ಇರಬೇಕೆಂದು ಅನುಮಾನಗೊಂಡರೂ, ಅದನ್ನೆ ಸತ್ಯವೆಂದು ನಂಬಲಾರದೆ ಹೋದ

ಅಂದು ತರಗತಿಯಲ್ಲಿ ಪಾಠ ಮಾಡುತ್ತಿದ್ದಾಗ ಎರಡು ಪತ್ರಗಳನ್ನು ತಂದು ಮೇಜಿನ ಮೇಲಿಟ್ಟು ಹೋದ. ಕ್ಷಣ ಸವಿತಾಳತ್ತ ನೋಟ ಹರಿಸಿದ. ಅವಳ ಕಣ್ಣಲ್ಲಿ ಮಿಂಚಿತ್ತು. ತುಟಿಗಳಲ್ಲಿ ಕಿರು ನಗೆ.

ಪಾಠ ಮಾಡುತ್ತಲೇ ಎರಡು ಪತ್ರಗಳನ್ನು ಚೂರು ಚೂರಾಗಿ ಹರಿದು ಕಿಟಕಿಯಿಂದ ಆಚೆಯ ಗಾಳಿಗೆ ತೂರಿದ. ಗಾಳಿ ಬಲವಾಗಿದ್ದುದ್ದರಿಂದ ಚೂರು ಚಲ್ಲಾಪಿಲ್ಲಿಯಾಗಿ ತೇಲಿ ಹೋದವು.

ಹೊರಡುವಾಗ ಒಮ್ಮೆ ಅವಳತ್ತ ನೋಟ ಹರಿಸಿದ. ಕಣ್ಣಿಂದ ಧುಮುಕಲು ಸಿದ್ಧವಾಗಿತ್ತು ಜಲರಾಶಿ. ಮುಖ ತಿರುಗಿಸಿಕೊಂಡು ಹೊರಟುಬಿಟ್ಟ.

ಮತ್ತೆಂದೂ ಬರೆಯಲಾರಳೆಂಬ ತೀರ್ಮಾನಕ್ಕೆ ಬಂದಿದ್ದ. ಆದರೆ ಅಂದು ಸಂಜೆ ಬ್ರಿಡ್ಜ್‌ನ ಬಳಿ ಕೆಂಪು ಮಾರುತಿ ಬಂದು ನಿಂತಿತು. ಅದರತ್ತ ನೋಟ ಹರಿಸಲಿಲ್ಲ.

''ಗುಡ್ ಈವ್ನಿಂಗ್, ಸರ್'' ಎಂಬ ಸ್ವರ ಸನ್ನಿಹದಲ್ಲಿ ''ಗುಡ್ ಈವ್ನಿಂಗ್...'' ಅವನ ನೋಟ ಇತ್ತ ಹರಿಯಲಿಲ್ಲ. ಒಂದು ರೀತಿಯ ಉಪ್ರೇಕ್ಷೆ ಅವನಲ್ಲಿ.

''ಸರ್....'' ಮತ್ತೆ ಅದೇ ವಿನಂತಿ ಸ್ವರದಲ್ಲಿ. ಬೇಸರದಿಂದಲೇ ತಿರುಗಿದ. ''ಏನೀ ಪ್ರಾಬ್ಲಮ್? ಸಬ್ಜೆಕ್ಟ್ ಬಗ್ಗೆಸಮಸ್ಯೆ ಇದ್ದರೇ.... ಅಲ್ಲೇ ಬಂದು ಭೇಟಿ ಮಾಡಿ,'' ಹುಬ್ಬುಗಂಟಿಕ್ಕಿದ.

ಅವಳ ಮುಖದಲ್ಲಿ ಆರ್ದ್ರತೆ ತುಂಬಿಕೊಂಡಿತು. ಅದರೆ ಹಿಂದೆಯೇ ತುಂಟುತನ ನುಗ್ಗಿತು.

''ತಗೊಳ್ಳಿ....'' ಒಂದು ಲೆಟರ್ ಅವನತ್ತ ಚಾಚಿದಳು. ದುರುಗುಟ್ಟಿ ಕೊಂಡು ನೋಡಿದ. ಏನಿದೆಲ್ಲ? ರೋಮಾನ್ಸ್ ಮೂಡ್‌ನ ವಿದ್ಯಾರ್ಥಿಗಳಿಗಲ್ಲ ಕಾಲೇಜು. ನನ್ನನಿನ್ನ ಸಹಪಾಠಿ ಅಂತ ತಿಳ್ದುಕೊಂಡ್ಯಾ, ಸ್ಟುಪಿಡ್'' ಕನಲಿದ.

ಅವಳು ಒಂದಿಷ್ಟು ವಿಚಲಿತಳಾದಂತೆ ಕಾಣಲಿಲ್ಲ. ಚಾಚಿದ ಕವರ್ ಹಿಂದಕ್ಕೆ ಹೋಗಲಿಲ್ಲ. ಮತ್ತಷ್ಟು ಅವನ ಕಣ್ಣುಗಳು ಕೆಂಪಗಾಯಿತು.

ಕಿತ್ತುಕೊಂಡು ಅವಳ ಮುಂದೆನೇ ಚೂರುಚೂರಾಗಿ ಹರಿದು ಕೆಳಗಿನ ಹರಿಯುವ ನೀರಿಗೆಸೆದ.

''ಇದೇ ಕಡೆ ವಾರ್ನಿಂಗ್. ಮತ್ತೆಂದು ಇಂಥ ಸಾಹಸಕ್ಕೆ ಕೈ ಹಾಕ್ಬೇಡ. ನಿನ್ನತಿದ್ದೋಕೆ ನನ್ನ ಕೈಯಲ್ಲಿ ಆಗ್ಲಿಲ್ಲಾಂದ್ರೆ ಪ್ರಿನ್ಸಿಪಾಲರಿಗೆ ಕಂಪ್ಲೇಂಟ್. ನಂತರ ನಿಮ್ಮಂದೆಗೆ ರಿಪೋರ್ಟ್'' ಗುಡುಗಿದ.

ಎರಡು ಕೆನ್ನೆಯ ಮೇಲೂ ಎರಡು ಕಂಬನಿಯ ಬಿಂದುಗಳು ಉರುಳಿದವು. ಮುಂಗೈನಿಂದ ತೊಡೆದುಕೊಂಡವಳು ಬಿರುಸಾಗಿ ಹೋಗಿಬಿಟ್ಟಳು.

ನಂತರ ಅವಳನ್ನ ಇಂದೇ ನೋಡಿದ್ದು. ಅವಳು ಕಾಲೇಜಿಗೆ ಬರದಾಗ ಹೆದರಿದ. ಸೆನ್ಸಿಟಿವ್ ಹುಡ್ಗೀ, ಎಲ್ಲಾದ್ರೂ ಸುಯಿಸೈಡ್ ಮಾಡಿಕೊಂಡು ಬಿಟ್ಟಳೇ ಎಂದು ತಲೆ ಕೆಡಿಸಿಕೊಂಡಿದ್ದ.

ಇವನು ಪ್ರಿನ್ಸಿಪಾಲರ ಕೋಣೆಯಲ್ಲಿದ್ದಾಗಲೇ ಫೋನ್ ಬಂದಿತ್ತು. ಸವಿತಾ ತಂದೆ ಹೆಚ್ಚಿನ ವಿದ್ಯಾಭ್ಯಾಸಕ್ಕಾಗಿ ಮಗಳನ್ನ ಅಮೇರಿಕಾಗೆ ಕಳುಹಿಸುವುದಾಗಿ ತಿಳಿಸಿದ್ದರು.

ಒಂದು ರೀತಿ ನಿಶ್ಚಿಂತೆ ಹೊಂದಿದ. ಎರಡು ವರ್ಷ ಅವಳಲ್ಲಿ ಸಾಕಷ್ಟು ಬದಲಾವಣೆ ತರುತ್ತೆ. ತುಂಟಾಟ, ಹುಡುಗತನದ ಜೊತೆ ಈ ವಿಷಯಗಳನ್ನು ಮರೆತುಬಿಟ್ಟಿರುತ್ತಾಳೆಂದು ತಿಳಿದಿದ್ದು ತಪ್ಪಾಯಿತೆಂದು ಅವನಿಗೆ ಇಂದೇ ತಿಳಿದಿದ್ದು.

* * *

ಕಾಲೇಜಿನಿಂದ ಬಂದವನು ಬಟ್ಟೆ ಬದಲಾಯಿಸಿ ವರಾಂಡಾಗೆ ಬಂದ. ನೆಂಟರ ಮದುವೆಗೆಂದು ಹೋದ ಅಪ್ಪ, ಅಮ್ಮ ಬಂದಿರಲಿಲ್ಲ, ಇವನು ಕಾಲೇಜಿಗೆ ಹೊರಡೋ ವೇಳೆಗೆ ಶಾಂತಿನೇ ಕ್ಯಾರಿಯರ್ ತಂದಿಟ್ಟು ಹೋಗಿದ್ದಳು.

''ಸಂಜೆ ಕಾಫಿ, ತಿಂಡಿ ಕಳುಹಿಸಿ ಕೊಡ್ತೀನಿ. ನೀನೇನು ಮಾಡೋಕೆ ಹೋಗ್ಬೇಡ'' ತಾಕೀತು ಮಾಡಿದ್ದಳು.

ಅವಳು ಹೇಳಿದರೆ ಕೇಳುವ ಪೈಕಿಯಲ್ಲವೆಂದು ಅವನಿಗೆ ಗೊತ್ತು. ಬಿಂಕ, ಬಿಗುಮಾನವಿಲ್ಲದ ಸ್ನೇಹ ಸ್ವಭಾವದ ಪರಿಚಯ ಅವನಿಗಿತ್ತು.

ಫ್ಲಾಸ್ಕ್, ತಿಂಡಿಯ ಡಬ್ಬಿಹಿಡಿದು ಬಂದ ಸ್ವಪ್ನ ಅಳುತ್ತಲೇ ಇದ್ದಳು. ''ಅಮ್ಮ ಹೊಡೆದ್ಲು....'' ಅದೇ ರಾಗ.

''ಛೀ....'' ಅವೆರಡು ತೆಗೆದಿಟ್ಟು ಹತ್ತಿರಕ್ಕೆಳೆದುಕೊಂಡು ಕಣ್ಣೊರಸಿ ಸಮಾಧಾನ ಮಾಡಿ ಒಂದು ಬಿಸ್ಕತ್ ಪೊಟ್ಟಣ ಕೊಟ್ಟ ''ಚಾಮಿಗೆ ಕೊಡ್ತೀನಿ....'' ಅತ್ತ ಮುಖದಲ್ಲಿ ನಗು ಅರಳಿಸುತ್ತ ಓಡಿಬಿಟ್ಟಳು.

ಆಪ್ಯಾಯಮಾನದಿಂದ ಅವಳನ್ನ ನೋಡುತ್ತ ನಿಂತ. ಶಾಂತಿಯ ಬಣ್ಣ ರೂಪೇ ಅವಳ ಮಗಳಿಗೂ ಕೂಡ. ಎಂದು ತಲೆಯ ಕೂದಲಿಗೆ ಕತ್ತರಿಯಾಡಿ ಸದ ತಾಯಿ; ಅಂಥದ್ದನ್ನೆಲ್ಲ ಇಷ್ಟ ಪಡದ ತಂದೆ. ಆರು ವರ್ಷದ ಹುಡುಗಿಯ ತಲೆಗೂದಲು ಜಡೆ ಹಾಕಿದರೇ ಅವಳ ಸೊಂಟದಿಂದ ಕೆಳಕ್ಕೆ ಇಳಿಯುತ್ತಿತ್ತು.

''ದೃಷ್ಟಿ ಆಗುತ್ತೆ ಕಣೇ, ನಿನ್ನ ಮಗಳ ತಲೆಗೂದಲಿಗೆ'' ಆಗಾಗ ಸ್ವಪ್ನಗೆ ಜಡೆ ಹೆಣೆಯುತ್ತ ಸೌಭಾಗ್ಯ ಹೇಳುತ್ತಿದ್ದರು.

ವರಾಂಡದಿಂದ ಬೀದಿಗೆ ಬಂದ. ಮಗುವನ್ನು ಎತ್ತಿಕೊಂಡು ನಿಂತಿದ್ದ ಶಾಂತಿ ''ಪ್ರಭು ತಿಂಡಿ ತಿಂದುಬಿಡು. ಗೊಜ್ಜವಲಕ್ಕಿ ಆರಿದರೇ ಚೆನ್ನಾಗಿರಲ್ಲ'' ಕೂಗಿಕೊಂಡಳು. ಸರಿಯೆಂದು ಕೈಯೆತ್ತಿ ಸನ್ನೆಮಾಡಿ ಬೋಲ್ಟ್ ಹಾಕಿ ಕೊಂಡು ಒಳಗೆ ನಡೆದ.

ಡಬ್ಬಿಯ ಅವಲಕ್ಕಿ ತಟ್ಟೆಗೆ ಬಗ್ಗಿಸಿಕೊಂಡ. ಹಬೆಯಾಡುತ್ತಿತ್ತು. ಕೊತ್ತಂಬರಿ, ಕರಿಬೇವಿನ ಸೊಪ್ಪು, ಕಡಲೇ ಬೀಜದ ಶೃಂಗಾರ ನಾಲಿಗೆಯಲ್ಲಿ ನೀರೂರಿಸುವಂತಿತ್ತು. ಶಾಂತಿಯ ಕೈಯಲ್ಲಿನ ಅಡಿಗೆಗೆ ವಿಶೇಷವಾದ ರುಚಿ.

ಕಾಲಿಂಗ್ ಬೆಲ್ ಸದ್ದು ಅವನನ್ನು ಎಬ್ಬಿಸಿತು.

ಬಾಗಿಲು ತೆಗೆದವನಿಗೆ ಅಚ್ಚರಿ. ದೊಡ್ಡ ಜರಿಯ ಬಾರ್ಡರ್‌ನ ಸೀರೆಯುಟ್ಟ ಸವಿತಾ ನಿಂತಿದ್ದಳು. ''ಮೆ ಐ ಕಮಿನ್, ಸರ್'' ಹಿಂದಕ್ಕೆ ಸರಿದು ಬರುವಂತೆ ಸನ್ನೆ ಮಾಡಿದ.

ಅವಳ ಕೆಟ್ಟ ಧೈರ್ಯ, ಭಂಡತನಕ್ಕೆ ಕ್ಷಣ ಅವನಿಗೆ ಕೋಪ ಬಂತು. ಆದರೆ ಈಗ ತನ್ನ ಸ್ಟೂಡೆಂಟ್ ಅಲ್ಲಿದ್ದ ಒಬ್ಬ ಹಳೆಯ ವಿದ್ಯಾರ್ಥಿನಿಯ ಬಗ್ಗೆ ಸೌಜನ್ಯ ಬಿಟ್ಟು ವರ್ತಿಸುವುದು ಅವನಿಂದ ಸಾಧ್ಯವಿಲ್ಲ.

''ಕೂತ್ಕೋ....'' ಛೇರ್‌ನತ್ತ ಕೈ ತೋರಿಸಿದ. ಆರಾಮವಾಗಿ ಕೂತಳು. ''ಏನು ವಿಶೇಷ?'' ಅವಳ ಎದುರಿನಲ್ಲಿ ಕೂತು ಎದೆಯ ಮೇಲೆ ಕೈ ಕಟ್ಟಿದ.

ಪ್ರಭು ನೋಟ ನೇರವಾಗಿತ್ತು. ಎರಡು ಮೂರು ಸಲ ತಲೆಯೆತ್ತಿದರೂ ಅವನ ದೃಷ್ಟಿಯನ್ನು ಎದುರಿಸಲಾರದೆ ಅವಳ ನೋಟ ಬಾಗುತ್ತಿತ್ತು. ಕೆನ್ನೆಗಳು ಕೆಂಪಗಾದವು. ಅವನಿಗೆ ನಗು ಬಂತು. ಅಷ್ಟು ಧೈರ್ಯವಾಗಿ ಪುಟಗಟ್ಟಲೇ ಲೇಟರ್ ಬರೆಯುತ್ತಿದ್ದ ಹೆಣ್ಣಾ ಎನ್ನುವ ಅನುಮಾನ ಅವನಲ್ಲಿ ಮೂಡದೆ ಹೋಗಲಿಲ್ಲ.

ಅವನಿಗೆ ನಗು ಬಂತು, ನಗಲಿಲ್ಲ.

''ಅರರೇ, ಇದೇನು ಹೀಗೆ ಕೂತಿದ್ದೀಯಾ! ಇದ್ನ ಅಮೆರಿಕಾದಿಂದ ಕಲ್ತು ಬಂದೆಯಾ! ನಿನ್ಮದ್ವೆ ಇನ್ವಿಟೇಷನ್ ಕೊಡೋಕೆ ಬಂದಿದ್ದೀಯಾ!'' ಅವನೇ ಕೇಳಿದ. ಮತ್ತಷ್ಟು ಲಜ್ಜಿತಳಾದಂತೆ ಕಂಡಿತು. ಈಗ ನಕ್ಕುಬಿಟ್ಟ. ''ಬೇಗ ಹೇಳಿದ್ರೆ... ಒಳ್ಳೇದು. ನಂಗೆ ಬೇರೆ ಕೆಲ್ಸ ಇದೆ'' ಆತುರ ಪಡಿಸಿದ.

ಸವಿತಾ ಅಂತು ಬಾಯಿ ಬಿಡಲಿಲ್ಲ. ಅವನಿಗೆ ತಲೆ ಕೆಟ್ಟಂತಾಯಿತು. ಎದ್ದುಹೋಗಿ ತಟ್ಟೆಯ ಅವಲಕ್ಕಿಯನ್ನು ಇನ್ನೊಂದು ತಟ್ಟೆಗೆ ಅರ್ಧ ಸುರಿದು ತಂದು ಅವಳ ಮುಂದಿಟ್ಟ.

''ತಿಂತಾ ಮಾತಾಡು. ಆರಿಬಿಟ್ಟರೆ ಚೆನ್ನಾಗಿರೋಲ್ಲ'' ತಿನ್ನತೊಡಗಿದ. ಅವನಿಗೆ ಮೊದಲು ತಿಂದು ಖಾಲಿ ಮಾಡಿದವಳು, ''ತುಂಬ ಚೆನ್ನಾಗಿದೆ. ನಂಗೆ ಈ ತರಹ ತಿಂಡಿಗಳು ಇಷ್ಟ'' ಬಾಯಿ ತುಂಬ ಹೇಳಿದಳು.

ತಟ್ಟೆಗಳನ್ನ ಒಯ್ದು ಇಟ್ಟು ಬಂದ. ''ಬೇಗ ಹೇಳ್ಬೇಕು ಸವಿತಾ. ಇದು ಕ್ಲಾಸ್ ಅಲ್ಲ, ನೀನು ಪಾಠ ಕೇಳಲೀ ಬಿಡಲೀ ನಲವತ್ತೈದು ನಿಮಿಷ ನಿನ್ಮುಂದೆ ನಿಲ್ಲೋಕೆ. ಸ್ವಲ್ಪ ಸೀರಿಯಸ್ಸಾಗಿಯೆ'' ಹೇಳಿದ.

''ನನ್ನ ಬದಲಾಗಿದ್ದೀಯ ಅಂದ್ಕೊಂಡೇ ಅಂದಿರಲ್ಲ, ಯಾಕೇಂತ ಕೇಳೋಕೆ ಬಂದೆ'' ಬಾಯಿ ಬಿಟ್ಟಳು.

''ಉಸ್....'' ಹಣೆಗೆ ಕೈಯೊತ್ತಿದ ''ಮೈಗಾಡ್, ನೀನು ಎಲ್ಲಿಗೆ ಹೋದ್ರೂ ಬದಲಾಗೋಲ್ಲ! ಸದಾ ಮಾಡ್ ಡ್ರೆಸ್‌ನಲ್ಲಿರುತ್ತಿದ್ದ ನೀನು ಲಕ್ಷಣವಾಗಿ ಸೀರೆಯುಟ್ಟು ಬಂದದಕ್ಕೆ ಅಂದಿದ್ದು. ಅದಕ್ಯಾಕೆ ತಲೆ ಕೆಡ್ಸಿಕೊಂಡ್ಬಂದದ್ದು'' ಹಗುರವಾದ ನಗೆ ಹಾರಿಸಿದ.

''ಥ್ಯಾಂಕ್ಯೂ ಸರ್. ನಿಮ್ಮ ಮತ್ತೊಂದು ಪ್ರಶ್ನೆಗೆ.... ಉತ್ತರ.... ನಾನು ಯಾಕ್ ಊರಲ್ಲಿರೋ ದೇವಸ್ಥಾನಗಳಲ್ಲೆಲ್ಲ ಪೂಜೆ ಮಾಡಿಸ್ದೇಂತ ನೀವು ಕೇಳ್ಲಿಲ್ಲ. ನಾನೇ ಅದ್ಕೆ ಕಾರಣ ಹೇಳಿ ಹೋಗೋಣಾಂತ್ಬಂದೆ. ನೀವು ಇನ್ನು ಬ್ಯಾಚುಲರ್ ಅಂತ ತಿಳ್ದು'' ಎಂದವಳೇ ಓಡಿಬಿಟ್ಟಳು.

ಕಾರು ಹೋದ ನಂತರವೇ ಅವನು ವಾಸ್ತವಕ್ಕೆ ಮರಳಿದ್ದು. ಅವನು ಒಂದು ತೀರ್ಮಾನಕ್ಕೆ ಬಂದ. ಸವಿತಾಗೆ ಸ್ವಲ್ಪ ತಲೆ ಕೆಟ್ಟಿದೆ. ಅಥವಾ ಕೆಡಲು ಶುರುವಾಗಿದೆ. ಇದು ಹೆರಿಡಿಟಿಯಾಗಿ ಬಂದಿರಬಹುದೇನೋ- ಕ್ಷಣ ಸಾನುಭೂತಿಗೊಂಡ ಕೂಡ.

ನಂತರ ಬಂದ ಶಾಂತಿ ''ಪ್ರಭು ಯಾರೋ ಬಂದಿದ್ದು ಸುಮ್ನೇ ನೀನೆಲ್ಲಿ ಕಾಫೀ ಮಾಡೋಕೆ ಹೋಗ್ತೀಯೋಂತ ಮಾಡಿಕೊಂಡ್ಬಂದೆ,'' ಎಂದಳು ಬುಸುಗುಟ್ಟುತ್ತ.

''ನೀನು ಫ್ಲಾಸ್ಕ್‌ನಲ್ಲಿ ಕಳಿಸಿರೋ ಕಾಫೀ ಕನಿಷ್ಟಾಂದ್ರೆ ಇನ್ನ ನಾಲ್ಕು ಜನಕ್ಕಾದ್ರೂ ಆಗುತ್ತೆ! ಸ್ವಲ್ಪವಾದ್ರೂ ನಾಜೋಕು ಬೇಡ್ವಾ! ಹುಡುಗ್ರು ದೊಡ್ಡವರಾಗ್ತ ಇದ್ದಾರೆ ಅನ್ನೋ ಚಿಂತೆ ಇರಲೀ'' ಅವಳ ಧಾರಾಳತನಕ್ಕೆ ಆಕ್ಷೇಪಿಸುತ್ತಲೇ ಬುದ್ಧಿ ಹೇಳಿದ.

ಒಳಗಿನಿಂದ ಒಂದು ಲೋಟ ಹಿಡಿದು ಬಂದು ಫ್ಲಾಸ್ಕಿನ ಕಾಫೀ ಅದಕ್ಕೆ ಬಗ್ಗಿಸುತ್ತ ''ಇರಲಿ ಬಿಡೋ, ನಾವೇನು ಹೋಗೋವಾಗ ತಲೆ ಮೇಲೆ ಹೊತ್ತುಕೊಂಡು ಹೋಗ್ತೀವಿ! ಮಕ್ಳು ಮರೀಂತ ಕಂಜೂಸ್ ತನ ಮಾಡೋಕೆ ನನ್ಕೈಯಲಾಗೊಲ್ಲ. ರಾತ್ರಿ ಅಲ್ಲಿಗೆ ಊಟಕ್ಕೆ ಬಂದ್ಬಿಡು'' ಹೇಳುತ್ತಲೇ ಹೋದಳು.

ಶಾಂತಿ ಯಾವುದೇ ಲಾಜಿಕ್‌ಗೆ ಸಿಕ್ಕದ ಹೆಣ್ಣು. ನೆಂಟರು, ಬಂಧುಗಳು ಸದಾ ಇದ್ದೇ ಇರುತ್ತಿದ್ದರು. ಮನೆ ಅಡಿಗೆ ಮಾಡೋದು , ಮಕ್ಕಳನ್ನು ಸುಧಾರಿಸುವಲ್ಲಿ ಅವಳ ವೇಳೆ ಕಳೆದುಹೋಗುತ್ತಿತ್ತು. ಯಾರೇ ಹಸಿದು ಬರಲಿ, ಎಷ್ಟೇ ತೊಂದರೆಯಾಗಲೀ ಮಾಡಿ ಬಡಿಸುವ ತಾಳ್ಮೆ ಅವಳಲ್ಲಿತ್ತು.

ಸುಮಾರು ಆರು ಔನ್ಸ್ ಹಿಡಿಸುವ ಲೋಟಗಳು ಇನ್ನೂ ಅವರ ಮನೆಯಲ್ಲಿ ಬಳಕೆಯಲ್ಲಿತ್ತು. ಬಂದವರಿಗೆಲ್ಲ ಅದರಲ್ಲೇ ಕಾಫಿ!

ನೋಡಿ ನೋಡಿ ಬೇಸತ್ತ ಅವರಮ್ಮನೇ ಬುದ್ಧಿ ಹೇಳುತ್ತಿದ್ದರು. ''ಸಣ್ಣ ಲೋಟಗಳ

ಅದೆಂಥದ್ದೋ ಪಿಂಗಾಣಿ ಕಪ್‌ಗಳು ತರಿಸಿಡು. ನಾಳೆ ಹದಿನೈದರಿಂದ ಒಂದು ಲೀಟರ್ ಹಾಲಿಗೆ ಆರು ರೂಪಾಯಿ ಐವತ್ತು ಪೈಸೆ ಅಂತೆ. ಸ್ವಲ್ಪ ಜಾಣೆ ಆಗು'' ಈ ಮಾತುಗಳು ಅವಳ ಕಿವಿಗೆ ಬೀಳುತ್ತಿರಲಿಲ್ಲ.

''ಅಯ್ಯೊ ಸುಮ್ಮನಿರಮ್ಮ, ಹೇಗೋ ನಡ್ದು ಹೋಗುತ್ತೆ. ಒಂಬತ್ತುವರೆ ರೂಪಾಯಿ ಅಕ್ಕಿ ಬೆಲೇಂತ ನಾವು ಊಟ ಮಾಡ್ದೇ ಇರ್ತೀವಾ! ಬಂದು ಹೋಗೋ ಜನರ ಹಾರೈಕೆಗಳೇ ನಮ್ಮನ್ನ ಕಾಯೋದು.'' ಸಮರ್ಥಿಸಿಕೊಳ್ಳುತ್ತಿದ್ದಳು.

ದೇವಸ್ಥಾನಕ್ಕೆ ಹೋದರೆ ಗಂಡ ಕೊಡೋ ಮಂಗಳಾರತಿ ತಟ್ಟೆ ಕಾಸನ್ನ ಹಾಗೆಯೇ ಉಳಿಸಿಕೊಂಡು ಬಂದು ಹೊರಗಿನ ಭಿಕ್ಷುಕರ ಬೋಗುಣಿಗೆ ಹಾಕಿ ಬಿಡುತ್ತಿದ್ದಳು.

''ಕಲ್ಲಿನಲ್ಲಿರೋ ದೇವರು ಹಸಿದು ಕೊಂಡೇ ಈ ಜನ್ಮದಲ್ಲಿ ಇರೋಲ್ವ!'' ಅವಳ ವಾದ ಈ ರೀತಿ ಸಾಗುತ್ತಿತ್ತು.

ಪ್ರಭುವನ್ನು ಈಗಲೂ 'ಹೋಗೋ' 'ಬಾರೋ' ಎಂದು ಏಕವಚನದಲ್ಲೇ ಸಂಬೋಧಿಸುತ್ತಿದ್ದುದು.

''ಕಾಲೇಜಿನಲ್ಲಿ ಅವ್ನು ಮೇಷ್ಟ್ರು. ನೀನು ಹೀಗೆಲ್ಲ ಕರೆದರೇ... ಏನು ಚಂದ!'' ಅವಳಪ್ಪ ರೇಗಿಕೊಂಡಾಗ ನಕ್ಕುಬಿಡುತ್ತಿದ್ದಳು ''ಮತ್ತೇನು ಕರೆಯೋಕ್ಕಾಗುತ್ತಣ್ಣ. ಅವ್ನು ನನ್ನ ಫ್ರೆಂಡ್. ನಾನು ಕೂಗೋದು ಹಾಗೇನೆ.''

ಆಗ ಪ್ರಭುನೇ ''ಕೂಗ್ಲೀ ಬಿಡಿ, ನಂಗೇನು ತಪ್ಪಾಗಿ ಕಾಣೋಲ್ಲ'' ಎನ್ನುತ್ತಿದ್ದ.

ಅಷ್ಟಕ್ಕೆ ಆ ವಿಷಯ ಮುಗಿಯಿತು. ಎಂದಾದರೂ ಪ್ರಭುಗೆ ಇಷ್ಟವಾದ ತಿಂಡಿಗಳನ್ನು ಮಾಡಿದರೇ ಬೇಡವೆಂದರೂ ಕೇಳದೇ ಕೈ ಹಿಡಿದು ಎಳೆದುಕೊಂಡು ಹೋಗುತ್ತಿದ್ದಳು. ಆಗ ಅವಳು ಏಳು ವರ್ಷದ ತುಂಟ ಶಾಂತಿಯೆ! ಅಂದಿನ ಮುಗ್ಧತನವೇ ಇಂದಿಗೂ.

ಅಂದಿನ ಪೇಪರ್ ಪ್ರಭು ಕೈಯಲ್ಲಿದ್ದರೂ ಸಂಜೆ ಸವಿತಾ ಆಡಿದ ಮಾತುಗಳೇ ಮನದಲ್ಲಿ. ಅವನ ತೀರ್ಮಾನ ಸರಿಯೆನಿಸಿತು. ಅವಳ ತಂದೆಗೆ ಎಚ್ಚರಿಸುವುದು ಸೂಕ್ತವಾಗಿ ಕಂಡಿತು.

ಎಂಟೂ ಮುಕ್ಕಾಲಿಗೆ ಮಾಧವ ಬಂದ. ಶಾಂತಿಗೆ ತಕ್ಕಂಥ ಪತಿಯೇ ''ಊಟಕ್ಕೆ ಬನ್ನಿ...'' ಎನ್ನುತ್ತ ಕೂತ.

ಪ್ರಭು ಕೈ ಹೊಟ್ಟೆಯ ಮೇಲೆ ಹೋಯಿತು. ''ಶಾಂತಿ ನಂಬೋಲ್ಲ. ಖಂಡಿತ ಇವತ್ತು ನನ್ನಪರ ನಿಲ್ಲಬೇಕು. ಗೊಜ್ಜವಲಕ್ಕಿ ಜೊತೆ ಕಳಿಸಿದ ಕಾಫೀನ ಒಂದು ಮೂರು ಸಲ ಕುಡಿದಿದ್ದೀನಿ, ಈಗ ನಿಮ್ಗೂ ಬಗ್ಗಿಸಿ ಕೊಡ್ತೀನಿ. ಈ ಲಂಚಕ್ಕೆ ಪ್ರತಿ ಫಲ ಖಂಡಿತ ಬೇಕು. ಸ್ವಲ್ಪ ಶಾಂತಿಗೆ ಹೇಳಿ'' ಎಂದ.

ಮಾಧವ ಅತ್ಯಂತ ನಾಜೋಕಿನ ನಗೆ ನಕ್ಕ. ಅವಳ ಜೋರು ದನಿಯಲ್ಲಿ ಇವನ ಮೃದು ಸ್ವರ ಉಡುಗಿಹೋಗಿತ್ತು.

''ಹೇಗೂ ಮನೆಯಲ್ಲಿ ಯಾರು ಇಲ್ಲ. ನಾನು ಆರಾಮಾಗಿ ಇಲ್ಲೇ ಮಲ್ಗಿಬಿಡ್ತೀನಿ. ನಿಮ್ಮ ಹೆಲ್ಪ್ ಕೂಡ ನಂಗೆ ಬೇಕಾಗುತ್ತೆ'' ಎಂದ ಮಾಧವ ಪೇಪರ್ ಕೈಗೆತ್ತಿಕೊಂಡು.

ಆತ್ಮೀಯವಾಗಿ ನೋಡಿದ ಪ್ರಭು. ಹೊರಗಿನ ಪ್ರಪಂಚಕ್ಕೆ ಶಾಂತಿ ಜೋರು ಧಾರಾಳತನ, ಮಾಧವನ ಮೆದು ಸ್ವಭಾವ ಜಿಗುಪ್ಸೆ ಮೂಡಿದರೂ ಅವರಿಬ್ಬರದು ಅನ್ಯೋನ್ಯ ದಾಂಪತ್ಯ. ಶಾಂತಿನ ಮಾಧವ ಅರ್ಥಮಾಡಿಕೊಂಡಷ್ಟು, ಶಾಂತಿ ಮಾಧವನ್ನ ಅರ್ಥ ಮಾಡಿಕೊಂಡಷ್ಟು ಬೇರೆಯ ದಂಪತಿಗಳು ಬೆರಳೆಣಿಕೆಯಷ್ಟು ಸಿಗಬಹುದಷ್ಟೆ.

ಎರಡು ಪುಟ ಬರೀ ಮೊಗಚಿದ ಅಷ್ಟೆ. ಅಷ್ಟರಲ್ಲಿ ಶಾಂತಿಯೇ ಪ್ರತ್ಯಕ್ಷ. ''ಪ್ರಭುನ ಕರ್ಕೊಂಡ್ಬನ್ನಿ ಅಂದನೇ ಹೊರ್ತು ಇಲ್ಲೇ ಕೂತ್ಕೊಂಡ್ ಪೇಪರ್ ಓದೀ ಅನ್ಲಿಲ್ಲ'' ಎಂದಳು.

ನಿಧಾನವಾಗಿ ಪೇಪರ್ ಮಡಚಿ ಟೀಪಾಯಿ ಮೇಲಿಟ್ಟು ಮೇಲಕ್ಕೆದ್ದ. ''ಬನ್ನಿ ಪ್ರಭು, ಹೋಗೋಣ. ಐ ಯಾಮ್ ಸೋ ಸಾರಿ, ನನ್ನ ಹೆಂಡ್ತಿ ಅಂದ್ಕೊಂಡ್ರು ಪರ್ವಾಗಿಲ್ಲ. ನಾನಂತು ನಿಮ್ಗೇ ಹೆಲ್ಫ್ ಮಾಡ್ಲಾರೆ'' ಎಂದ.

ಒಂದು ಸಲ ಗಂಡನ ಕಡೇ ನೋಡಿದ ಶಾಂತಿ ''ಬಾ ಪ್ರಭು, ನಂಗಿನ್ನ ಎಷ್ಟೋ ಕೆಲ್ಸ ಇದೆ'' ದಢದಢ ನಡೆದುಬಿಟ್ಟಳು.

ಮಾಧವ ಭಾರವಾದ ಉಸಿರನ್ನು ತಳ್ಳಿದ. ''ಇಡೀ ರಾತ್ರಿ ಜಾಗರಣೆ. ನಾನು ಅಂದ ಮಾತಿನ ಸತ್ಯದ ಸಮಜಾಯಿಷಿ ಜೊತೆ ಸಮರ್ಥನೆ, ನಂತರ ಸಮಾಧಾನಿಸುವುದು.... ಇದು ರಾತ್ರಿಗೆ ಮುಕ್ತಾಯವಾಗುತ್ತೋ ಇಲ್ವೋ....'' ಅದೇ ನಿರ್ಮಲವಾದ ನಗೆ ನಕ್ಕ.

ಅವರಿಬ್ಬರ ಮಧ್ಯದ ಪ್ರೀತಿ ಎಂಥದೆಂದು ಅರಿತಿದ್ದ ಪ್ರಭು ಜೋರಾಗಿಯೇ ನಕ್ಕ ''ತೀರಾ ಸ್ಟೀರಿಯೋ ಟೈಪ್ ಆದ ಜೀವನಕ್ಕೆ ಇಂಥದೆಲ್ಲ ಬೇಕಾಗುತ್ತೆ. ಒಂದು ರೀತಿ ರಿಲ್ಯಾಕ್ಸ್....'' ಭುಜ ತಟ್ಟಿದ

ಇಬ್ಬರು ಒಟ್ಟಾಗಿಯೇ ಅವರ ಮನೆಗೆ ಹೋಗಿದ್ದು. ಹೆಚ್ಚು ಮಾತಾಡದೇ ಶಾಂತಿ ಬಡಿಸಿದಾಗಲೇ ಅವರಿಗೆ ಅರ್ಥವಾಯಿತು, ಶಾಂತಿಯ ಕೋಪ.

ಪ್ರಭು ಹೊರಟು ನಿಂತಾಗ ಒಂದು ಸಣ್ಣ ಡಬ್ಬಿ ತಂದುಕೊಟ್ಟಳು. ''ಇದ್ರಲ್ಲಿ ಒಂದು ನಾಲ್ಕು ರವೆ ಉಂಡೆ ಇದೆ. ಓದೋವಾಗ ತಿಂದುಕೋ. ಬೇರೆ ಏನಾದ್ರೂ ಮಾಡೋಣಾಂದ್ರೆ.... ಇವ್ರು ಕೈ ಬಿಡ್ತಾ ಇಲ್ಲ'' ಮಕ್ಕಳನ್ನು ಬೈದುಕೊಂಡಳು.

ಅವಳ ಮೇರುವಿನೆತ್ತರದ ಶುದ್ಧಸ್ನೇಹದ ಮುಂದೆ ಪ್ರಭುಗೆ ಮಾತಾಡಲು ಸಾಧ್ಯವಾಗಲಿಲ್ಲ, ನಿರಾಕರಿಸಿ ಅವಳ ಮನಸ್ಸಿಗೆ ಕಷ್ಟ ಕೊಡಲಾರ.

''ಮಾವ... ನಾನು...'' ಚಾಮಿ ಹಿಂದೆ ಬಿದ್ದಾಗ ಕೈ ಹಿಡಿದು ಕೊಂಡಳು ''ಬೇಡ ಮಲಕ್ಕೋ ನಡೀ... ನಾವಂತು ಓದೋಲ್ಲ. ನಿನ್ನ ಓದಿಗೆ ತೊಂದರೆ ಆಗೋದ್ಬೇಡ'' ಮಗನನ್ನ ಒಳಗೆ ಎಳೆದೊಯ್ದಳು.

ಪುಸ್ತಕ ಹಿಡಿದು ಕೂತಾಗಲೆಲ್ಲ ಅವನಮ್ಮ ಏನಾದರೂ ತಂದಿಡುತ್ತಿದ್ದರು. ಆಗಾಗ

ಬಾಯಾಡಿಸುವುದು ಅಭ್ಯಾಸವಾದುದು ಈ ತರಹ. ಇದು ಅನಿವಾರ್ಯ ಎನ್ನುವ ಮಟ್ಟಕ್ಕೆ ಹೋಗಿದೆಯೇ ಎಂದು ಅವನಿಗೆ ಅನುಮಾನಿಸುವಂತಾಗುತ್ತಿತ್ತು.

ಆರಾಮವಾಗಿ ಮಲಗಿ ಕಣ್ಮುಚ್ಚಿದ. ಅವನೆದೆಯ ಕದ ಯಾರೋ ತಟ್ಟಿದಂತಾಯಿತು. ಎದ್ದು ಕೂತು ಮಗುವಿನಂತೆ ಸುತ್ತಲೂ ನೋಟ ಹರಿಸಿದ.

ರೇಖಾ ಚಿತ್ರದಂತೆ ಅವನ ಮುಂದೆ ಬಂದು ನಿಂತವಳು ಸವಿತಾ. ಕೋಪ, ಜುಗುಪ್ಸೆಯಲ್ಲಿ ಅವನಲ್ಲಿ ಮೂಡಿದ್ದು ಒಂದು ರೀತಿಯ ಸಹಾನುಭೂತಿ.

ಹೆಸರಾಂತ ಹರಿಹರನ್ ಪೇಪರ್ ಮಿಲ್ಸ್ ಮತ್ತು ಹರಿಹರನ್ ಸಿಮೆಂಟ್ಸ್ ಮಾಲೀಕರ ಮಗಳು ಸವಿತಾ ಅಂತ ಮಾತ್ರ ಅವನಿಗೆ ಗೊತ್ತು. ಅವರ ಕುಟುಂಬದ ಬಗ್ಗೆ ಅವನೇನು ಅರಿಯ. ಇಂಥ ಸ್ಥಿತಿಯಲ್ಲಿ ಅವಳ ಹುಚ್ಚಾಟದ ಬಗ್ಗೆ ಹೇಗೆ ವ್ಯಾಖ್ಯಾನಿಸಿಯಾನು?

ಅ ವಿಷಯವನ್ನು ಬಲವಂತದಿಂದ ತಲೆಯಿಂದ ಆಚೆಗೆ ತಳ್ಳಿ ಕಣ್ ಮುಚ್ಚಿದ. ಇಂದಿನ ಪರಿಸ್ಥಿತಿಯನ್ನು ಕೂಡ ಮರೆತು ಸುಮ್ಮನಾಗಲು ನಿಶ್ಚಯಿಸಿದ.

* * *

ಅಂದು ಪ್ರಿನ್ಸಿಪಾಲರ ಛೇಂಬರ್‌ಗೆ ಹೋದಾಗ ಸಂಜೆ ಮೀಟಿಂಗ್‌ನ ಕ್ಯಾನ್ಸಲ್ ಬಗ್ಗೆ ತಿಳಿಸಿದರು.

''ಸಾಯಂಕಾಲ ಒಂದು ಪಾರ್ಟಿ ಇದೆ. ಹರಿಹರನ್ ತಮ್ಮ ಮಗ್ಳು ವಿದೇಶದಲ್ಲಿ ಓದು ಮುಗ್ಸಿ ಬಂದದ್ದನ್ನು ಸೆಲಬ್ರೇಟ್ ಮಾಡೋಕೆ ವಿಶೇಷವಾದ ಸಮಾರಂಭವನ್ನು ತಮ್ಮ ಗೆಸ್ಟ್‌ಹೌಸ್‌ನಲ್ಲಿ ಅರೇಂಜ್ ಮಾಡಿದ್ದಾರೆ. ಕೆಲವು ಪ್ರತಿಷ್ಠಿತರಿಗೆ ಮಾತ್ರ'' ಹೆಮ್ಮೆಯಿಂದ ಹೇಳಿಕೊಂಡರು.

ಅವನಿಗೆ ಏನು ಅನ್ನಿಸದಿದ್ದರೂ ಸ್ಟೂಡೆಂಟ್ಸ್‌ನ ಕೆಲವು ಬೇಡಿಕೆಗಳು, ವಿದ್ಯಾಭ್ಯಾಸದ ಬಗೆಗಿನ ಕೆಲವು ನ್ಯೂನತೆಗಳ ವಿಷಯವಾಗಿ ಚರ್ಚೆಯಾಗಬೇಕಿತ್ತು. ಯಾರೋ ಶ್ರೀಮಂತರು ಕರೆದ ಪಾರ್ಟಿಯೇ ಇವರಿಗೆ ಹೆಚ್ಚಾಯಿತೆಂದು ಬೇಸರಗೊಂಡವನು ಸುಮ್ಮನೆ ಹೊರಗೆ ಹೋಗಿಬಿಟ್ಟ.

'ಸಿಲ್ಲಿ ಫೆಲೋ' ನೋಡದ ಹರಿಹರನ್‌ನ ಬೈದುಕೊಂಡ. ಮಗಳ ತಲೆಯ ಸ್ಕ್ರೂಗಳು ಸಡಿಲವಾಗಿದೆಯೆಂದು ತಿಳಿಯಲಾರದಷ್ಟು ಬಿಡುವಿಲ್ಲದ ಮನುಷ್ಯ ಸಂತೋಷಕೂಟದ ನೆಪದಲ್ಲಿ ಗಂಟೆಗಟ್ಟಲೆ ಹೇಗೆ ಕಳೆಯಬಲ್ಲ?

ಅದನ್ನು ಲೈಬ್ರರಿಯಲ್ಲಿ ಮರೆತುಬಿಟ್ಟ ಕೂಡ.

ಬಸ್‌ಸ್ಟಾಪ್ ಕಡೆ ಹೆಜ್ಜೆ ಹಾಕುತ್ತಿದ್ದವನನ್ನು ಒಂದು ಕಾರು ಬಂದು ನಿಲ್ಲಿಸಿತು. ಅವನು ನೋಡಿದರೂ ನೋಡದಂತೆ ಹೊರಟುಬಿಟ್ಟ.

ಪಬ್ಲಿಕ್ ಟೆಲಿಫೋನ್ ಬೂತ್‌ನಿಂದ ಪ್ರಿನ್ಸಿಪಾಲರ ಮನೆಗೆ ಫೋನ್ ಹಚ್ಚಿದ ''ಬಾತ್‌ರೂಂನಲ್ಲಿದ್ದಾರೆ, ಬರ್ತಾರೆ'' ಅವರ ಹೆಂಡತಿ ಹೇಳಿದಳು.

ಒಮ್ಮೆ ನ್ಯೂರೋ ಸೆಂಟರ್‌ನಲ್ಲಿ ತೋರಿಸೆಂದು ಸಲಹೆ ಮಾಡಿ ಎನ್ನುವುದು ಅವಳ ಉದ್ದೇಶವಾಗಿತ್ತು. ರಿಸೀವರ್ ಹಿಡಿದು ಐದು ನಿಮಿಷಕಾದರೂ ಲೈನ್ ಮೇಲೆ ಅವರು ಬರಲಿಲ್ಲ. ಆಗಲೇ ಒಂದು ಸಣ್ಣಕ್ಯೂ ನಿರ್ಮಾಣವಾಗಿತ್ತು. ಸುಮ್ಮನೆ ಇಟ್ಟು ಹೊರಗೆ ಬಂದ.

ಮನೆಗೆ ಬರುವ ವೇಳೆಗೆ ಮೊದಲು ತಂದಿದ್ದು ಒಂದು ಇನ್ವಿಟೇಷನ್ ''ಯಾವ್ದೋ, ಹುಡ್ಗೀ ಕಾರಿನಲ್ಲಿ ಬಂದು ಕೊಟ್ಟು ಹೋಯ್ತು. ಖಂಡಿತ ಬರಬೇಕೂಂತ ಒತ್ತಿ ಒತ್ತಿ ಹೇಳಿ ಹೋಯ್ತು'' ಎಂದರು ಅದನ್ನು ನೆನಪಿನಿಂದ ತಲುಪಿಸುತ್ತ ಅವನಮ್ಮ.

ಇದೇನು ಹೊಸದಲ್ಲ. ಅವನ ವಿದ್ಯಾರ್ಥಿನಿಯರು ಮದುವೆ, ಇತರ ಸಮಾರಂಭಗಳಿಗಾಗಿ ಮನೆಗೆ ಬಂದೇ ಆಹ್ವಾನಿಸಿ ಹೋಗುತ್ತಿದ್ದರು.

ಅವನೇನು ಆತುರಾತುರವಾಗಿ ಬಿಡಿಸಿ ನೋಡಲಿಲ್ಲ. ಬಟ್ಟೆ ಬದಲಾಯಿಸಿ ಬಾತ್‌ರೂಮಿಗೆ ಹೋಗಿ ಬಂದ ನಂತರವೇ ತೆಗೆದು ನೋಡಿದ್ದು. ಹರಿಹರನ್ ಕಂಪನಿಯ ಆಹ್ವಾನವಿತ್ತು.

''ಖಂಡಿತ ಬರೋಕೆ ಹೇಳಿದ್ದಾಳೆ'' ಕಾಫಿ ಕೊಡುತ್ತ ಸೌಭಾಗ್ಯ ಹೇಳಿದರು. ಅವನೇನು ಪ್ರತಿಕ್ರಿಯಿಸಲು ಹೋಗಲಿಲ್ಲ. ''ಅಮ್ಮ, ಶಾಂತಿ ಬಂದಿದ್ಲಾ?'' ಕೇಳಿದ.

''ಅದೇ ನಂಗು ಆಶ್ಚರ್ಯ. ಬೆಳಗ್ನಿಂದ ಈ ಕಡೆ ತಲೆ ಹಾಕಿಲ್ಲ. ಅಸಾಧ್ಯ ತುಂಟ ಮಕ್ಳು., ಒಂದಲ್ಲ ಒಂದು ಮಾಡಿಕೋತಾನೆ ಇರ್ತವೆ. ಬರೀ ಅವನ್ನ ಸಮಾಳಿಸೋದ್ರಲ್ಲೇ ಮುಗ್ದು ಹೋಗತ್ತೆ ಅವ್ಳ ವೇಳೆ'' ಎಂದರು ಸೌಭಾಗ್ಯ. ಅವಳ ಬಗ್ಗೆ ಅವರಿಗೆ ಅಕ್ಕರೆಯೇ.

ಅವಳಮ್ಮ ಹೊರಗಾದಾಗ, ಹೆಚ್ಚು ಕೆಲಸದಲ್ಲಿದ್ದಾಗ ಟೇಪು, ಕುಚ್ಚು ಹಿಡಿದು ಬರುತ್ತಿದ್ದಳು.

''ಸ್ವಲ್ಪ ಜಡೆ ಹಾಕಿ ಸೌಭಾಗ್ಯಮ್ಮ'' ಬಂದು ಕೊಡುತ್ತಿದ್ದಳು. ''ಅಮ್ಮ ತುಂಬ ಬಿಗಿಯಾಗಿ ಹೆಣೀತಾಳೆ. ನೀವು ಅಳ್ಳಕವಾಗಿ ಹಾಕ್ತೀರಾ! ನಂಗೆ ಅದೇ ಇಷ್ಟ.''

ಬರೀ ಜಡೆ ಅಷ್ಟಕ್ಕೆ ಮುಗಿಯುತ್ತಿರಲಿಲ್ಲ. ಎಷ್ಟೋ ದಿನ ಎಣ್ಣೆ ಹಚ್ಚಿ ಎರೆದಿದ್ದಾರೆ. ಪ್ರಭು ಮುಂದೆ ಪುಸ್ತಕ ಹಿಡಿದು ಕೂಡುತ್ತಿದ್ದಳು. ಅವಳ ಈ ಮನೆಯ ಅನುಬಂಧ ಈ ರೀತಿ ಬೆಳೆದು ಬಂದಿತ್ತು. ಮದುವೆ ಆಯಿತು. ಮಕ್ಕಳು ಆದರು. ಆದರೂ ಅಂಥ ಮಾರ್ಪಾಟೇನು ಇರಲಿಲ್ಲ. ಅಂದು ಅವಳಪ್ಪ, ಅಮ್ಮ ಈ ಓಡಾಟವನ್ನು ಆಕ್ಷೇಪಿಸಿರಲಿಲ್ಲ. ಇಂದು ಮಾಧವ ಕೂಡ ಏನೂ ಹೇಳೊಲ್ಲ.

ತುಟಿಯ ಬಳಿಗೆ ಒಯ್ದ ಕಪ್‌ನ ಕೆಳಗಿಳಿಸಿದ ''ಸ್ವಪ್ನ, ಚಾಮಿನ ಎಳಕೊಂಡು ಷಾಪ್‌ಗೆ ಹೋಗ್ತಾ ಇದ್ಲು ನಂಗೆ ಕೇಳೋಕೆ ಆಗ್ಲಿಲ್ಲ. ಒಂದಿಷ್ಟು ಹೋಗ್ಬರ್ತೀನಿ'' ಹೊರಟ. ಆಕೆ ತಡೆದರು. ''ನೀನು ಕಾಫೀ ಕುಡಿ, ನಾನು ನೋಡ್ಬರ್ತೀನಿ. ಅದೊಂದು ಹುಚ್ಚು ಹುಡ್ಗಿ... ಉಪಚಾರ ಮಾಡ್ಕೊಂಡ್ ಅಲ್ಲೇ ಕೂಡ್ಸಿಕೊಂಡುಬಿಡ್ತಾಳೆ'' ಆಕೆಯೇ ಹೋದರು.

ಅರ್ಧ ಗಂಟೆಯ ನಂತರವೇ ಆಕೆ ಹಿಂದಿರುಗಿದ್ದು. ಟೆಂಪರೇಚರ್ ಜಾಸ್ತಿ ಇತ್ತಂತೆ. ಅದ್ಕೇ ನರ್ಸಿಂಗ್ ಹೋಂನಲ್ಲಿ ಅಡ್ಮಿಟ್ ಮಾಡಿಕೊಂಡಿದ್ದಾರೆ ಚಾಮಿನ. ಅವ್ಳು ಅಲ್ಲೇ ಇದ್ದಾಳೆ. ಈಗ್ಬಂದ ಮಾಧವ ಹೇಳ್ದ. ಹೋಗ್ಬರೋಣ'' ಆಕೆ ತುದಿಗಾಲಲ್ಲಿ ಹೊರಟು ನಿಂತರು.

ಬಾಗಿಲ ಬಳಿಗೆ ಬರುವ ವೇಳೆಗೆ ನಿಂತ ಕಾರಿನಿಂದ ಯೂನಿಫಾರಂ ತೊಟ್ಟ ಡ್ರಯ್‌ವರ್ ಇಳಿದು ಬಂದ ''ಮೇಡಮ್ ಕಳಸಿದ್ರು'' ವಿನಯದಿಂದ ಒಂದು ಕವರ್ ಕೊಟ್ಟ. ಕ್ಷಣ ಯೋಚಿಸಿ ಮಡಚಿ ಜೇಬಿಗಿಟ್ಟುಕೊಂಡ.

ಅಲ್ಲೇ ನಿಂತ ಡ್ರಯ್‌ವರ್ ಒಂದು ತರಹ ಮುಖ ಮಾಡಿದ ''ಏನ್ಹೇಳಿ, ಸರ್'' ಪ್ರತಿಕ್ರಿಯೆಗೆ ಕಾದಂತೆ ಕಂಡ ''ಲೆಟರ್ ತಗೋಂಡೇಂತ ಹೇಳಿ.... ಬಾಮ್ಮ'' ಹೊರಟೇ ಬಿಟ್ಟ.

ಸೌಭಾಗ್ಯಕ್ಕ ಅವರಿಗೆ ಆಶ್ಚರ್ಯದ ಜೊತೆ ಆತಂಕ ಕೂಡ ''ಯಾಕೋ, ಲೆಟರ್ ಬಿಡ್ಸಿ ಕೂಡ ನೋಡ್ಲಿಲ್ಲ. ಏನು ವಿಷ್ಯ?'' ಎಂದಾಗ ಉದಾಸೀನದಿಂದ ಉಸುರಿದ ''ಮಗಳು ಫಾರಿನ್‌ಗೆ ಹೋಗ್ಬಂದಿದಕ್ಕೆ ಒಂದು ಪಾರ್ಟಿ ಇಟ್ಕೊಂಡಿದ್ದಾರೆ, ಆ ಹುಡ್ಗೀ ನಮ್ಮ ಕಾಲೇಜಿನ ಸ್ಟೂಡೆಂಟ್. ಅದೇ ಒತ್ತಾಯದ ಲೆಟರ್ ಇರ್ಬಹ್ದು. ಅದೇನು ಅಷ್ಟೊಂದು ಮುಖ್ಯವಾದುದಲ್ಲ, ಬಿಡು. ವಿಷಯಕ್ಕೆ ಅಷ್ಟು ಪ್ರಾಮುಖ್ಯತೆ ಕೊಡಲು ಅವನು ಇಷ್ಟಪಡಲಿಲ್ಲ.

ನರ್ಸಿಂಗ್ ಹೋಂನಿಂದ ಬಂದಿದ್ದ ತಡವಾಗಿಯೇ. ಊಟ ಮುಗಿದ ನಂತರ ಅವನಿಗೆ ಲೆಟರ್ ಜ್ಞಾಪಕ ಬಂದಿದ್ದು; ಓದದೆಯೇ ಹರಿದುಬಿಡಬೇಕೆಂದುಕೊಂಡರೂ ಅದು ಸರಿಕಾಣಲಿಲ್ಲ.

ಮುದ್ದಾದ ಅಕ್ಷರಗಳಲ್ಲಿ ಬರೆದಿದ್ದು ಮುತ್ತು ಪೋಣಿಸಿದಂತೆ ಎರಡೇ ಲೈನ್. ''ನೀವು ಪಾರ್ಟಿಗೆ ಖಂಡಿತ ಬರಬೇಕು. ದಯವಿಟ್ಟು ಯಾವುದೇ ಕಾರಣಕ್ಕೂ ತಪ್ಪಿಸಿಕೊಳ್ಳಬೇಡಿ'' ಎನ್ನುವುದರ ಜೊತೆಗೆ ''ನನ್ನನ್ನು ನಿರಾಶೆಗೊಳಿಸುವುದಿಲ್ಲ ಎನ್ನುವ ನಂಬಿಕೆ ನನಗಿದೆ. ನಿಮ್ಮವಳು ಸವಿತಾ'' ಎನ್ನುವ ಸಹಿ ಬೇರೆ.

ಕಾಲೇಜಿನಲ್ಲಿ ಬೆಸ್ಟ್ ಸ್ಟೂಡೆಂಟ್ ಆಗಿದ್ದಾಗ ಇಂಥ ಒಂದೆರಡು ಲೆಟರ್‌ಗಳು ಬಂದಿದ್ದು ನೆನಪು. ಅದನ್ನು ಜ್ಞಾಪಕದಲ್ಲೇನು ಇಟ್ಟಿರಲಿಲ್ಲ. ಅವನು ವೃತ್ತಿ ಹಿಡಿದ ನಂತರ ಪತ್ರಗಳ ಮೂಲಕ ಕಾಡಿದ್ದು ಸವಿತಾನೇ. ಈಗ ತಮ್ಮ ಡ್ರಯ್‌ವರ್ ಕೈಯಲ್ಲಿ ಇಂಥ ಪತ್ರ ಕಳುಹಿಸುವ ಸಾಹಸ- ಬಂದ ಕೋಪ ಸಹಾನುಭೂತಿಯಲ್ಲಿ ಮುಕ್ತಾಯವಾಯಿತು.

ಮಾರನೆಯ ದಿನ ಕಾಲೇಜಿಗೆ ಹೋಗುವಾಗ ಪತ್ರವನ್ನು ಜೊತೆಯಲ್ಲಿ ಒಯ್ದ. ಪ್ರಿನ್ಸಿಪಾಲರಿಗೆ ವಿಷಯ ತಿಳಿಸಿ ಬುದ್ಧಿ ಹೇಳಿಸುವ, ಅಥವಾ ಅವಳ ತಂದೆಗೆ ಸಲಹೆ ಕೊಡಿಸುವ ಉದ್ದೇಶ ಅವನದಾಗಿತ್ತು.

ಅವರ ರೂಮಿಗೆ ಹೋದ ಕೂಡಲೇ ನಗೆ ಹಾರಿಸುತ್ತಲೇ ಸ್ವಾಗತಿಸಿದರು. ''ಯಾಕ್ರಿ ಪ್ರಭು ನೀವು ಬರ್ಲಿಲ್ಲ ಪಾರ್ಟಿಗೆ. ಸ್ವತಃ ಸವಿತಾನೇ ಬಂದು ವಿಚಾರ್ಸಿಕೊಂಡ್ಲು. ಎಂಥ ಬ್ರಿಲಿಯಂಟ್ ತಲೆ ಅವಳದು. ಅಲ್ಲಿನ ಸಿಮೆಂಟ್ ಪ್ರೊಡಕ್ಷನ್ ಬಗ್ಗೆ ಎಷ್ಟು ತಿಳಿದು ಬಂದಿದ್ದಾಳೆ, ಗೊತ್ತ. ಐಯಾಮ್ ರಿಯಲೀ ಪ್ರೌಡಾಫ್ ಹರ್. ಆ ಹುಡ್ಗೀ ನಮ್ಮ ಕಾಲೇಜಿನ ಸ್ಟೂಡೆಂಟ್ ಅಂತ ಹೇಳಿಕೊಳ್ಳೋಕೆ ನಂಗೆ ಹೆಮ್ಮೆ!'' ನಾಲ್ಕು ಮಾತು ಹೆಚ್ಚಾಗಿಯೇ ಹೊಗಳಿದರು.

ಪಾರ್ಟಿಯ ನಂತರ ಅರ್ಧ ಗಂಟೆ ತಮ್ಮೊಂದಿಗೆ ಸವಿತಾ ಮಾತಾಡಿದ ಕೆಲವು ಮಾತುಗಳನ್ನು ಅವನಿಗೆ ಹೇಳಿದರು.

''ಈಗ ಎಂಥ ಗಾಂಭೀರ್ಯ! ಅಂಥ ತುಂಟ ಹುಡ್ಗೀ ಹೇಗೆ ಬದಲಾಗಿದ್ದಾಳೆ.'' ಮತ್ತೆ ಅವರೇ ಹೇಳಿದಾಗ ಅವನು ತುಟಿ ಎರಡು ಮಾಡಲಿಲ್ಲ.

ಪ್ರಿನ್ಸಿಪಾಲರ ಅಭಿಪ್ರಾಯ ತಪ್ಪು ಎಂದಾಗಲೀ ಅವಳ ವಿಚಿತ್ರವಾದ ನಡವಳಿಕೆಯಿಂದ ತನ್ನದು ಸರಿಯೆಂದಾಗಲಿ ವಾದಿಸುವುದಕ್ಕೆ ಹೋಗಲಿಲ್ಲ.

ಮಾರನೆಯ ದಿನ ಸಂಜೆ ಮಾಮೂಲಿನಂತೆ ಸೇತುವೆಯ ಮೇಲೆ ನಿಂತು ದೂರಕ್ಕೆ ನೋಟ ಹರಿಸಿದ್ದ. ಅವನಿಗೆ ಅದು ಬಹಳ ಇಷ್ಟವಾದ ಜಾಗ. ಕೆಲವೊಮ್ಮೆ ಕೆಳಗಿಳಿದು ಹೋಗಿ ಹರಿಯುತ್ತಿರುವ ನೀರಿಗೆ ಕಾಲೊಡ್ಡಿಯೋ ಅಥವಾ ಸ್ವಲ್ಪ ದೂರ ನಡೆದು ಮರದ ಬೊಡ್ಡೆಗೆ ಒರಗಿ ಏಕಾಂತವಾಗಿ ಗೂಡಿಗೆ ಹಾರಿ ಬರುವ ಹಕ್ಕಿಗಳ ಚಿಲಿಪಿಲಿಯನ್ನು ಕೇಳುತ್ತ ಕೂಡುವುದು ಅವನ ಅಭ್ಯಾಸ.

ಇಂದು ಆವೆರಡು ಬಿಟ್ಟು ಸೇತುವೆಯ ಮೇಲೆಯೇ ನಿಂತು ತಂಗಾಳಿಗೆ ಮುಖವೊಡ್ಡಿದ್ದ.

''ಗುಡ್ ಈವ್ನಿಂಗ್, ಸರ್... ಅದೇ ಪರಿಚಿತ ಧ್ವನಿ.

ಮುಖದಲ್ಲಿ ಮೂಡಿದ ಕಾಠಿಣ್ಯತೆಯನ್ನು ಮೆದುಗೊಳಿಸಿದ. ''ಈವ್ನಿಂಗ್ ಮಿಸ್ ಸವಿತಾ'' ಎಂದ ದೀರ್ಘವಾಗಿ ಅವಳನ್ನು ನೋಡುತ್ತ. ಇಂದು ಕೂಡ ಸೀರೆಯುಟ್ಟಿದ್ದಳು. ತೀರಾ ಬೆಲೆ ಬಾಳುವ ಹಳದಿ ಷಿಫಾನ್ ಸೀರೆಯ ಒಡಲಲ್ಲಿ ಕನಕಾಂಬರ ಬಣ್ಣದ ತೆಳು ಹೂಗಳು ಸಂಜೆಯ ರಂಗಿನೊಂದಿಗೆ ಸ್ಪರ್ಧಿಸುವಂತಿತ್ತು.

''ಥ್ಯಾಂಕ್ಯು, ಥ್ಯಾಂಕ್ಯು ವೆರಿಮಚ್....'' ಎಂದಾಗ ಅವನಿಗೆ ಅರ್ಥವಾಗಲಿಲ್ಲ. ''ಯಾತಕ್ಕೋಸ್ಕರ...'' ಎಂದ. ಅವನ ದೃಷ್ಟಿ ತೀಕ್ಷ್ಣವಾಗಿತ್ತು. ಹಾಲು ಚೆಲ್ಲಿದಂತೆ ನಕ್ಕುಬಿಟ್ಟಳು. ''ನಾನು ನಿಮ್ಮ ಮನೆಗ್ಬಂದು ಇನ್ವಿಟೇಷನ್ ಕೊಟ್ಟಿದ್ದೆ.''

ಅದೇ ಮಾತುಗಳನ್ನು ಮುಂದುವರಿಸಲು ಅವನಿಗೆ ಇಷ್ಟವಾಗಲಿಲ್ಲ. ''ಆಲ್ ದಿ ಬೆಸ್ಟ್. ಇಷ್ಟು ಸಾಕೂಂತ ಕಾಣಿಸತ್ತೆ'' ಮುಗಿಸಿದ. ಮತ್ತೆ ಒಂದೆರಡು ಮಾತುಗಳನ್ನು ಹೇಳಿದ ಕೂಡ 'ಸವಿತಾ ಜೊತೆಯಲ್ಲಿ ಕಲಿಯುವ ಯುವಕರಿಗೆ ಇತರೆ.... ಇತರೇ.... ಅವರಿಗೆ ಲವ್ ಲೆಟರ್ಸ್ ಬರಿಯೋದು ಎಲ್ಲಾ ಹುಡ್ಗಿಯರು ಅಲ್ಲ ಕೆಲವರು ಹಾಬಿ ಮಾಡಿಕೊಂಡಿರೋದು ಸಹಜ. ಆದರೆ ನಿಂದು ಅಬ್‌ನಾರ್ಮಲ್ ಕೇಸು. ನೀನು ಬರೆಯೋಕೆ ಷುರು ಮಾಡಿರೋದು ಅಧ್ಯಾಪಕನಿಗೆ ನಂತರದ ಮುಂದುವರಿಕೆ ನಿನಗೆ ತಲೆ ಸರಿಯಾಗಿಲ್ಲ ಅನ್ನೋ ಗುಮಾನಿ ನಂಗೆ ತಂದಿದೆ. ನಿಮ್ಮ ಡ್ರಯ್‌ವರ್ ತಂದು ಕೊಟ್ಟ ಪತ್ರ ನೋಡಿದಾಗ ಪ್ರಿನ್ಸಿಪಾಲರ ಗಮನಕ್ಕೆ ತಂದು, ಒಳ್ಳೆ ಸೈಕಾಲಜಿಸ್ಟ್‌ಗೆ ತೋರಿಸಲು ಸಲಹೆ ಮಾಡಬೇಕೆಂಬುದು ನನ್ನ ಉದ್ದೇಶವಾಗಿತ್ತು. ಅಂಥ ಪರಿಸ್ಥಿತಿ ತರ್ಬೇಡ, ಪ್ಲೀಸ್....'' ಇಂದು ರಿಕ್ವೆಸ್ಟ್ ಮಾಡಿಕೊಂಡ. ಕನಸುಗಣ್ಣುಗಳ ಚೆಲುವೆ ಬಾಡಬಾರದೆಂಬುದು ಅವನ ಹಾರೈಕೆ.

ಸವಿತಾ ಮುಖ ಪೂರ್ತಿ ತಗ್ಗಿತ್ತು. ''ಐ ಲವ್ ಯೂ....'' ಎಂದಳು. ತಂಗಾಳಿ ಅವನ ಪಾಲಿಗೆ ಬಿರುಗಾಳಿಯಾಯಿತು. ಮೊದಲು ಹೆದರಿದರೂ ಆಮೇಲೆ ನಕ್ಕುಬಿಟ್ಟ ''ಯಾವ

ಕಾದಂಬರಿ, ಯಾವ ಮೂವೀ ಇನ್ಸ್‌ಪಿರೇಷನ್? ಇದು ಒಂದು ವಯಸ್ಸಿನಲ್ಲಿ ಬರೋ ಕಾಯಿಲೆ. ಬೈ....'' ನಡೆದೇ ಬಿಟ್ಟ. ನಿಲ್ಲಿಸಿದ್ದ ಕಾರಿನ ಪಕ್ಕ ಹಾದು ಹೋದವನು ಹಿಂದಕ್ಕೆ ತಿರುಗಿ ನೋಡಿದ. ಅಳುತ್ತಿರುವಂತೆ ಕಂಡಿತು. ಹೋಗಿ ಸಂತೈಸುವುದು ಪ್ರೋತ್ಸಾಹ ಕೊಟ್ಟಂತಾಗುತ್ತದೆಯೆಂದು.

ಎಂದಿನ ಹಾಗೆ ಘಟನೆ, ಸಂದರ್ಭ, ಅವಳ ನಿವೇದನೆಯನ್ನು ಅವನಿಂದ ಮರೆಯಲಿಕ್ಕಾಗಲಿಲ್ಲ. ಬರೀ ತಲೆ ಕೆಟ್ಟಿತು.

ಮನೆಯ ಬಾಗಿಲಲ್ಲೇ ನಿಂತಿದ್ದ ಚಿದಂಬರಯ್ಯ ''ಒಂದಿಷ್ಟು ನರ್ಸಿಂಗ್ ಹೋಂಗೆ ಹೋಗ್ಬಾ. ಶಾಂತಿ ಮಗನಿಗೆ ಜ್ವರ ಜಾಸ್ತಿ ಆಗಿ ಅಡ್ಮಿಟ್ ಮಾಡಿದ್ದಾರಂತೆ'' ಎಂದರು.

ಅವನು ಒಳಗೆ ಕೂಡ ಹೋಗಲಿಲ್ಲ. ಹಾಗೆಯೇ ಹಿಂದಕ್ಕೆ ನಡೆದ. ಶಾಂತಿಗೆ ಮಕ್ಕಳೇ ಸರ್ವಸ್ವ.

''ನಂಗೆ ದೇಶ, ಸಮಾಜ ಒಂದು ಗೊತ್ತಿಲ್ಲ. ನನ್ನ ಮಕ್ಕಳನ್ನ ಮನುಷ್ಯರಂತೆ, ಬೇರೆಯವ್ರಿಗೆ ತೊಂದರೆ ಕೊಡದಂತೆ ಬೆಳೆಸಿದರೆ ಸಾಕು'' ಆಗಾಗ ಅವಳಾಡುತ್ತಿದ್ದ ನುಡಿಗಳು.

ಅಲ್ಲಿಗೆ ಆಟೋ ಹಿಡಿದು ಧಾವಿಸುವ ವೇಳೆಗೆ ನರ್ಸಿಂಗ್ ಹೋಂ ಬಾಗಿಲಲ್ಲೇ ಮಾಧವ ಎದುರಾದ.

''ಮಗು ತುಂಬ ಸುಸ್ತಾಗಿದೆ, ಡ್ರಿಪ್ಸ್ ಹಾಕಿದ್ದಾರೆ. ಟೆಂಪರೇಚರ್ ಸ್ವಲ್ಪ ಜಾಸ್ತಿನೇ ಇದೆ. ಟೈಫಾಯಿಡ್ ಅಂತಾ ಇದ್ದಾರೆ. ಇಷ್ಟು ದಿನ ಟ್ರೀಟ್‌ಮೆಂಟ್ ಕೊಟ್ಟ ಕ್ಲಿನಿಕ್ ಡಾಕ್ಟ್ರು ಸರ್ಯಾಗಿ ಡೆಯಾಗ್ನೈಸ್ ಮಾಡಿಲ್ಲ'' ತೀರಾ ಸಪ್ಪಗೆ ನುಡಿದ.

ಪ್ರಭು ಅವನ ಭುಜದ ಮೇಲೆ ಕೈಯಿಟ್ಟ ''ಈಗ್ಲೂ ಏನು ಆಗೊಲ್ಲ. ಮಾಧವ, ನೀನು ಸ್ವಲ್ಪ ಧೈರ್ಯಗೆಟ್ಟಿದ್ದು ಕಂಡರೇ ಶಾಂತಿ ಭೂಮಿಗಿಳಿದು ಹೋಗ್ತಾಳೆ'' ಅವನ ಕೈಯಲ್ಲಿನ ಡಾಕ್ಟರ್ ಪ್ರಿಸ್ಕ್ರಿಪ್ಷನ್ ಚೀಟಿ ತಗೊಂಡು ''ನೀನು ಶಾಂತಿ ಹತ್ತಿರ ಇರು. ನಾನು ತಗೊಂಡ್ ಬರ್ತೀನಿ'' ಅವನನ್ನು ಹಿಂದಕ್ಕೆ ಕಳುಹಿಸಿ ನಡೆದ.

ಅವನು ಮೆಡಿಸಿನ್ ಹಿಡಿದು ಬಂದಾಗ ತಿಳಿ ಹಳದಿ ಮಾರುತಿ ಅವನನ್ನು ಸೆಳೆಯಿತು. 'ಅಪರೂಪದ ಕಲರ್, ನನ್ನ ಡ್ಯಾಡಿ ವಿಪರೀತ ಮುತುವರ್ಜಿ ವಹಿಸಿ ಪೈಂಟ್ ಮಾಡಿದ್ದಾರೆ' ಅಭಿಮಾನದಿಂದ ಹೇಳಿಕೊಂಡ ಸವಿತಾಳ ಮಾತುಗಳು ನೆನಪಾಯಿತು.

ಅದನ್ನು ಪಕ್ಕಕ್ಕೆ ತಳ್ಳಿ ಒಳ ನಡೆದ. ಮಗುವನ್ನು ನೋಡಿ, ಡಾಕ್ಟರನ್ನು ವಿಚಾರಿಸಿಕೊಂಡು ಶಾಂತಿಯೊಡನೆ ಹೊರಗೆ ಬರುವ ವೇಳೆಗೆ ಗೆಳತಿಯರೊಂದಿಗೆ ಸವಿತಾ ಪ್ರತ್ಯಕ್ಷ. ಅವರೆಲ್ಲ ಅವನ ವಿದ್ಯಾರ್ಥಿಗಳಾಗಿದ್ದವರೇ.

''ಹಲೋ ಸರ್.... ಹಲೋ.... ಹಲೋ....'' ಎಲ್ಲರೂ ಅವನನ್ನು ಸಮೀಪಿಸಿದರು. ''ಹಲೋ....'' ನಂತರ ಆರು ವಿದ್ಯಾರ್ಥಿನಿಯರನ್ನು ಪ್ರತ್ಯೇಕ ಪ್ರತ್ಯೇಕವಾಗಿ ವಿಚಾರಿಸಿದ.

ಒಬ್ಬಳು ಎಂ.ಎಸ್.ಸಿ. ಒಬ್ಬಳು ಡಾಕ್ಟ್ರು, ಮತ್ತೊಬ್ಬಳು ಒಂದು ಕಡೆ ಸ್ಟೆನೋ, ಮತ್ತೊಬ್ಬಳು ಮದುವೆಯ ಇನ್ವಿಟೇಷನ್ ಕೊಡಲು ತುದಿಗಾಲಿನಲ್ಲಿ ನಿಂತಿದ್ದಳು.

''ನೀನು.... ಸವಿತಾ....'' ಅವಳನ್ನು ಕೇಳಿದ.

ಮಿಕ್ಕವರೆಲ್ಲ ಒಟ್ಟಿಗೆ ದನಿಗೂಡಿಸಿದರು ''ಅವ್ರು ಈಗ ಒಬ್ಬ ಇಂಡಸ್ಟ್ರಿಯಲಿಸ್ಟ್. ಯಾವ್ರುದೋ ಹೆಸರಾಂತ ಕೈಗಾರಿಕೋದ್ಯಮಿ ಮಾಲೆ ಹಿಡಿದು ನಿಂತಿರುತ್ತಾನೆ'' ಮುಗುಳ್ನಕ್ಕ.

ಅವರಲ್ಲಿ ಸ್ವಲ್ಪ ಫ್ರಾಂಕಾಗಿ ಮಾತಾಡುವ ಜರೀನಾ ''ನಿಮ್ಮ ಮದ್ವೆ ಯಾವಾಗ?'' ಕೇಳಿದಳು. ''ಸಧ್ಯಕ್ಕೆ ಇನ್ನೂ ಆ ಬಗ್ಗೆ ಯೋಚ್ಸಿಲ್ಲ.'' ಅವರನ್ನ ಬೀಳ್ಕೊಟ್ಟು ಮುಂದಕ್ಕೆ ನಡೆದ.

ಆಟೋ ಹತ್ತಿದಾಗ ಶಾಂತಿ ಕೇಳಿದಳು: ''ಪ್ರಭು, ಯಾಕೋ ಇನ್ನು ಮದ್ವೆ ಆಗಿಲ್ಲ? ನಿಮ್ಮಮ್ಮನಿಗೆ ಸ್ವಲ್ಪ ರೆಸ್ಟ್ ಕೊಡೋದ್ಬೇಡ್ವಾ?'' ಅವಳು ಅಳೋದು ಬಿಟ್ಟು ಈ ವಿಷಯ ಎತ್ತಿಕೊಂಡಿದ್ದು ಅವನಿಗೆ ಸಮಾಧಾನವೆನಿಸಿತು ಕೂಡ. ''ಅಂಥ ಯೋಚ್ನೆ ಬಂದಿಲ್ಲ ಅಷ್ಟೇ. ಮಾಧವನ ಪಾಡು ನೋಡಿದ್ಮೇಲೆ ನಂಗೆ ಮದ್ವೇನೆ ಬೇಡ ಅನ್ನಿಸಿದೆ.'' ಅವಳನ್ನು ಛೇಡಿಸಿದ.

ಕಣ್ಣಂಚಿನಿಂದ ಜಿನುಗಿದ ಕಂಬನಿಯನ್ನೊರೆಸಿಕೊಂಡಳು. ''ನಾನು ಅಷ್ಟೊಂದು ಕೆಟ್ಟೋಳಾ? ಅಮ್ಮನು ಹಿಂಗೇ ಅನ್ತಾಳೆ'' ಕಣ್ಣಿಗೆ ಸೆರಗೊತ್ತಿದಾಗ, ವಿಕೋಪಕ್ಕೆ ಹೋಯಿತೆಂದು ನೊಂದುಕೊಂಡ ''ಛಿ, ತಮಾಷೆ ಮಾಡಿದ್ದು. ನಿಮ್ಮಂಥ ಒಳ್ಳೆ ಮನಸ್ಸು ಎಷ್ಟು ಜನಕ್ಕೆ ಇರುತ್ತೆ. ನನ್ನ ಛೇಡಿಸುವಿಕೆ ಕೂಡ ನೀನು ಅರ್ಥ ಮಾಡಿಕೊಳ್ಳಿಲ್ಲ!'' ಸಮಾಧಾನ ಪಡಿಸಿದ.

''ಈ ಪೆದ್ದಿ ಯಾವಾಗ್ಲೂ ಬುದ್ಧಿವಂತಳಾಗೋಲ್ವೋ ಪ್ರಭು'' ಕಂಬನಿ ತುಂಬಿಯೇ ನಕ್ಕಳು. ಹಿಂದೆಯು ಇದೇ ಕಣ್ತುಂಬಿದ ಅಳುವೇ. ಅದೇ ಶಾಂತಿ. ವಯಸ್ಸು, ಮದುವೆ, ಅನುಭವ ಇವಳನ್ನು ಒಂದ ಚೂರು ಬದಲಿಸಲಿಲ್ಲವಲ್ಲ ಎಂದುಕೊಂಡ.

ಪುಟ್ಟ ಶಾಂತಿಯಿಂದ ಹಿಡಿದು ಹಿಂದಿನ ಶಾಂತಿಯವರೆಗಿನ- ಎಲ್ಲಾವನ್ನು ಜ್ಞಾಪಿಸಿಕೊಂಡ.

* * *

ಕ್ಲಾಸ್‌ನಲ್ಲಿ ಪಾಠ ಮಾಡುತ್ತಿದ್ದವನಿಗೆ ಪ್ರಿನ್ಸಿಪಾಲರಿಂದ ಬುಲಾವ್ ಬಂದಾಗ ಆಶ್ಚರ್ಯದ ಜೊತೆ ಆತಂಕ ಕೂಡ. ಈಗೀಗ ಚೇತರಿಸಿಕೊಳ್ಳುತ್ತಿದ್ದ ಶಾಂತಿಯ ಮಗಳು ಸ್ವಪ್ನಳಿಗೆ ಏನಾದರೂ ಹೆಚ್ಚುಕಡಿಮೆಯಾಗಿದ್ದರೆ- ಅವನ ಎದೆಯ ಬಡಿತ ನಿಂತಂತಾಯಿತು. ನಾಲಿಗೆಯೊಣಗಿತು. ಹಣೆಯ ಬೆವರನ್ನೊತ್ತುತ್ತಲೇ ಅವರ ಛೇಂಬರ್‌ಗೆ ಬಂದ.

ಮಾತಾಡುತ್ತಿದ್ದವರು ''ಪ್ರಭು.... ಬಂದರು'' ರಿಸೀವರನ್ನು ಅವನ ಕೈಗೆ ಕೊಟ್ಟು ''ಹರಿಹರನ್ ಫೋನ್....'' ಅಂಥ ಹೆಸರಿನವರು ಬಂಧು, ಬಳಗ, ಸ್ನೇಹಿತರು ಕಡೆಗೆ ಪರಿಚಿತರು ಹಿಂಡಿನಲ್ಲು ಯಾರು ಇರಲಿಲ್ಲ. ''ಯಾವ ಹರಿಹರನ್?'' ಅರಿವಾಗದಂತೆ ಅವನ ಹುಬ್ಬುಗಳು ಬೆಸೆದುಕೊಂಡವು.

''ಮೈಗಾಡ್..... ಇಂಡಸ್ಟ್ರಿಯಲಿಸ್ಟ್ ಹರಿಹರನ್....'' ಎಂದರು. ಅವನ ಮುಖದಲ್ಲಿ ಪರಿಚಯದ ನೆರಳು ಮೂಡಲಿಲ್ಲ. ''ನಿನ್ನ ಸ್ಟೂಡೆಂಟ್ ಸವಿತಾ.... ಫಾದರ್'' ಮತ್ತೇನು ಕೇಳಿಲಿಲ್ಲ ಪ್ರಭು.

''ಹಲೋ....'' ಅವನ ಧ್ವನಿಯಲ್ಲಿ ಸೀರಿಯಸ್‌ನೆಸ್ ತುಂಬಿಕೊಂಡು ''ನಾನು ಹರಿಹರನ್.... ನಿಮ್ಮ ಸ್ಟೂಡೆಂಟ್ ಸವಿತಾ ತಂದೆ. ಒಂದಿಷ್ಟು ಮಾತಾಡೋದಿದೆ. ಇದು ನನ್ನ ಪ್ರಪೋಸಲ್ ಆಗಿರೋದ್ರಿಂದ ನಾನೇ ಬಂದು ನಿಮ್ಮನ್ನು ಮೀಟ್ ಮಾಡ್ಬೇಕು. ಎಲ್ಲಿಗೆ ಎಷ್ಟು ಹೊತ್ತಿಗೆ ಬರಲೀ ಅನ್ನೋದು ತಿಳ್ಸಿ. ಮನೆಗೆ ಬನ್ನೀಂತ ಕರೀಬೇಡಿ. ನಾನು ಒಂದರ್ಧ ಗಂಟೆ ತಮ್ಮಲ್ಲಿ ಮಾತಾಡ್ಬೇಕಾಗುತ್ತೆ. ಹೋಟಲ್.... ಮತ್ತೆಲ್ಲಾದ್ರೂ'' ಅವರೇ ಅಷ್ಟು ಹೇಳಿ ಮುಗಿಸಿಬಿಟ್ಟರು.

ಅವನಿಗೇನು ಅಂಜಿಕೆ ಇಲ್ಲ. ಹೆಚ್ಚು ಶ್ರೀಮಂತರನ್ನು ಕಂಡಾಗ ಅವನಲ್ಲಿ ಇನ್‌ಫೀರಿಯಾರಿಟಿ ಕಾಂಪ್ಲೆಕ್ಸ್ ಬಾಧಿಸದು. ಅವನದು ಧೀರೋದಾತ್ತ ವ್ಯಕ್ತಿತ್ವ.

ಹೆಚ್ಚಿನ ಮಾತಿಗೆ ಅವಕಾಶ ಕೊಡದಂತೆ ''ಸಂಜೆ ಐದರನಂತರ ಯಾವುದಾದ್ರೂ ಒಂದು ಜಾಗ ನೀವೇ ಫಿಕ್ಸ್ ಮಾಡಿ. ಅಲ್ಲಿಗೆ ನಾನ್ಬರ್ತೀನಿ'' ಎಂದ.

''ಹೋಟೆಲ್ ಅರೋರಾ, ರೂಮು ನಂ. ಬರ್ 20, ಸಂಜೆ ಐದೂವರೆಗೆ ನಿಮಗಾಗಿ ಕಾಯ್ತೀನಿ. ಪ್ಲೀಸ್ ಖಂಡಿತ ಬನ್ನಿ. ಥ್ಯಾಂಕ್ಯು ವೆರಿಮಚ್....''

ಫೋನಿಟ್ಟ ಸದ್ದು ಕೇಳಿಸಿತು.

ಪ್ರಿನ್ಸಿಪಾಲರಿಗೆ ಹರಿಹರನ್ ಏನು ಹೇಳಿರಲಿಲ್ಲ. ಅದರಿಂದ ಒಂದು ರೀತಿಯ ಕುತೂಹಲ. ಪ್ರಭು ಕೂಡ ಏನು ಹೇಳಲಿಲ್ಲ.

ಲೈಬ್ರರಿಗೆ ಬಂದು ಕೂತಾಗ ಅವನನ್ನ ಯೋಚನೆಗಳು ಮುತ್ತಿ ಕಾಡತೊಡಗಿದವು. ಹಿಂದಿ ಚಲನ ಚಿತ್ರದಂತೆ ದೊಡ್ಡ ಶ್ರೀಮಂತ ಬಾಪ್ ಕಾ ಬೇಟಿ. ಒಬ್ಬ ಸಾಧಾರಣ ವ್ಯಕ್ತಿಯನ್ನು ಪ್ರೇಮಿಸುವುದು, ಅದನ್ನು ಸಹಿಸದ ಅವಳ ತಂದೆ ಅವನನ್ನು ಕರೆಸಿ ಹಣದಾಸೆ ತೋರಿಸುವುದು, ಕೊನೆಗೆ ಹೆದರಿಸುವುದು, ಬೆದರಿಸುವುದು, ಅಥವಾ ಬೇರೆ ಯಾವುದೇ ರೀತಿಯಲ್ಲಿ ಅವರನ್ನು ಬೇರ್ಪಡಿಸಲು ಪ್ರಯತ್ನಿಸಿ ಸೋಲುವುದು. ಕೊನೆಗೆ ದುಃಖಾಂತ ಅಥವಾ ಸುಖಾಂತ- ಇಲ್ಲಿ ಸ್ವಲ್ಪ ಅದಕ್ಕಿಂತ ಭಿನ್ನವಾದ ಸ್ಥಿತಿ. ಇಲ್ಲಿ ತನಗೆ ಸವಿತಾ ಮೇಲೆ ಯಾವ ಪ್ರೀತಿ ಪ್ರೇಮವು ಇಲ್ಲ.

ಸ್ವಲ್ಪ ಮನೆಗೆ ಬೇಗ ಹೋದ. ಅಷ್ಟರಲ್ಲಿ ಶಾಂತಿ ಬಂದು ಕೂತಿದ್ದಳು. ಮುಖದಲ್ಲಿ ಹೊಸ ಬಗೆಯ ಉತ್ಸಾಹ.

''ಜ್ವರ ಪೂರ್ತಿ ತಗ್ಗಿದೆ, ಪ್ರಭು. ಸಂಜೆ ಮನೆಗೆ ಕರ್ಕೊಂಡ್ಹೋಗೀಂತ ಡಾಕ್ಟ್ರು ಹೇಳಿದರು. ನಿನ್ನ ಒಂದ್ಮಾತು ಕೇಳೂಂದ್ರು ಮಾಧವ. ಅದಕ್ಕೋಸ್ಕರ ಕಾಯ್ತ ಕೂತಿದ್ದೀನಿ'' ಮೇಲೆದ್ದಳು.

ವಾಚ್ ಕಡೆ ನೋಡಿದ. ನಾಲ್ಕು ಕಾಲಿಗೆ ಒಂದ್ಹತ್ತು ಸೆಕೆಂಡ್ ಇತ್ತು. ಹೋಟೆಲ್ ಅರೋರ ಸಿಟಿಯ ಪ್ರತಿಷ್ಠಿತ ಫೈವ್ ಸ್ಟಾರ್ ಹೋಟೆಲ್. ತಮ್ಮ ಮನೆಯಿಂದ ಅಲ್ಲಿಗೆ ಕನಿಷ್ಟವೆಂದರೂ ಹದಿನೆಂಟು ಕಿಲೋಮಿಟರ್. ಟ್ಯಾಕ್ಸಿ ಹತ್ತಿದರೂ.... ಮನದಲ್ಲೇ ಲೆಕ್ಕ ಹಾಕಿ ಒಂದು ನಿರ್ಧಾರಕ್ಕೆ ಬಂದ

''ಒಂದ್ಕೆಲ್ಸ ಮಾಡು ಶಾಂತಿ. ನೀನು ಮಾಧವ ನರ್ಸಿಂಗ್ ಹೋಂಗೆ ಹೋಗಿ. ನಂಗೆ ಸ್ವಲ್ಪ

ಕೆಲ್ಸ ಇದೆ. ಅದ್ನ ಮುಗ್ಸಿಕೊಂಡು ಏಳೂವರೆ ಹೊತ್ಗೆ ಅಲ್ಲಿಗೇ ಬರ್ತೀನಿ. ಇನ್ನೊಂದ್ಸಲ ಡಾಕ್ಟ್ರು ಹತ್ರ ಮಾತಾಡಿ ತೀರ್ಮಾನಕ್ಕೆ ಬರೋಣ'' ಎಂದು ಕೋಣೆಗೆ ಹೋದ.

ಬೇಗ ಬಟ್ಟೆ ಬದಲಾಯಿಸಿ, ಮುಖ ತೊಳೆದು ರೆಡಿಯಾಗಿ ಬಂದವನು ತಾಯಿಗೆ ವಿಷಯ ತಿಳಿಸುವುದು ಬೇಡವೆನಿಸಿತು. ಸಿನಿಮೀಯವಾಗಿ ಕಾಣುವ ಇದು ಬರೀ ಗೊಂದಲವನ್ನುಂಟು ಮಾಡುತ್ತದೆಯೆಂದು ಅವನಿಗೆ ಗೊತ್ತು.

''ಅಮ್ಮ, ತಿಂಡಿ ಕಾಫೀಯೇನು ಬೇಡ. ಅರ್ಜೆಂಟ್ ಒಬ್ಬರನು ಮೀಟ್ ಮಾಡೋದಿದೆ. ಅಪ್ಪನಿಗೆ ಹೇಳು.'' ಪ್ರಶ್ನೆಗೆ ಅವಕಾಶ ಕೊಡದಂತೆ ಹೊರಬಿದ್ದ.

ಆಟೋ ಸಿಕ್ಕದ ಕಾರಣ ಟ್ಯಾಕ್ಸಿ ಹಿಡಿದೇ 'ಅರೋರಾ'ಗೆ ಬಂದಿದ್ದು. ರಿಸೆಪ್ಷನಿಸ್ಟ್ ಕೌಂಟರ್‌ನಲ್ಲಿ ವಿಚಾರಿಸಿದಾಗ ''ಅವ್ರು ಬಂದು ಐದು ನಿಮಿಷ ಆಯ್ತು. ಬಂದರೆ ನಿಮ್ಮನ್ನು ಕಳುಹಿಸಿಕೊಡೋಕೆ ತಿಳ್ಸಿದ್ದಾರೆ'' ಎಂದು ತಿಳಿಯುವ ವೇಳೆಗೆ ಫುಲ್ ಸೂಟುಧಾರಿಯೊಬ್ಬ ಬಂದು ''ಸರ್, ಆರ್ ಯು ಪ್ರಭು....? ಎಂದ.

''ಯೆಸ್....'' ಅಂದ ಕೂಡಲೇ ಅವನು ಮತ್ತಷ್ಟು ವಿನಯದಿಂದ ಅವನನ್ನು ಲಿಫ್ಟ್‌ನತ್ತ ಕರೆದೊಯ್ದ.

ರೂಮು ನೆಲ ಹಾಸಿನ ಮೃದು ಕಾರ್ಪೆಟ್‌ನ ಮೇಲೆ ಅಡಿಯಿಟ್ಟ ಕೂಡಲೇ ಸೋಫಾಗೆ ಒರಗಿದ್ದ ಹರಿಹರನ್ ಎದ್ದು ಕೈ ಕುಲುಕಿ ಆತ್ಮೀಯತೆ ತೋರಿಸಿದರು.

ಕರೆ ತಂದ ಅವರ ಪಿ.ಎ. ಬಾಸ್‌ನ ಕಣ್ ಸನ್ನೆ ಅರಿತು ಹೊರಗೆ ಹೋದ. ಬಾಗಿಲು ಆಟೋಮ್ಯಾಟಿಕ್ ಆಗಿ ಲಾಕ್ ಆಯಿತು.

ಔಪಚಾರಿಕವಾದ ಮಾತು ಆದ ಮೇಲೆ ಹರಿಹರನ್ ಅಡಿಯಿಂದ ಮುಡಿಯವರೆಗೆ ಅತ್ಯಂತ ತೀಕ್ಷ್ಣವಾಗಿ, ಪರಿಶೀಲನಾ ದೃಷ್ಟಿಯಿಂದ ನೋಡಿದರು.

ಪ್ರಶಾಂತವಾಗಿ, ಅತ್ಯಂತ ಗಂಭೀರವಾಗಿರುವ ತಿಳಿಕೊಳದಂತೆ ಕಂಡ. ತೀರಾ ದೊಡ್ಡವರಿಗೆ ತೋರುವಂಥ ಅತಿ ವಿನಯವಾಗಲೀ, ತನ್ನನ್ನು ಕರೆಸಿ ಕೊಂಡರೆಂಬ 'ಅಹಂ' ಆಗಲಿ ಇಲ್ಲದ ಮುಖಭಾವ. ಮೊದಲ ನೋಟದಲ್ಲಿಯೇ ಮೆಚ್ಚಬಹುದಾದಂಥ ನಡೆ, ಆದರೂ ಮಗಳ ಆಯ್ಕೆಯ ಬಗ್ಗೆ ಅವರಿಗೆ ಒಪ್ಪಿಗೆ ಇಲ್ಲ!

''ನಿಮಗೆ ಸವಿತಾ ಗೊತ್ತಿರಬಹುದಲ್ಲ!'' ಎಂದರು.

''ಗೊತ್ತು....'' ಅಷ್ಟೇ ಹೇಳಿದ.

ಬಿಸ್ಕತ್, ಟೀ ಬಂತು. ಅದರ ನಂತರವೇ ಹರಿಹರನ್ ಮಾತಾಡಿದ್ದು.

ಮೊದಲು ತಮ್ಮ ಇಂಡಸ್ಟ್ರಿಗಳ ಬಗ್ಗೆ ಮಾತು ಷುರು ಮಾಡಿದಾಗ ಪ್ರಭುಗೆ ಬೇಸರವಾಯಿತು.

''ಎಕ್ಸ್‌ಕ್ಯೂಜ್ ಮಿ. ಇವೆಲ್ಲ ತೀರಾ ಸಂಬಂಧಪಡದ್ದು ನಂಗೆ. ನನ್ನ ಆಸಕ್ತೀನೂ ಕಮ್ಮಿ.

ಪೀಠಿಕೆ ಬೇಡ. ನೇರವಾಗಿ ವಿಷಯಕ್ಕೆ ಬನ್ನಿ'' ಅಳುಕಿಲ್ಲದೇ ಹೇಳಿದ.

ಚಿನ್ನದ ಸಿಗರೇಟು ಕೇಸ್‌ನಿಂದ ಸಿಗರೇಟು ತೆಗೆದವರು ಅವನ ಮುಂದ್ಹಿಡಿದರು ''ನೋ, ಥ್ಯಾಂಕ್ಸ್.... ಅಭ್ಯಾಸವಿಲ್ಲ'' ನಿರಾಕರಿಸಿದ.

ಅವರ ತುಟಿಯ ನಡುವೆ ಸಿಗರೇಟು ಹೋದಾಗ ಒಮ್ಮೆ ವಾಚ್‌ನತ್ತ ನೋಡಿದ ಪ್ರಭು. ಅರ್ಥ ಮಾಡಿಕೊಂಡವರು,

''ಕೆಲವಕ್ಕೆ ಪೀಠಿಕೆ ಬೇಕಾಗುತ್ತೆ'' ಎಂದರು. ತಮ್ಮ ಆಸ್ತಿ, ಅಂತಸ್ತು ಜೊತೆ ತಾವು ಆ ಮಗಳನ್ನು ಅಮೆರಿಕಾಗೆ ಕಳಿಸಿದ ಕಾರಣವನ್ನು ತಿಳಿಸಿದರು.

ಪ್ರಭು ಹಣೆಯುಜ್ಜಿದ. ''ನಂಗೆ ಅರ್ಥವಾಗ್ತ ಇಲ್ಲ. ನಿಮ್ಗೆ ಟೈಮ್ ಈಸ್ ಮನಿ. ನನ್ನ ವೇಳೆ ನನ್ನದೇ ರೀತಿಯಲ್ಲಿ ಅಮೂಲ್ಯ. ಕರೆಸಿದ ಉದ್ದೇಶ ತಿಳಿಸಿದರೆ ಸಾಕು. ನಾನು ಒಬ್ಬ ಅಧ್ಯಾಪಕ ಮಾತ್ರ.''

ನೇರ, ಗಂಭೀರ ನುಡಿಗಳಿಗೆ ಚಕಿತರಾದರು. ಡೈರಿಯಲ್ಲಿ ಸವಿತಾ ಬರೆದಿದ್ದು ತೀರಾ ವೈಭವೀಕರಣವೆಂದೂ ತಿಳಿದಿದ್ದರು. ಒತ್ತಾಯವಾಗಿಯಾದರೂ ತಮ್ಮ ಅಭಿಪ್ರಾಯ ಬದಲಾಯಿಸಿಕೊಳ್ಳಬೇಕೆಂದುಕೊಂಡರೂ ಸ್ವಲ್ಪ ಅರುಚಿಯೆನಿಸಿತು.

ಒಂದು ಡೈರಿಯನ್ನು ತೆಗೆದು ಅವನ ಮುಂದಿಟ್ಟರು. ''ಮೊನ್ನೆ ದಿನಾ ಸವಿತಾ ನಂಗೆ ಈ ಡೈರಿ ಕೊಟ್ಟು ಓದಲು ತಿಳಿಸಿದಳು. ಆಗ್ಲೀ, ನಂಗೆ ನಿಮ್ಮ ಪರಿಚಯವಾದುದ್ದು. ಅವ್ಳು ನಿಮ್ಮನ್ನು ಇಷ್ಟಪಟ್ಟಿರೋದು ನಿಮ್ಗೇ ಗೊತ್ತಿರಬಹುದು'' ವಿಷಯಕ್ಕೆ ಬಂದರು. ಅವನೇನು ಚಲಿಸಲಿಲ್ಲ.

''ಮೊದ ಮೊದಲು ಪತ್ರಗಳು ಬಂದಾಗ ಹುಡುಗಾಟಿಕೆ ಅಂದ್ಕೊಂಡೆ. ಅಮೆರಿಕಾಯಿಂದ ಹಿಂದಿರುಗಿದ ಮೇಲೂ ಅವಳ ಅಭಿಪ್ರಾಯ ಬದಲಾಗಿಲ್ಲಾಂದ್ರೆ.... ಸವಿತಾ ಒಂದು ರೀತಿಯ ಸೈಕಿಕ್. ಉತ್ತಮ ಮಾನಸಿಕ ತಜ್ಞರಲ್ಲಿ ಅವಳನ್ನ ತೋರಿಸಿ. ಅಷ್ಟು ಬಿಟ್ಟು ಬೇರೇನು ನಾನು ಹೇಳ್ಲಾರೆ. ದಯವಿಟ್ಟು ಹೋಗೋಕೆ ನಂಗೆ ಪರ್ಮಿಷನ್ ಕೊಡಿ'' ಮೇಲೆದ್ದ ಪ್ರಭು.

ದಿಗ್ಮೂಢರಾದರು ಹರಿಹರನ್. ಬೇರೆ ಸಂದರ್ಭಗಳಲ್ಲಿ ಹೇಗೆ ನಡೆದುಕೊಳ್ಳುತ್ತಿದ್ದರೋ, ಆದರೆ ಮಗಳು ಅವನ ಸ್ವಭಾವ, ನಿರಾಕರಣೆ ಪ್ರತಿಯೊಂದನ್ನು ಡೈರಿಯಲ್ಲಿ ದಾಖಲಿಸಿದ್ದಳು.

ಇವರಿಗೆ ಡೈರಿ ಕೊಡುವಾಗ ಅಂದಿನ ಡೇಟ್ ಅಡಿಯಲ್ಲಿ ಒಂದು ವಾಕ್ಯ ಬರೆದಿದ್ದಳು. 'ಇಂದು ಅವರು ನನ್ನ ಪ್ರೀತಿಯನ್ನು ನಂಬಲಾರರು. ಇದೊಂದು ರೀತಿಯ ಹುಚ್ಚು ಅಂದ್ಕೋಬಹುದು. ಆದರೆ ಅಂಥದೇನಿಲ್ಲ. ನಾನು ಜೀವನದಲ್ಲಿ ಪಾರ್ಟ್‌ನರ್ ಆಗಿ ಸ್ವೀಕರಿಸುವುದು ಅವರೊಬ್ಬರನ್ನ ಮಾತ್ರ'.

ಬಲವಂತದ ನಗೆಯನ್ನು ಮುಖದ ಮೇಲೆ ತುಂಬಿಕೊಂಡ ಹರಿಹರನ್ ಎದ್ದು ಅವನ ಕೈ ಕುಲುಕಿದರು. ''ಥ್ಯಾಂಕ್ಯೂ ಫಾರ್ ಯುವರ್ ಗುಡ್ ಸಜೆಷನ್. ಬೇರೆ ಯಾರಾದ್ರೂ ಇಂಥ ಸಲಹೆ ಕೊಟ್ಟಿದ್ರೆ....'' ಪ್ರಭು ನಕ್ಕುಬಿಟ್ಟ. ''ಇಂಥ ಸಲಹೆ ಕೊಡುವುದು ನನಗೆ ಅನಿವಾರ್ಯವಾಯ್ತು. ಸವಿತಾ ನನ್ನ ಸ್ಟೂಡೆಂಟ್'' ಮತ್ತೊಮ್ಮೆ ವಿಶ್ ಮಾಡಿ ನಡೆದುಬಿಟ್ಟ.

ಕೆಲವು ಸಲ ಹೋಗುವಾಗ ಸಿಗುವ ಮಾರ್ಯಾದೆ, ಬರುವಾಗ ಸಿಗದು. ಇದು ಸಭೆ, ಸಮಾರಂಭ, ವಿಶೇಷ ಆಹ್ವಾನಗಳಿಗೆ ಅನ್ವಯಿಸುವುದು. ಅದು ಇಂಥ ಕಡೆ ನಿರೀಕ್ಷಿತ. ಆದರೆ ಹರಿಹರನ್ ಪಿ.ಎ. ಅಷ್ಟೇ ಮಾರ್ಯಾದೆಯಿಂದ ಅದಕ್ಕಿಂತ ಸ್ವಲ್ಪ ಹೆಚ್ಚಿಗೆಯೇ ಲಿಫ್ಟ್ ನಿಂದ ರಿಸೆಪ್ಷನಿಸ್ಟ್ ವರೆಗೂ ಬರುವುದಲ್ಲದೇ ಒಂದು ಸಣ್ಣ ನಿವೇದನೆಯನ್ನು ಮಾಡಿದ.

''ನಿಮ್ಮನ್ನು ಮನೆಯವರ್ಗೂ ಡ್ರಾಪ್ ಮಾಡಲು ತಿಳಿಸಿದ್ದಾರೆ.''

ಪ್ರಭು ನಯವಾಗಿ ನಿರಾಕರಿಸಿದ ''ಥ್ಯಾಂಕ್ಯೂ, ಅಂಥ ಅಗತ್ಯವಿಲ್ಲ. ಹತ್ತಿರದಲ್ಲಿ ಒಂದಿಷ್ಟು ಕೆಲ್ಸವಿದೆ. ಅದ್ನ ಮುಗ್ಸಿಕೊಂಡೇ ಹೋಗ್ಬೇಕು.'' ಮೆಟ್ಟಲುಗಳನ್ನು ಇಳಿದ.

ಅವನಿಗೆ ಎಲ್ಲಾ ವಿಚಿತ್ರವಾಗಿ ಕಂಡಿತು. ಇಂಥದ್ದು ಚಲನಚಿತ್ರಗಳಲ್ಲಾಗಲೀ, ಕಾದಂಬರಿಗಳಲ್ಲಾಗಲೀ ಸಂಭವ. ಆದರೆ ವಾಸ್ತವ ಜಗತ್ತಿನಲ್ಲಿ ಸಾಧ್ಯವಿಲ್ಲದ್ದು.

ಡೈನಿಂಗ್ ಹಾಲ್‌ನಲ್ಲಿ ಅಪ್ಪ. ಮಗಳು ಭೇಟಿಯಾದಾಗ ಎಂದಿನಂತೆ ಮಾತಾಡದೇ ತಲೆತಗ್ಗಿಸಿಕೊಂಡು ಬರೀ ಸೂಪ್ ಕುಡಿಯುತ್ತಿದ್ದಳು ಸವಿತಾ.

''ಬರೀ ಸೂಪ್‌ನಲ್ಲಿ ಮುಗಿಸ್ತಾ ಇದ್ದೀಯಲ್ಲ ಡಿನ್ನರನ್ನ...'' ಮಗಳನ್ನು ಪ್ರಶ್ನಿಸುತ್ತ ತೀಕ್ಷ್ಣವಾಗಿ ನೋಡಿದರು ''ಹಸಿವಿಲ್ಲ, ಡ್ಯಾಡಿ'' ಬರೀ ಪಿಂಗಾಣಿ ಬಟ್ಟಲಲ್ಲಿ ಸ್ಪೂನ್ ಆಡಿಸತೊಡಗಿದಳು.

ಹೊರಗಿನ ಸಮಸ್ಯೆಗಳನ್ನು ಲೀಲಾಜಾಲವಾಗಿ ಪರಿಹರಿಸಿಕೊಳ್ಳುತ್ತಿದ್ದ ಹರಿಹರನ್ ಇಂದು ತೀರಾ ವೈಯಕ್ತಿಕ ವಿಷಯದಲ್ಲಿ ಕೈ ಚೆಲ್ಲಿ ಕೂತಿದ್ದರು.

ಮಗಳನ್ನೇ ದಿಟ್ಟಿಸಿ ನೋಡಿದರು. ಈಗ ತುಂಟತನದ ಜಾಗವನ್ನು ಗಾಂಭೀರ್ಯ ಆವರಿಸಿತ್ತು. ಅವರ ಸಮಸ್ತಕ್ಕೂ ಅವಳೇ ವಾರಸುದಾರಿಣಿ. ಆದರೆ ಸಂಗಾತಿಯ ಆಯ್ಕೆಯಲ್ಲಿ ಎಡವಿದ್ದಳು.

ರೂಮಿಗೆ ಬಂದ ಹರಿಹರನ್ ಸಿಗರೇಟು ಹಚ್ಚಿದರು. ತೀರಾ ಟೆನ್‌ಷನ್ ಇದ್ದಾಗ ಮಾತ್ರ ಈ ಅಭ್ಯಾಸ. ಇಂಟರ್‌ಕಾಮ್ ಎತ್ತಿದರು.

''ಸವಿತಾ, ಸ್ವಲ್ಪ ಬಾ'' ರಿಸೀವರ್ ಇಟ್ಟರು.

ತಾವು ಹೇಗೆ ಬಿಡಿಸಿ ಹೇಳಿದರೇ ತನ್ನ ಮನಸ್ಸು ಬದಲಾಯಿಸಿಕೊಳ್ಳಬಲ್ಲಳು? ತೀರಾ ಆರ್ಡಿನರಿ ಲೆಕ್ಚರರ್ ಈ ಹರಿಹರನ್ ಅಳಿಯನಾಗಬಹುದೇ? ಇಷ್ಟವೆನಿಸಲಿಲ್ಲ.

ಅಷ್ಟರಲ್ಲಿ ಮಗಳು ಬಂದಿದ್ದರಿಂದ ಮುಗುಳ್ನಕ್ಕರು. ''ಬಾ ಕೂತ್ಕೋ. ನೀನು ತುಂಬ ಬೆಳ್ದು ಬಿಟ್ಟಿದ್ದೀಯ. ಹಿಂದಿನ ಹಾಗೇ ಕಾಡೋ ಸವಿತಾನೇ ಇಷ್ಟವಾಗಿದ್ಲು'' ಎಂದರು. ನಸುನಕ್ಕಳು.

ಅಲ್ಲೇ ಇದ್ದ ಡೈರಿಯನ್ನ ಒಮ್ಮೆ ಬೆರಳುಗಳಿಂದ ಸವರಿ ''ಸಾರಿ....,'' ಸಿಗರೇಟನ್ನು ಆ್ಯಷ್ ಟ್ರೇನೊಳಕ್ಕೆ ಒತ್ತಿದರು.

ಐದು ನಿಮಿಷದಷ್ಟು ದೀರ್ಘ ಮೌನದ ನಂತರ ''ನಿನ್ನ ಡೈರಿ ಓದಿದೆ. ಸಂಜೆ ಪ್ರಭುನ ಮೀಟ್ ಮಾಡ್ದೇ ಕೂಡ'' ಅವರ ಸ್ವರ ಸೊರಗಿತು. ಎರಡು ಕ್ಷಣ ಮುಖ ತಗ್ಗಿಸಿ ಮಗಳ ಮುಖ

ನೋಡಿದವರು ತಲೆ ಅಡ್ಡಡ್ಡ ಆಡಿಸಿದರು. ''ಡೈರಿಯಲ್ಲಿನ ಪುಟಗಳನ್ನು ಕಿತ್ತು ಎಸೆ. ಹುಡುಗಾಟಕ್ಕೂ ಒಂದು ಮಿತಿ ಇರುತ್ತೆ. ಪ್ರಭು ನಿನ್ನ ಮಾನಸಿಕ ಸ್ಥಿತಿಯನ್ನ ತಪಾಸಣೆಗೆ ಒಳಪಡಿಸಲು ಹೇಳಿದರು. ಸ್ವಲ್ಪವು ಉದ್ವಿಗ್ನರಾಗದೇ ಅತ್ಯಂತ ಸಹಜವಾಗಿ ಹೇಳಿದರು.

ತಂದೆಯ ಕಣ್ಣಲ್ಲಿ ಕಣ್ಣಿಟ್ಟು ನೋಡಿದಳು ''ಅದು ಅವರಿಂದ್ಲೇ ಆಗ್ಬೇಕು. ಬಹುಶಃ ಅವ್ರು ಒಪ್ಪಲಿಲಾಂದ್ರೆ.... ಒಂಟಿಯಾಗಿಯೇ ಉಳಿಯೋ ತೀರ್ಮಾನ ನಂದು. ಎಕ್ಸ್‌ಕ್ಯೂಜ್ ಮಿ. ಡ್ಯಾಡಿ'' ಹೊರಟುಬಿಟ್ಟಳು.

ಹರಿಹರನ್ ಕೂತಲ್ಲಿಯೇ ಕಲ್ಲಾದರು. ಮಗಳ ಸ್ವಭಾವ ಬಲ್ಲವರು. ಯಾವುದೋ ಕಾರಣಕ್ಕೆ ಪುಟ್ಟ ಹುಡುಗಿಯಾಗಿದ್ದಾಗ ಒಲ್ಲೆ ಎಂದ ಕೇಕ್‌ನ ಇಂದಿಗೂ ತಿನ್ನುತ್ತಿರಲಿಲ್ಲ. ಅವಳ ಬರ್ತ್‌ಡೇ ದಿನ ಕೂಡ ಇಂಥ ನಿರ್ಬಂಧ ಮುರಿಯುತ್ತಿರಲಿಲ್ಲ. ಈಗ ತಾವು ಪೂರ್ತಿಯಾಗಿ ಸಮ್ಮತಿಸುವುದೇ ಒಳಿತೆಂದು ಕೊಂಡರು. ಆದರೆ ಪ್ರಭು.... ಸಲಹೆ.

ಆಮೇಲೆ ದಿನ ಕಳೆದಂತೆ ಅವಳಲ್ಲಿ ಬಹಳಷ್ಟು ಬದಲಾವಣೆಯಾಯಿತು. ಫ್ಯಾಕ್ಟರಿ, ಆಫೀಸ್‌ಗೆ ಸಂಬಂಧಪಟ್ಟ ವಿಷಯಗಳನ್ನು ಬಿಟ್ಟು ಬೇರೇನು ಚರ್ಚಿಸಲಾರದೆ ಹೋದಳು.

ಇಂದು ಆಫೀಸ್‌ನಿಂದ ನೇರವಾಗಿ ಕಾರು ಹತ್ತಿ ಇಳಿದಿದ್ದು ಬ್ರಿಡ್ಜ್ ಬಳಿಯಲ್ಲಿ. ಅವಳ ನೋಟ ದೂರದವರೆಗೂ ಹರಿದು ಹಿಂದಕ್ಕೆ ಬಂತು. ಪ್ರಭು ಇರಲಿಲ್ಲ.

ಸ್ವಲ್ಪ ಕೊರಕಲಲ್ಲಿ ಇಳಿದು ಹೋಗಬೇಕು. ಅಥವಾ ಹೆಚ್ಚು ದೂರ ಕ್ರಮಿಸಿ ಸುತ್ತು ಬಳಸಿಕೊಂಡು ಇಳಿದು ಜಾಗ ಸೇರಬೇಕು.

ಮೊದಲಿನದೇ ಅವಳಿಗೆ ಸರಿಯೆನಿಸಿತು. ಉದ್ವೇಗ, ಕೋಪ, ದುಃಖದಿಂದ ಅವಳ ಮೈ ಕಂಪಿಸುತ್ತಿತ್ತು.

ಮೆಲ್ಲಗೆ ಕೂತು ಕೆಳಗೆ ತೆವಳಿದವಳು. ಪೂರ್ತಿ ಜಾರಿದಾಗ ಪ್ರಭು ಬಂದು ಅವಳನ್ನು ಹಿಡಿದು,

''ಏನಿದು ಹುಚ್ಚಾಟ, ಸವಿತಾ!'' ಕರುಣೆಯಿಂದ ನೋಡಿದ. ತರಚಿದ ಮೊಣಕೈಯನ್ನು ನೋಡಿಕೊಂಡ. ಅವಳ ಅರಳುಗಣ್ಣಲ್ಲಿ ನೀರು ಚಿಮ್ಮಿದಾಗ ಚಲಿಸಿ ಹೋದ. ''ನಿಂಗೆ ಇನ್ನು ಹುಡುಗುತನದ ಹುಚ್ಚಾಟ. ಕಮಾನ್....'' ಮೆತ್ತೆರಡು ಕಲ್ಲುಗಳನ್ನು ದಾಟಿಸಿ ಈ ಕಡೆಗೆ ಕರೆದುಕೊಂಡ.

''ವಾಟ್ ಕೆನ್ ಐ ಡೂ ಫಾರ್ ಮೈ ಡಿಯರ್ ಸ್ಟೂಡೆಂಟ್. ಇಷ್ಟೆಲ್ಲಾ ಕಷ್ಟಪಟ್ಟುಕೊಂಡು ಇಲ್ಲಿಗೆ ಬರೋಕೆ ಅಂಥ ಪ್ರಬಲವಾದ ಕಾರಣವೇನು?'' ನೇರವಾಗಿಯೇ ಅವಳನ್ನು ನೋಡಿದ. ಸಂಧ್ಯೆಯ ಮುಳುಗುವ ಸೂರ್ಯನ ಹೊಂಗಿರಣಗಳ ಚಿನ್ನದ ಬೆಳಕಿನಲ್ಲಿ ಫಳಫಳ ಹೊಳೆಯುತ್ತಿತ್ತು ಅವಳ ದುಂಡನೆಯ ಮುಖ.

ತರಚಿದ ಮೊಣಕೈನತ್ತಲೆ ನೋಡುತ್ತಿದ್ದವಳು ''ನಮ್ತಂದೆಗೆ ಏನು ಸಜೆಷನ್ ಕೊಟ್ರಿ?'' ಸಿಟ್ಟಿತ್ತು. ಮೃದುವಾದ ಆಕ್ಷೇಪಣೆ ಇತ್ತು ಅವಳ ದನಿಯಲ್ಲಿ.

''ಅವ್ರು ನಿಂಗೆ ತಿಳಿಸಿರಬೇಕಲ್ಲ. ಇಂಥ ನಿನ್ನ ಹುಡ್ಗಾಟಗಳಿಗೆ ಅರ್ಥವೇನು? ಅಷ್ಟೊಂದು ಜವಾಬ್ದಾರಿ ಹೊರಬೇಕಾದವಳು ಇಷ್ಟು ಸಿಲ್ಲಿಯಾಗಿ ವರ್ತಿಸ್ಬಾರ್ದು. ಕಾಲೇಜು ಜೀವನ ಥ್ರಿಲ್ ಮುಂದುವರಿಸೋದು ದೊಡ್ಡ ಅನಾಹುತಕ್ಕೆ ಕಾರಣವಾಗುತ್ತೆ. ಟ್ರೈ ಟು ಅಂಡರ್‌ಸ್ಟ್ಯಾಂಡ್'' ಬುದ್ಧಿ ಹೇಳಿದ.

ತರಚಿದ ಮೊಣಕ್ಕೆ ನೋಡಿ ಅವನಿಗೆ 'ಅಯ್ಯೋ' ಅನಿಸಿತು. ಅದರ ತೋರ್ಪಡಿಕೆ ಮತ್ತಷ್ಟು ತಲೆ ನೋವಿಗೆ ಕಾರಣವಾಗುವುದು ಅವನಿಗೆ ಇಷ್ಟವಿಲ್ಲ.

ಪೂರ್ತಿಯಾಗಿ ಸವಿತಾ ಇನ್ನೊಂದು ಕಡೆಗೆ ತಿರುಗಿಕೊಂಡಳು ''ಪ್ಲೀಸ್, ನೀವು ಯಾಕೆ ನನ್ನ ಅರ್ಥಮಾಡಿಕೊಂಡಿಲ್ಲ. ನನ್ನ ಮನಸ್ಸಿನ ಅರ್ಥಪೂರ್ಣ ಭಾವನೆಗಳ್ನ ಸಿಲ್ಲೀ ಅನ್ನೋ ಅಷ್ಟು ಕಟುಕ ಮನಸ್ಸು'' ಎಂದವಳು ತಟ್ಟನೇ ಅವನತ್ತ ತಿರುಗಿ ''ಐ ಲವ್ ಯು. ಐ ವಾಂಟ್ ಟು ಮ್ಯಾರೀ ಯು. ನೀವು ಇಲ್ದೇ ನಂಗೆ ಬದುಕೇ ಇಲ್ಲ'' ಅಂದಳು. ಆ ಮಾತುಗಳು ಸಿಡಿಲಿನಂತೆ ಅಪ್ಪಳಿಸಿತು ಅವನನ್ನು. ಅವನ ಮುಂದಿದ್ದ ತೆರೆ ಕೊಚ್ಚಿಹೋಯಿತು.

ಬಹಳ ಹೊತ್ತಿನ ನಂತರ ಒಂದೇ ಒಂದು ಮಾತು ಆಡಿದ ''ನೀನು ತಪ್ಪು ಮಾಡ್ದೆ. ಮಾಡ್ತಾ ಇದ್ದೀಯ. ಈಗ್ಲೂ ತಿದ್ದಿಕೊಳ್ಳೋಕೆ ಅವಕಾಶ ಇದೆ, ಸವಿತಾ. ನಾನು ನಿನ್ನ ವೆಲ್ ವಿಷರ್ ಆಗಿ ಒಂದ್ಮಾತು ಹೇಳ್ತೀನಿ. ನಿನ್ನ ಬಗ್ಗೆ ನೂರು ಕನಸು ಕಂಡಿರುವ ನಿನ್ತಂದೆ ಕೈಯಲ್ಲಿ ನಿನ್ನ ಮುಂದಿನ ಭವಿಷ್ಯ ಇಟ್ಟುಬಿಡು. ಅರ್ಥಪೂರ್ಣವಾಗಿ ರೂಪಿಸ್ತಾರೆ. ಪ್ಲೀಸ್.... ಸ್ವಲ್ಪ ಅರ್ಥ ಮಾಡ್ಕೋ'' ಅತ್ಯಂತ ಮೃದುವಾಗಿ ತಿಳಿ ಹೇಳಿದ.

ಅವಳ ಪ್ರತಿಕ್ರಿಯೆಗೆ ಕಾಯದೇ ಮೇಲೆದ್ದ. ''ಇಲ್ಲಿನ ಕತ್ತಲು ಪ್ರಶಾಂತವಾದರೂ ಅಪಾಯ'' ಎಂದು ತಿಳಿ ಹೇಳಿದ.

ಸುಲಭವಾಗಿ ನಡೆಯಬಹುದಾದ ಹಾದಿಯಲ್ಲಿ ಅವಳ ಜೊತೆ ಕಾರಿನವರೆಗೂ ಬಂದವನು, ''ಆಲ್ ದಿ ಬೆಸ್ಟ್. ಗುಡ್ ಬೈ'' ಎಂದ.

ಕಾರು ಮುಂದಕ್ಕೆ ಸಾಗುವವರೆಗೂ ನಿಂತು ಕೈ ಬೀಸಿದ. ಸದ್ಯಕ್ಕೆ ಈ ಸ್ಥಳಕ್ಕೆ ಬರಬಾರದೆಂಬ ತೀರ್ಮಾನಕ್ಕೆ ಬಂದಿದ್ದ.

* * *

ಹದಿನೈದು ದಿನದ ನಂತರ ಹರಿಹರನ್ ಮತ್ತೆ ಫೋನ್ ಮಾಡಿದರು. ''ನಿಮ್ಮ ಮನೆಗೆ ಬರೋ ಉದ್ದೇಶವಿದೆ. ಎಷ್ಟು ಗಂಟೆಗೆ ಬಂದರೆ ನಿಮ್ಮ ತಾಯಿ, ತಂದೆ ಸಿಗುತ್ತಾರೆ? ಅದಕ್ಕೆ ಮುನ್ನ ನಿಮ್ಮನ್ನೊಂದ್ಸಲ ಭೇಟಿಯಾಗ್ಬೇಕು.'' ತಕ್ಷಣ ಏನು ಹೇಳಲಿಕ್ಕೂ ಅವನಿಗೆ ತೋಚಲಿಲ್ಲ.

''ದಯವಿಟ್ಟು ಸಂಜೆ ನಮ್ಮ ಮನೆ ಟೀಗೆ ಬನ್ನಿ'' ಅವರೇ ಹೇಳಿದರು. ಈ ರೀತಿ ಅಧಿಕಾರಯುತವಾಗಿ ಆದೇಶಿಸುವುದು ಅವರ ಅಭ್ಯಾಸವಿರಬೇಕು. ''ಎಕ್ಸ್‌ಕ್ಯೂಜ್ ಮಿ....'' ಅನ್ನುವ ವೇಳೆಗೆ ಅವರ ಸ್ವರ ಅವನ ಮುಂದಿನ ಮಾತುಗಳನ್ನ ತಡೆಯಿತು. ''ಪ್ಲೀಸ್ ಪ್ರಭು, ನನ್ನ ಆಹ್ವಾನವನ್ನು ಒಪ್ಪಿಕೊಳ್ಳಿ. ನಿಮಗೋಸ್ಕರ ಕಾಯ್ತ ಇರ್ತೀನಿ'' ಇಟ್ಟೇಬಿಟ್ಟರು.

ಹರಿಹರನ್ ಸಿಮೆಂಟ್ಸ್‌ಗೆ ಅಂತರರಾಷ್ಟ್ರೀಯ ಮಟ್ಟದಲ್ಲಿ ಹೆಸರು, ಮಾರುಕಟ್ಟೆ ಇತ್ತೋ ಇಲ್ಲವೋ. ಆದರೆ ಬೇಡಿಕೆಯುಳ್ಳ ಸಿಮೆಂಟೇ. ಹೆಚ್ಚು ತಿಳಿದಿರಲಿಲ್ಲ ಅವನಿಗೆ. ಕೋಟಿಗಟ್ಟಲೆ ವ್ಯವಹಾರ ನಡೆಸುವ ಉದ್ಯಮಕ್ಕೆ ಮಾಲೀಕರಾದ ಅವರ ಗತ್ತು ಸಡಿಲವಾದುದ್ದೇಕೆ? ವಿಭಿನ್ನವಾದ ಸರಳ ಸ್ವಭಾವವೋ?

ಒಮ್ಮೆ ಹೋಗಿ ಬರುವುದರಿಂದ ನಷ್ಟವೇನು ಇಲ್ಲವೆನಿಸಿತು. ಅವನನ್ನು ಕರೆದೊಯ್ಯಲು ಬರುವ ಕಾರನ್ನು ತಪ್ಪಿಸಿಕೊಂಡೇ ಆರು ಗಂಟೆಗೆ ಅವರ ಭವ್ಯ ಬಂಗಲೆ ತಲುಪಿದ.

''ಸಾಬ್ ಎಂದ....'' ವಾಚ್‌ಮನ್ ಪ್ರಶ್ನಿಸದೇ ಅವನನ್ನು ಒಳಕ್ಕೆ ಬಿಟ್ಟ. ದಾರಿಯನ್ನು ಬಿಟ್ಟು ಬೆಳೆಸಿದ ಲಾನ್ ಹಚ್ಚಹಸುರಾಗಿ ಚೇತೋಹಾರಿಯಾಗಿತ್ತು. ಅಲ್ಲಲ್ಲಿ ಬೆಳೆಸಿದ ಗಿಡಗಳು ತುಂಬು ಆರೋಗ್ಯದಿಂದ ಕಂಗೊಳಿಸುತ್ತಿತ್ತು ''ಬ್ಯೂಟಿಫುಲ್....'' ಒಂದೇ ಪದ ಅವನ ತುಟಿಗಳ ನಡುವಿಂದ ಹೊರಬಿದ್ದಿದ್ದು.

ಒಂದು ಕಡೆ ಅವನ ನೋಟ ನಿಂತುಬಿಟ್ಟಿತು.

ಬಿಳಿಯ ಸಿಲ್ಕ್ ಸೀರೆಯುಟ್ಟ ಸವಿತಾ ಲಾನ್ ಮೇಲಿದ್ದ ಛೇರ್ ಮೇಲೆ ಕೂತು ನಿಂತ ನಾಲ್ಕು ಜನರಿಗೆ ಏನೋ ಎಕ್ಸ್‌ಪ್ಲೈನ್ ಮಾಡುತ್ತಿದ್ದಳು. ತೆರೆದ ಫೈಲು ಹಿಡಿದು ನಿಂತ ವ್ಯಕ್ತಿ ಹರಿಹರನ್ ಪಿ.ಎ. ಎಂದು ಅವನಿಗೆ ಗುರ್ತಿಸಲು ಶಕ್ಯವಾಯಿತು.

ವಿವಿಧ ಮಾದರಿಯ ಫ್ಯಾಷನ್ ಉಡುಪುಗಳನ್ನು ತೊಟ್ಟು ಕಾಲೇಜಿಗೆ ಬರುತ್ತಿದ್ದ ಸವಿತಾ ಆಮೆರಿಕಾದಿಂದ ಬಂದ ಮೇಲೆ ಮೊದಲ ಸಲ ಸೀರೆಯುಟ್ಟುದು ಕಂಡಿತು.

ಇಂದು ಕೂತ ರೀತಿ, ಹೇಳುತ್ತಿದ್ದ ಭಂಗಿ, ಆ ಸಮಯದಲ್ಲಿ ಅವಳ ಮುಖದ ಮೇಲಿದ್ದ ಪ್ರಸನ್ನತೆ ನೋಡಿ 'ಸಿಲ್ಲಿ ಗರ್ಲ್' ಎನ್ನುವುದು ಅವನಿಂದ ಸಾಧ್ಯವಾಗದೇ ಹೋಯಿತು.

ಮುಂದಕ್ಕೆ ನಡೆದ. ಇನ್ನೊಬ್ಬ ಪುಲ್ ಸ್ಯೂಟು ಧರಿಸಿದ್ದ ವ್ಯಕ್ತಿ ಓಡೋಡಿ ಬಂದು ''ಪ್ಲೀಸ್ ಕಮಿನ್.... ಸರ್'' ವಿನಯದಿಂದ ಕರೆದೊಯ್ದ.

ಏರ್ ಕೂಲರ್ ಅಳವಡಿಸಿದ್ದ ಕೋಣೆಗೆ ಅವನನ್ನು ಕರೆದೊಯ್ದು ಕೂಡಿಸಿ ಹೊರಗೆ ಹೋದ. ಇಡೀ ಕೋಣೆಗೆ ಹಾಸಿದ್ದ ಬೆಲೆ ಬಾಳುವ ಕಾರ್ಪೆಟ್, ಅಲಂಕಾರಕ್ಕಾಗಿ ಅಲ್ಲಲ್ಲಿ ಇಟ್ಟಿದ್ದ ಬೆಲೆ ಬಾಳುವ ಮೂರ್ತಿಗಳು, ಗೋಡೆಯ ಮೇಲಿದ್ದ ಅಸಾಧಾರಣ ಪೈಂಟಿಂಗ್‌ಗಳು ನೋಡಿ ಸಾಧಾರಣ ಜನ ಮೂರ್ಛೆ ಹೋಗಬೇಕು. ಅಂಥ ಯಾವ ಪರಿಣಾಮವು ಅವನ ಮೇಲೆ ಬೀರಲಿಲ್ಲ. ಮೌನವಾಗಿ ಟೀಪಾಯಿ ಮೇಲಿದ್ದ ಸನ್‌ಡೇಯನ್ನು ತಿರುವತೊಡಗಿದ.

ಮೃದುವಾದ ಸದ್ದಿನ ಹಿಂದೆಯೇ ''ಹಲೋ ಮಿಸ್ಟರ್ ಪ್ರಭು...'' ಆತ್ಮೀಯತೆಯ ಸ್ವರ, ತೀರಾ ವಿನಯವಲ್ಲದಿದ್ದರೂ ಅವರು ತೋರಿದ ವಿಶ್ವಾಸಕ್ಕೆ ಗೌರವ ತೋರಿಸಲೆಂದು ಮೇಲೆದ್ದ. ಸನಿಹಕ್ಕೆ ಬಂದು ಕೈ ಕುಲುಕಿದರು. ''ಐ ವಾಂಟ್ ಯುವರ್ ಹೆಲ್ಪ್....'' ಅವರ ದನಿ ನಡುಗಿದಂತೆ ಭಾಸವಾಯಿತು.

ಒಂದಿಷ್ಟು ಫೋಟೋಗಳನ್ನು ಅವನಿಗೆ ತೋರಿಸಿ ಅವರ ಜಾತಕಗಳಿಂದ ಮಿಕ್ಕೆಲ್ಲವನ್ನು

ತಿಳಿಸಿದರು. ದೊಡ್ಡ ಇಂಡಸ್ಟ್ರಿಗಳನ್ನು ಉಳ್ಳವರು. ಒಂದೆರಡು ಫಾರಿನ್ ಡಿಗ್ರಿಗಳು ಅವರ ಹೆಸರ ಕೆಳಗೆ. ಎಲ್ಲರೂ ಸ್ಪುರದ್ರೂಪಿಗಳೇ.

''ಅವ್ಳು ನಿಮ್ಮನ್ನು ಬಿಟ್ಟು ಬೇರೆ ಯಾರನ್ನೂ ಮದ್ವೆ ಆಗೋಕೆ ಬಯಸೋಲ್ಲ. ಎಲ್ಲಾ ಮುಗಿದಿದೆ. ಬೇರೆ ದಾರಿಗಳನ್ನೆಲ್ಲ ಪೂರ್ತಿ ಮುಚ್ಚಿಬಿಟ್ಟಿದ್ದಾಳೆ''. ಅವಳ ಸ್ವಭಾವ, ಬೆಳವಣಿಗೆ ಮತ್ತಿತರ ವಿಷಯಗಳನ್ನು ತಿಳಿಸತೊಡಗಿದರು. ಅಷ್ಟರಲ್ಲಿ ನಾಲ್ಕು ಸಲ ಫೋನ್ ಬಂತು.

ಈ ಪ್ರಕರಣ ಅವನಿಗೆ ಬಹಳ ವಿಚಿತ್ರವಾಗಿ ಕಂಡಿತು. ತನ್ನ ಪ್ರಚೋದನೆ ಏನಾದರೂ ಉಂಟಾ? ತೀರಾ ಅರ್ಥಹೀನವಾಗಿ ಕಂಡಿತು ಆ ಯೋಚನೆ.

ಸ್ವಲ್ಪ ಹೊತ್ತು ಮೌನವಾಗಿ ಕೂತ. ಈಗಲೂ ಅವನಿಗೆ ಸರಿಯೆನಿಸಲಿಲ್ಲ. ಇಂಥ ಪ್ರೇರಣೆ ಯಾವುದಾದರೂ ಚಲನಚಿತ್ರದ್ದೇ? ಕನಸುಗಣ್ಣಿನ ಲಲನೆ ಕಷ್ಟಪಡುವುದು ಬೇಡವೆನಿಸಿತು.

''ನಂಗೆ ಅರ್ಥವಾಗ್ತ ಇಲ್ಲ; ಇದ್ರಲ್ಲಿ ನನ್ನ ತಪ್ಪೇನು ಇಲ್ಲ. ಎಲ್ಲಾ ವಿದ್ಯಾರ್ಥಿನಿಯರಂತೆಯೇ ಸವಿತಾನು ನೋಡುತ್ತಿದ್ದುದು. ಎಂದೂ ಪ್ರತ್ಯೇಕವಾಗಿ ಟ್ರೀಟ್ ಮಾಡಿದ್ದಿಲ್ಲ. ಕಾಲ ಮರೆಸುತ್ತೆ. ಸವಿತಾನ ಒಂದಷ್ಟು ದಿನ ಹಾಗೇ ಬಿಡಿ. ಸದ್ಯಕ್ಕೆ ಇದಕ್ಕಿಂತ ಬೇರೇನು ಮಾಡೋ ಹಾಗಿಲ್ಲ'' ನಿಸ್ಸಹಾಯಕನಾಗಿ ನುಡಿದ.

ಅವರು ಆಶ್ಚರ್ಯಗೊಂಡರು. ಇಷ್ಟು ದೊಡ್ಡ ಆಸ್ತಿ, ಸ್ಟೇಟಸ್‌ನ ನೋಡಿ ಬಾಯಿ ಬಿಡುವ ಜನರಲ್ಲಿ ಪ್ರಭು ತೀರಾ ಅಪರೂಪವಾಗಿ ಕಂಡ. ಮಗಳ ಆಯ್ಕೆಯನ್ನು ಮೆಚ್ಚಿಕೊಂಡರೂ ಮುಂದೆ ಎದುರಾಗುವ ಸಮಸ್ಯೆಗಳು ಅವರನ್ನು ಕಾಡುತ್ತಲೇ ಇತ್ತು.

ಅಡ್ಡಡ್ಡ ತಲೆಯಾಡಿಸಿದರು ''ತೀರಾ ಮೌನ ಆಗ್ತಾ ಇದ್ದಾಳೆ. ಇಡೀ ದರ್ಶಿನಿ ಅವಳಿದ್ದರೇ ನಗ್ತಾ ಇತ್ತು. ಈಗ ಅದ್ಕೆ ಮಂಕು ಬಡಿದಂಗಾಗಿದೆ. ಇದು ವಿಪರೀತಕ್ಕೆ ಮುಟ್ಟಿದರೆ ನನ್ನ ಮಗಳ ಜೀವಕ್ಕೆ ಭಂಗ'' ಅವರೀಗ ಬರೀ ತಂದೆ ಆಗಿದ್ದರು.

''ಐಯಾಮ ಹೆಲ್ಪ್‌ಲೆಸ್. ಈ ವಿಷಯದಲ್ಲಿ ನಾನೇನು ಸಹಾಯ ಮಾಡ್ಲಾರೆ.'' ತನ್ನ ನಿಸ್ಸಹಾಯಕತೆಯನ್ನು ತೋಡಿಕೊಂಡ. ಹತ್ತು ಕ್ಷಣಗಳ ನೀರವತೆಯ ನಂತರ ''ನೀನು, ಸವಿತಾನ ಮದ್ವೆ ಆಗ್ಬೇಕು...'' ಎಂದ ಕೂಡಲೇ ಕೂತಿದ್ದ ಪ್ರಭು ಮೇಲೆದ್ದು ಬಿಟ್ಟ. 'ವಾಟ್....' ಅದನ್ನೆಲ್ಲ ಯೋಚಿಸಿದ್ದ. ಒಂದು ಕೆಟ್ಟ ಕನಸಷ್ಟೆ.

''ಇಂಥ ತೀರ್ಮಾನಕ್ಕೆ ಬರೋದು ಸರಿಯಲ್ಲ. ನಮ್ಮಪ್ಪ ಅಮ್ಮನಿಗೆ ನಾನು ಒಬ್ನೇ ಮಗ. ನಾನು ಇಷ್ಟಪಟ್ಟ ವೃತ್ತಿ ಅಧ್ಯಾಪಕತನ. ನನ್ನ ಸವಿತಾ ಮದ್ವೆಯಾದ್ರೆ ಈ ಮಿತಿಯಲ್ಲೇ ನನ್ನೊತೆ ಇರ್ಬೇಕಾಗುತ್ತೆ. ನಿಮ್ಮ ಸ್ಟೇಟಸ್ ಫ್ಯಾಕ್ಟರಿಗೆ ನಂಗೆ ಹೇಗೆ ಹೊಂದಿಕೊಳ್ಳೋಕೆ ಕಷ್ಟವೋ ಹಾಗೆಯೇ ಸವಿತಾ ಕೂಡ ಹೊಂದಿಕೊಳ್ಳಲಾರಳು. ಸಮರಸದಿಂದ ಜೇನಾಗಬಹುದಾದ ದಾಂಪತ್ಯ ಹಾಲಾಹಲವಾಗುತ್ತೆ. ಯಾರ್ಗೂ ಇದ್ರಿಂದ ಸುಖವಿಲ್ಲ. ಹಿರಿಯರು, ಅನುಭವಸ್ಥರು, ನಮ್ಮಂಥ ಸಾಮಾನ್ಯ ಜನರ ಜೀವನವನ್ನು ಹತ್ತಿರದಿಂದ ನೋಡಲು ತಮಗೆ ಸಾಧ್ಯವಿಲ್ಲ.''

ಅವನ ಮಾತುಗಳನ್ನು ಬಹಳಷ್ಟು ಶ್ರದ್ಧೆಯಿಂದ ಆಲಿಸಿದರು. ಎಲ್ಲಾ ಪ್ರಕಾರಗಳಿಂದಲೂ

ಯೋಚಿಸಿದ್ದರು, ತಿಳಿ ಹೇಳಿದ್ದರು. ಯಾವುದೇ ಪ್ರಯೋಜನವಿಲ್ಲ.

''ನಂಗೆ ಬಿಡಿ ಡ್ಯಾಡಿ, ಎರ್ಡು ಕಡೆನೂ ಹೇಗೆ ಸಮಾದೂಗಿಸ್ಕೊಂಡ್ ಹೋಗ್ತೀನೋ.... ನೋಡಿ. ಅವ್ರನ್ನ ಬಿಟ್ಟು ಬೇರೆಯವ್ರ ಬಗ್ಗೆ ಖಂಡಿತ ಯೋಚಿಸ್ಲಾರೆ. ನನ್ನ ಕಲ್ಪನೆಯ ಗುಣಗಳೆಲ್ಲ ಮೂರ್ತೀ ಭವಿಸಿರೋದು ಅವ್ರಲ್ಲಿ ಮಾತ್ರ. ಪ್ರಭು ಕಣ್ಣುಗಳಲ್ಲಿನ ದೃಢತೆ, ಶಾಂತತೆ, ಪುರುಷಸಿಂಹನ ಗಾಂಭೀರ್ಯ ಮತ್ತೆ ಯಾರಲ್ಲಿಯೂ ಕಂಡಿಲ್ಲ.''

ಮಗಳ ಮಾತುಗಳನ್ನು ಪ್ರಭು ಮಾತುಗಳೊಂದಿಗೆ ತಾಳೆ ಹಾಕಿ ನೋಡಿದಳು.

''ಜಸ್ಟ್ ಎ ಮಿನಿಟ್.... ಈಗ್ಬರ್ತೀನಿ'' ಹೊರಗೆ ನಡೆದರು.

ಪ್ರಭು ಕೆನ್ನೆಯುಜ್ಜಿದ. ಈಚೆಗೆ ಸವಿತಾಳ ನೆನಪಾದ ಕೂಡಲೇ ಅವನ ಮನಸ್ಸು ಮೃದುವಾಗುತ್ತಿತ್ತು. ರೋಚಕವೆನಿಸುತ್ತಿತ್ತು. ಗಂಭೀರ ಮುಖದ ಮೇಲೆ ನಸುನಗು ಲಾಸ್ಯವಾಡುತ್ತಿತ್ತು. ಕೊನೆಗೆ ಶಿಳ್ಳೆ ಹಾಕುತ್ತಿದ್ದ.

ಚಿಲಕದ ಸಣ್ಣ ಸದ್ದಿನೊಂದಿಗೆ ಬಂದಿದ್ದು ಸವಿತಾ. ''ಹಲೋ.... ಸರ್....'' ಅವಳ ಕಣ್ಣುಗಳು ಮಿನುಗಿದವು. ನಸುನಕ್ಕ ''ಈಗೇನು ನಾನು ಸ್ಟೂಡೆಂಟ್ ಅಲ್ಲ. ಸರ್, ಪದದ ಪ್ರಯೋಗ ಬೇಡ. ಕಂಗ್ರಾಜುಲೇಷನ್ ಹರಿಹರ ಸಿಮೆಂಟ್ಸ್‌ನ ಎಂ. ಡಿ. ಗೆ'' ಅತ್ಯಂತ ಸರಳವಾಗಿ ಹೇಳಿದ ವಿಷಸ್.

ಹಿಂದೆಯೇ ಸಮವಸ್ತ್ರದ ಆಳು. ದೊಡ್ಡ ತಿಂಡಿಯ ಟ್ರೇ ತಂದಿಟ್ಟ. ಬಿಸ್ಕತ್, ಸ್ಯಾಂಡ್‌ವಿಚ್, ತುಪ್ಪದಲ್ಲಿ ಕರಿದ ಗೋಡಂಬಿ, ಸಮೋಸದ ಜೊತೆ ಹೆಸರು ತಿಳಿಯದ ಸ್ವೀಟ್ಸ್, ತಿನಿಸುಗಳು ಇತ್ತು.

ಅವನ ಎದುರಿನಲ್ಲಿಯೇ ಕೂತ ಸವಿತಾ ''ತಗೊಳ್ಳಿ....'' ಎಂದು ಒಂದೊಂದೇ ಅವನ ಮುಂದೆ ಸರಿಸಿದಾಗ''ಎಲ್ಲಾ ತಿಂದು ಇಲ್ಲೇ ಮಲ್ಗಿ. ನಾಳೆ ಬೆಳಿಗ್ಗೆ ಎದ್ದು ಹೋಗ್ಬೇಕು ಅನ್ನೋ ತೀರ್ಮಾನ ನಿಂದು. ನಂಗೆ ಬರೀ ಟೀ ಸಾಕು.... ಪಕ್ಕಕ್ಕೆ ಸರಿಸಿದಾಗ ತಡೆದಳು ''ನೀವು ಬೇರೆಯವರಿಗಾಗಿ ಏನು ಮಾಡಿಲ್ವಾ! ನನಗೋಸ್ಕರನಾದ್ರೂ ತಿನ್ನಿ'' ಅತ್ಯಂತ ಮೃದುವಾಗಿ ಹೇಳಿದಳು.

ಇನ್ನೊಂದು ಮಾತಾಡದೇ ಒಂದು ಸಮೋಸಾ, ನಾಲ್ಕಾರು ಗೋಡಂಬಿ ತಿಂದು ಟೀ ಕುಡಿದ.

''ಸವಿತಾ, ನಿಮ್ತಂದೆಯವ್ರನ್ನ ಚಿತ್ತಕ್ಷೋಭೆ ಮಾಡ್ಬೇಡ. ನಿನ್ನ ನಿರ್ಣಯ, ನಿರ್ಧಾರಗಳು ಅವ್ರಿಗೆ ಒಪ್ಪಿಗೆಯಾದ್ರೆ, ಹಿತವಾದ್ರೆ.... ನಿನ್ನ, ಅವ್ರ ನಡುವೆಯ ಸಂಬಂಧ ಅರ್ಥಪೂರ್ಣವಾಗುತ್ತೆ. ಈ ರೀತಿ ಪಾಠ ಮಾಡೋದು ನಂಗೂ ಇಷ್ಟವಿಲ್ಲ'' ಸ್ವಲ್ಪ ಬೇಸರದಿಂದಲೇ ಹೇಳಿದ.

ಝುಳ ಝುಳ ಹರಿಯುವ ಅವನ ಮನಸ್ಥಿತಿಯಲ್ಲಿ ಆಗಾಗ ಕಲ್ಲುಗಳು ಬಿದ್ದು ಅಡ್ಡಿಯೊದಗುವುದಕ್ಕೆ ನೇರವಾಗಿ ಕಾರಣವಾಗಿದ್ದಳು.

ಎರಡು ಕೈಯಲ್ಲಿ ಮುಖ ಮುಚ್ಚಿಕೊಂಡು ಬಿಕ್ಕತೊಡಗಿದಳು. ಅವನಿಗೆ ಗಾಬರಿಯಾಯಿತು. ಕರುಣೆಯಿಂದ ನೋಡಿದ.

''ಈಗ ನಿನ್ನ ಸಂತೈಸಿದರೆ ಜೀವನ ಪೂರ್ತಿ ಅಳ್ತೀಯಾ; ಅದು ನಂಗೆ ಇಷ್ಟ ಇಲ್ಲ, ಸವಿತಾ....'' ಅವಳ ಪಾಡಿಗೆ ಅವಳನ್ನು ಬಿಟ್ಟು ''ಬರ್ತೀನಿ....'' ಬಾಗಿಲು ತೆರೆದವನು ಒಮ್ಮೆ ಅವಳತ್ತ ನೋಡಿ ಹೊರಗೆ ನಡೆದ.

ಅವನಿಗಾಗಿಯೇ ಕಾದಿದ್ದರು ಹರಿಹರನ್. ಏನು ಹೇಳಬಲ್ಲ! ಬರೀ ನಸು ನಕ್ಕ.

''ಬರ್ತೀನಿ....'' ಕೈ ಜೋಡಿಸಿದ.

ಅವರ ಸ್ಥಿತಿಗಾಗಿ 'ಅಯ್ಯೋ' ಎಂದು ಮರುಗಿತು ಅವನ ಮನ. ನನ್ನಂಥ ಸಾಧಾರಣ ವ್ಯಕ್ತಿಯಲ್ಲಿ ಅವಳೇನು ಆಕರ್ಷಣೆ ಕಂಡಳು? ಒಂದು ರೀತಿಯಲ್ಲಿ ಪ್ರೇಮವೆಂಬುದು ಪ್ರಾಕ್ಟಿಕಲ್ಲಾಗಿಯೇ ಕುರುಡೆನಿಸಿತು.

ಮನೆಗೆ ಬರುವ ವೇಳೆಗೆ ಅವನ ಸೋದರಮಾವ ಕೂತಿದ್ದರು. ''ಸುಮಾರು ನಲವತ್ತೈದು ನಿಮಿಷ ನಿಂಗಾಗಿ ಕಾದಿದ್ದೀನಿ. ನೇರವಾಗಿ ನಾನೇ ಮಾತಾಡ್ಬೇಕು'' ಜೇಬಿನಿಂದ ಒಂದು ಫೋಟೋ ತೆಗೆದು ಅವನ ಮುಂದಿಡಿದರು. ''ನಿಮ್ಮಪ್ಪ ಅಮ್ಮನ ಒಪ್ಗೆ ಸಿಕ್ಕಿದೆ. ನಿನ್ನ 'ಊ' ಬೇಕಷ್ಟೇ'' ಅದನ್ನು ತೆಗೆದು ಅವರ ಜೇಬಿನಲ್ಲಿಟ್ಟು ''ಸದ್ಯಕ್ಕೆ ನನ್ನ ಬಲವಂತ ಮಾಡ್ಬೇಡಿ. ಇನ್ನು ನಂಗೆ ಮದ್ವೆ ಆಗೋ ಮನಸ್ಸಿಲ್ಲ. ಬೇರೆ ಏನಾದ್ರೂ ಮಾತಾಡಿ.''

ಚಿದಂಬರಯ್ಯ ಮುಸಿಮುಸಿ ನಕ್ಕರು. ''ಅವ್ನೋ ಇದನ್ನೇ ಹೇಳೋದೂಂತ ನಂಗೆ ಗೊತ್ತಿಲ್ವಾ! ಅಪ್ಪನಾದ ನಾನೇ ಸುಮ್ನೇ ಇದ್ದೀನಿ. ನೀನ್ಯಾಕೆ ರಿಸ್ಕ್ ತಗೋಳೋಕೆ ಹೋಗ್ತೀಯಾ'' ಎಂದರು. ಅದರಿಂದ ಅವರೇನು ಕಸಿವಿಸಿಗೊಳ್ಳಲಿಲ್ಲ. ದೊಡ್ಡನಗೆ ಹಾರಿಸಿಬಿಟ್ಟರು. ''ಏನೋ ಇದೆ, ನಾನು ಪತ್ತೆ ಮಾಡ್ತೀನಿ ಬಿಡು'' ಮೀಸೆಯ ಮೇಲೆ ಕೈ ಹಾಕಿದರು.

''ಮಾಡಿ ನಂಗೂ ಹೇಳಿ, ಮಾವ'' ಕೋಣೆಗೆ ನಡೆದ ಪ್ರಭು.

ಅವನಿಗೆ ಪಿಹೆಚ್. ಡಿ. ಮಾಡುವ ಮನಸ್ಸಿತ್ತು. ಯಾವ ವಿಷಯವೆನ್ನುವುದರ ಬಗ್ಗೆ ಅವನಲ್ಲಿ ಇನ್ನೂ ತಾಕಲಾಟ.

ಮಗನನ್ನು ಎತ್ತಿಕೊಂಡ ಶಾಂತಿ ಬಂದು ಅವನ ಕೋಣೆಯಲ್ಲಿ ಕೂತಳು. ''ಪ್ರಭು, ಅವತ್ತು ನಿಮ್ಮನೆಗೆ ಬಂದಿದ್ರಲ್ಲ, ನಿನ್ನ ಸ್ಟೂಡೆಂಟ್....'' ನೆನಪಿಸಿದಳು, ''ಎರಡು ಸಲ ಬ್ರಿಡ್ಜ್ ಮೇಲೆ ನೋಡ್ದೇ. ತುಂಬ ಮಂಕಾಗಿ ಕಂಡಳು. ಅಲ್ಲಿಂದ ಹಾರಿ ಎಂದೋ ಆತ್ಮಹತ್ಯೆ ಮಾಡ್ಕೋತಾಳೆ ಅನ್ನೋ ಅನುಮಾನ ನಂಗೆ. ಅವ್ರ ಮನೆಯವ್ರಿಗೆ ಒಂದಿಷ್ಟು ವಿಷ್ಯನ ಮುಟ್ಸು'' ಎಂದಳು.

ಹ್ಯಾಂಗರ್‌ಗೆ ಹಾಕುತ್ತಿದ್ದ ಷರಟು ಅದರ ಸಮೇತ ಕೆಳಗೆ ಬಿತ್ತು. ಅವನ ಕೈ ಕಂಪಿಸುತ್ತಿದ್ದುದು ಅವನ ಗಮನಕ್ಕೆ ಬಂತು. ಬೆವತುಹೋದ. ಬ್ರಿಡ್ಜ್ ಮೇಲಿನಿಂದ ಸವಿತಾ ಕೆಳಕ್ಕೆ ಹಾರುವ ದೃಶ್ಯ ಕಲ್ಪಿಸಿಕೊಂಡು ನಡುಗಿ ಹೋದ. ಇದಕ್ಕೆ ತಾನೂ ಕಾರಣ ಹೌದೋ, ಅಲ್ಲವೋ. ಅಂತು ಕ್ಷಮಾರ್ಹವಲ್ಲ.

''ಅವ್ಳು ಯಾಕೆ ಬೀಳುತ್ತಾಳೆ. ನಿನ್ನಂಥ, ನನ್ನಂಥವ್ರನ ಕೆಳ್ಗೆ, ತಳ್ಳುತ್ತಾಳಷ್ಟೆ'' ಬಗ್ಗಿ ಹ್ಯಾಂಗರ್ ಎತ್ತಿಕೊಂಡು ಅದರ ಜಾಗದಲ್ಲಿ ನೇತು ಹಾಕಿದ.

ಶಾಂತಿ ಅವನ ಮಾತನ್ನು ಒಪ್ಪಲಿಲ್ಲ ''ಇಲ್ಲ ಕಣೋ, ಪ್ರಭು.... ನಂಗೆ ಹಾಗೆ ಅನ್ನಿಸೊಲ್ಲ. ಮಗುವಿನಂಥ ಮುಖ. ನಮ್ಮ ಸ್ವಪ್ನ ಮುಖದಷ್ಟೇ ಮುಗ್ಧತೆ. ಹೇಗೂ ನಿಂಗೆ ಗೊತ್ತಲ್ಲ. ಅವ್ರ ಮನೆಯವ್ರ ವಿಳಾಸ ತಿಳ್ಕೊಂಡ್ ಒಂದ್ಮಾತು ಹೇಳು. ಒಂದು ಜೀವ ಉಳಿಸೋದು ಕಡ್ಮೆ ಪುಣ್ಯದ ಕೆಲ್ಸವೇನೂ ಅಲ್ಲ'' ಅವಳದೇ ದಾಟಿಯಲ್ಲಿ ಹೇಳಿದಳು.

ತುಂಬು ಸ್ನೇಹದಿಂದ ಶಾಂತಿಯನ್ನು ನೋಡಿದ. ಚಂದ್ರನಲ್ಲಿ ಕಳಂಕ ಸಿಗಬಹುದು. ಅವಳ ಒಳ್ಳೆಯ ಮನಸ್ಸಿನ ಭಾವನಗೆಗಳಲ್ಲಿ ಕಳಂಕ ಹುಡುಕಲು ಸಾಧ್ಯವಿರಲಿಲ್ಲ.

''ಕೂತ್ಕೋ.... ಬಂದೇ'' ಹೆಗಲ ಮೇಲೆ ಟವಲು ಹಾಕ್ಕೊಂಡ್ ಬಾತ್ ರೂಂನತ್ತ ಹೊರಟಾಗ ಅವನ ಮಾವ ಅಂದ ಮಾತು ಕೇಳಿಸಿತು. ''ಇದೆಲ್ಲೋ ಲವ್ ಕೇಸ್ ಅಂತ ಕಾಣಿಸುತ್ತೆ. ಮಾಲೆ ಹಾಕಿ ಕರ್ಕೊಂಡ್ಬಂದು ನಮ್ಮ ಮುಂದೆ ನಿಲ್ಲಿಸ್ತಾನೆ. ಇನ್ನು ನಾನು ಪ್ರಭು ಮದ್ವೆ ತಂಟೆಗೆ ಹೋಗೋಲ್ಲ'' ಅವನಿಗೆ ನಗು ಬಂತು.

ಕಾಲೇಜು ಜೀವನದಲ್ಲೂ ಅವನೆಂದೂ ಪ್ರೀತಿ, ಪ್ರೇಮವೆಂದು ಯುವತಿಯವರ ಜೊತೆ ಓಡಾಡಿರಲಿಲ್ಲ. ಸ್ನೇಹದಿಂದ ಎಲ್ಲರೊಂದಿಗೆ ಮಾತಾಡುತ್ತಿದ್ದ.

ಅವನ ಕ್ಲಾಸ್‌ಮೇಟ್ ಸುರುಚಿ ''ಐ ಲವ್ ಯು'' ಎಂದಾಗ ನಕ್ಕು ಬಿಟ್ಟಿದ್ದ.'' ಗುಲಾಬಿನ ಪ್ರೀತಿಸ್ತೀಯೆ. ಒಂದು ಒಳ್ಳೆ ಪುಸ್ತಕದ ಬಗ್ಗೆ ಅಭಿಮಾನವಿರುತ್ತೆ. ಒಂದು ಕಲಾಕೃತಿ ಇಷ್ಟವಾಗುತ್ತೆ. ಆ ಮಿತಿಯಲ್ಲಿದ್ರೆ ನಿನ್ನ ಪ್ರೀತಿ ಸಾಕು'' ಎಂದ.

ಆದರೆ ಅವನನ್ನು ತೀವ್ರವಾಗಿ ಕಾಡಿದವಳು ಸವಿತಾ ಮಾತ್ರ. ಒಂದೇ ಸಮ ಮುಖಕ್ಕೆ ತಣ್ಣೀರು ಎರಚಿಕೊಂಡಿದ್ದ. ಎದೆಯಲ್ಲಿ ಎಂತಹುದೋ ಹಬೆ. 'ತನಗೋಸ್ಕರ ಅವಳು ನದಿಗೆ ಹಾರುವುದೆಂದರೇ.... ಪ್ಲೀಸ್ ಬೇಡ.... ಸವಿತಾ ಈ ನೋವು ನನ್ನ ಜೀವನ ಪೂರ್ತಿ ಕಾಡಿಬಿಡುತ್ತೆ ನೋವಿನಿಂದ ಒದ್ದಾಡಿದ.

''ಯಾರೋ ಬಂದಿದ್ದಾರೆ, ಕಣೋ'' ಸೌಭಾಗ್ಯ ಮಗನನ್ನ ಕೂಗಿಕೊಂಡರು. ಮುಖ ಒತ್ತುತ್ತ ಹೊರಗೆ ಬಂದ. ''ನಂದಕುಮಾರ್ ಅಂತೆ'' ಆಕೆ ಹೇಳಿದರು.

ಟವಲನ್ನು ಹೆಗಲ ಮೇಲೆ ಹಾಕಿಕೊಂಡು ವರಾಂಡಾಗೆ ಹೋದ. ವ್ಯಕ್ತಿ ಎದ್ದು ಕೈ ಜೋಡಿಸಿದ ''ನಮಸ್ತೆ ಸಾರ್, ನಿಮ್ಮೊಂದಿಗೆ ಸ್ವಲ್ಪ ಮಾತಾಡೋದಿತ್ತು. ನನ್ನ ಮಗನಿಗೆ ಆಪರೇಟರ್ ಪೋಸ್ಟ್‌ಗೆ ಹರಿಹರನ್ ಸಿಮೆಂಟ್ಸ್‌ನಿಂದ ಇಂಟರ್‌ವ್ಯೂಗೆ ಬಂದಿದೆ ನೀವೊಂದು ಮಾತು ಹೇಳಿದ್ರೆ....'' ಮಾತುಗಳಿಗೆ ಬೆಕ್ಕಸಬೆರಗಾದ. ಅವನಿಗೆ ವಿಪರೀತ ಆಶ್ಚರ್ಯ.

ಆದರೂ ಹಸನ್ಮುಖನಾಗಿ ''ಯಾರೋ ಮನೆಗೆ ಹೋಗೋ ಬದಲು ನಮ್ಮ ಮನೆಗೆ ಬಂದಿದ್ದೀರ. ಹರಿಹರ ಸಿಮೆಂಟ್ಸ್‌ನಲ್ಲಿ ನಾನು ಕೆಲ್ಸದಲ್ಲಿಲ್ಲ. ನಮ್ತಂದೆ ಗೌರ್ನಮೆಂಟ್ ಆಫಿಷಿಯಲ್. ಅಲ್ಲಿ ನಮ್ಗೆ ಯಾರು ಪರಿಚಯದವ್ರು ಕೂಡ ಇಲ್ಲ. ಅಂಥದ್ದರಲ್ಲಿ ನಾನು ಏನು ಮಾಡೋಕೆ ಸಾಧ್ಯ?'' ಕೊನೆಯ ಮಾತಲ್ಲಿ ತುಸು ಬೇಸರವು ಇಣಕಿತು.

ಆತ ನಂಬಿದಂತೆ ಕಾಣಲಿಲ್ಲ.

ಪ್ಲೀಸ್, ಹಾಗನ್ನಬೇಡಿ ಸಾರ್. ನಮ್ಗೆ ಒಪ್ಪತ್ತು ಊಟ ಮಾಡಿ ಮಾಡಿ ಸಾಕಾಗಿದೆ. ಇವ್ನಿಗೆ ಕೆಲ್ಸ ಸಿಕ್ಕರೇ ತಿಂಗಳಲ್ಲಿ ಒಂದ್ಸಾರವಾದ್ರೂ... ಎರಡು ಹೊತ್ತು ಊಟ ಮಾಡ್ತೀವಿ'' ಅವನ ಮನೆಯ ಕಷ್ಟಗಳ ಪಟ್ಟಿ ಕೊಡತೊಡಗಿದ.

ಪ್ರಭು ತಲೆ ಕೆಡಿಸಿಕೊಳ್ಳದೇ, ಅವರ ಕೈಗಳನ್ನು ಹಿಡಿದು ಕೂಡಿಸಿದ. ''ನನ್ಮುಂದೆ ಎಷ್ಟು ಹೇಳಿಕೊಂಡರೂ ಅಷ್ಟೆ. ನಾನು ಈ ವಿಷ್ಯದಲ್ಲಿ ನಿಮ್ಗೆ ಸಹಾಯ ಮಾಡ್ಲಾರೆ. ನಾಳೆ ಕಾಲೇಜು ಹತ್ರ ಬನ್ನಿ. ನಮ್ಮ ಪ್ರಿನ್ಸಿಪಾಲರು ಹರಿಹರನ್ ಕಾಲೇಜಿನಲ್ಲಿ ಸಹಪಾಠಿಗಳಂತೆ. ಒಂದ್ಮಾತು ಹೇಳೋಕೆ ನಿಮ್ಮ ಪರವಾಗಿ ನಾನು ರಿಕ್ವೆಸ್ಟ್ ಮಾಡ್ಕೋತೀನಿ'' ಒಳಗೆ ಬಂದವನು ಕಾಫಿಯನ್ನೊಯ್ದು ಅವರಿಗೆ ಕೊಟ್ಟ.

ನಂದಕುಮಾರ್ ಕಂಬನಿ ತೊಡೆದುಕೊಂಡರು. ''ಹತ್ತು ರೂಪಾಯಿ ಕೆ. ಜಿ. ಅಕ್ಕಿ, ನಲ್ವತ್ತು ರೂಪಾಯಿ ಕಲಬೆರಕೆ ಕಳ್ಳೆಕಾಯಿ ಎಣ್ಣೆ ಈ ಸ್ಥಿತಿಯಲ್ಲಿ ಹೇಗೆ ಸಾರ್ ಜೀವನ ಮಾಡೋದು? ನಮ್ಮಂಥ ಸಾಮಾನ್ಯ ಜನರ ಕಷ್ಟಾನ ನೋಡೋರೆ ಇಲ್ವಲ್ಲ. ಲೈಟ್ ಬಿಲ್ ಏರಿಸ್ತಾರಂತೆ, ಹಾಲಿನ ಬೆಲೆ ಹೆಚ್ಚಿಸ್ತಾರಂತೆ. ಎಲ್ಲಿ ಸೋರಿಹೋಗುತ್ತೇಂತ ಕಣ್ಣು ಬಿಟ್ಟು ನೋಡ್ಬಾರ್ದ!'' ಉದ್ವೇಗದಿಂದ ಹೇಳಿದರು.

ಇದು ವಾಸ್ತವ ಸ್ಥಿತಿ. ಪ್ರಭು ಮಾತಾಡಲಿಲ್ಲ.

ಹೋಗುವ ಮುನ್ನ ಮತ್ತೆ ಅದೇ ರಾಗ ''ನಿಮ್ಮ ಮಾತು ತೆಗ್ದು ಹಾಕೋಲ್ಲಾಂತ ಹೇಳಿದ್ರು. ದಯವಿಟ್ಟೂ ಒಂದ್ಮಾತ್ಹೇಳಿ'' ಬೇಡಿಕೊಂಡರು.

ಅದನ್ನ ಒಪ್ಪಲು ಅವನು ಸಿದ್ಧವಿಲ್ಲ. ''ನಿಮ್ಗೆ ನಾನು ಮೊದ್ಲು ಹೇಳ್ದ ಮಾತುಗಳನ್ನು ಹೇಳ್ಬೇಕಾಗತ್ತೆ. ನಾವು ಕೂಡ ನಿಮ್ಮಂಥ ಸಾಮಾನ್ಯ ಜನವೇ ಪ್ರಭಾವಿ, ಪ್ರತಿಷ್ಠಿತ ವ್ಯಕ್ತಿಗಳ ಪರಿಚಯ ನಮ್ಗೂ ಇಲ್ಲ. ಪ್ರಿನ್ಸಿಪಾಲರಿಗೆ ಹೇಳ್ತೀನಿ. ಅದು ಕೂಡ ಅಷ್ಟು ಸಹಾಯಕವಾಗ್ಲಾರ್ದು. ಬೇರೆ ಕಡೆಯಿಂದ ಪ್ರಯತ್ನ ಮಾಡಿ'' ಅವರಿಗೆ ಬಿಟ್ಟ.

ಚಿದಂಬರಯ್ಯನಿಗೆ ಆಶ್ಚರ್ಯವಾಯಿತು. ಇದು ಹರಿಹರನ್ ಸಿ. ಐ. ಡಿಗಳ ಕೆಲಸವೆಂದು ಅವರಿಗೇನು ಗೊತ್ತು? ತಮ್ಮ ಅತ್ಯಂತ ಪ್ರೀತಿಯ ಮಗಳನ್ನು ಪ್ರಭು ಕೈಯಲ್ಲಿಡುವ ಮುನ್ನ ಎಲ್ಲಾ ರೀತಿಯಲ್ಲೂ ಪರೀಕ್ಷಿಸುವ ಪ್ರಯತ್ನ ಅವರದು.

ಡೈರಿ ಅವರ ಕೈ ಸೇರಿದ ಮೇಲೆ ಮಗಳ ಚಲನವಲನಗಳನ್ನು ಮಾತ್ರವಲ್ಲ ಪ್ರಭು ಮತ್ತು ಅವರ ಮನೆಯವರ ಸಮಸ್ತ ವಿಚಾರಗಳ ಜೊತೆ ಈಗಿನ ಪ್ರತಿಯೊಂದನ್ನ ದಾಖಲಿಸಿ ರಿಪೋರ್ಟ್ ಕೊಡಲು ಒಂದು ಸಂಸ್ಥೆಗೆ ವಹಿಸಿದ್ದರು.

ಮಗ ಒಳಗೆ ಬಂದ ಮೇಲೆ ಒಂದು ವಿಷಯ ತಿಳಿಸಿದರು. ''ನಾನು ಮರ್ರು ಬಿಟ್ಟಿದ್ದೆ, ಅದ್ಕೆ ಉಪ್ರೇಕ್ಷೆಯೇ ಕಾರಣ. ಹರಿಹರನ್ ಸಿಮೆಂಟ್ಸ್‌ಗೆ ಏಜನ್ಸಿಗಳನ್ನು ಕರೆದಿದ್ದಾರೆ. ನೀವು ಒಂದಕ್ಕೂ ರೆಕಮೆಂಡ್ ಮಾಡೀಂತ ಗೋಪಾಲಕೃಷ್ಣನ ಅಳಿಯ ಕೇಳ್ದ. ನಾನು ನಕ್ಕುಬಿಟ್ಟೆ. ಮತ್ತೆ ಅದೇ ಹೆಸರು ಹಿಡಿದು ನಮ್ಮ ಮನೆಗೆ ಬರೋಕೆ ಯಾವ್ದೋ ಪ್ರಬಲವಾದ ಕಾರಣವಿರ್ಬೇಕು.''

ಮೌನವಾಗಿ ತಲೆ ತಗ್ಗಿಸಿಕೊಂಡು ಕೋಣೆಗೆ ನಡೆದು ಬಿಟ್ಟ ಪ್ರಭು. ಶಾಂತಿ ಮಗುವನ್ನು ತೊಡೆಯ ಮೇಲೆ ಬೋರಲಾಗಿ ಮಲಗಿಸಿಕೊಂಡು ತಟ್ಟುತ್ತಿದ್ದಳು.

''ನೀನು ತಟ್ಟೋ ಜೋರು ನೋಡಿದ್ರೆ ಅದ್ಕೆ ನಿದ್ದೆ ಬರೋಲ್ಲ. ಭಯದಿಂದ ಕಣ್ಮುಚ್ಚಿಕೊಂಡು ಮಲಗಿರುತ್ತೆ. ಅದ್ರ ಬದ್ಲು ಹಾಸಿಗೆ ಮೇಲೆ ಮಲಗಿಸು'' ಮೃದುವಾಗಿ ರೇಗಿಕೊಂಡ

ಶಾಂತಿ ಗೊಣಗುತ್ತಲೇ ಪಕ್ಕದ ಕೋಣೆಯಲ್ಲಿದ್ದ ಚಿದಂಬರಯ್ಯನವರ ಹಾಸಿಗೆ ಮೇಲೆ ಮಲಗಿಸಿ ಹಾಲ್‌ನಲ್ಲಿ ಬಂದು ಕೂತಳು.

''ಸಿಕ್ಕಾಪಟ್ಟೆ ಭಾರ, ನಂಗೆ ಇವನನ್ನ ಹೊತ್ತು ಹೊತ್ತು ಸಾಕಾಗಿ ಹೋಯ್ತು'' ಕೈಗಳನ್ನು ಚಾಚಿ ಕೊಡವಿದಳು.

ಚಿದಂಬರಯ್ಯನವರು ಪ್ರೀತಿಯಿಂದ ಅವಳ ತಲೆಯ ಮೇಲೆ ಮೊಟಕಿದರೂ ಕರುಣೆಯಿಂದ ನೋಡಿದರು.

''ಹುಚ್ಚುಹುಡ್ಗೀ! ದೇವರು ನಿನ್ನೆದೆಯಲ್ಲಿ ಬೊಗಸೆಗಟ್ಟಲೇ ಪ್ರೀತಿ ತುಂಬಿಬಿಟ್ಟ. ಅದ್ನ ಹಂಚೋದರಲ್ಲೇ ವೇಳೆ ಕಳ್ದು ಹೋಗುತ್ತೆ'' ಹೃದಯ ತುಂಬಿ ಹೇಳಿದರು.

ಅವಳು ಈ ಮನೆಗೆ ಮಾಡಿರುವುದೆಷ್ಟು ? ಎಂಬುದನ್ನೇ ಖಂಡಿತ ಲೆಕ್ಕ ಹಾಕಲಾಗದು. ಸಾರು, ಹುಳಿಯಿಂದ ಹಿಡಿದು ಪ್ರಭುಗೆ ಏನೇನು ಇಷ್ಟವೆಂದು ಅದನ್ನೆಲ್ಲ ತಂದು ತಂದು ಕೊಡುತ್ತಿದ್ದಳು. ಒಮ್ಮೆ ಅವಳ ಮದುವೆಯಾದ ಹೊಸದರಲ್ಲಿ ಪ್ರಭು ಟೈಫಾಯಿಡ್‌ನಿಂದ ಮಲಗಿಬಿಟ್ಟಾಗ ಅವಳು ಅವಳ ಮನೆಯಲ್ಲಿರುವ ಬದಲು ಇವನ ಮಂಚದ ಬದಿಯಲ್ಲಿ ಕೂಡುತ್ತಿದ್ದಳು.

ಸೌಭಾಗ್ಯಮ್ಮ ರೇಗಿಕೊಳ್ಳುತ್ತಿದ್ದರು. ''ಮಾಧವ ಏನಂದ್ಕೋಬೇಕು! ಪ್ರಭುನ ನಾವು ನೋಡ್ಕೋತೀವಿ, ನೀನ್ಹೋಗು....'' ಅವಳು ಜಪ್ಪಯ್ಯ ಅಂದರು ಅಲ್ಲಾಡಿದವಳೇ ಅಲ್ಲ.

ಅಷ್ಟರಲ್ಲಿ ಮೈ ಕೈಯೆಲ್ಲ ಮಣ್ಣು ಮಾಡಿಕೊಂಡ ಸ್ವಪ್ನ ಓಡಿ ಬಂದಳು. ಅವಳು ನಾಲ್ಕು ಏಟು ಹಾಕುವ ಮುನ್ನ ಪ್ರಭು ಅವಳನ್ನು ಎಳೆದುಕೊಂಡ.

''ನಿನ್ನ ಪ್ರೀತಿ, ಹೊಡೆತ ಅವಕ್ಕೆ ಎರಡು ಜಾಸ್ತಿನೇ'' ಸ್ವಪ್ನಳ ತಾಯಿಯ ಬಳಿಗೆ ಕರೆದೊಯ್ದು. ''ಅಮ್ಮ, ಇವ್ಳಿಗೆ ಒಂದಿಷ್ಟು ಕೈಕಾಲು ತೊಳೆಸಿ ಬಟ್ಟೆ ಬದಲಾಯ್ಸು. ಸುಮ್ನೇ ನಾಲ್ಕು ಬಿಗೀತಾಳೆ'' ಬಿಟ್ಟು ಬಂದ.

''ಅಮ್ಮನಿಗೆ ಯಾಕೋ ತೊಂದರೆ ಕೊಡ್ತೀಯಾ, ನೀನಂತು ಮದ್ವೆಯಾಗಿ ಅವ್ರ ಕೈಗೆ ಬಿಡುವು ಕೊಡ್ಲಿಲ್ಲ. ನಿನ್ನ ಹೆಂಡ್ತಿಗೇಂತ ಒಂದು ಸೀರೆ ತೆಗೆದಿಟ್ಟಿದ್ದೀನಿ. ಅದ್ನ ತರ್ತೀನಿ ಇರು'' ಎದ್ದು ಹೋದಳು ಶಾಂತಿ. ಹಣೆ ಗಟ್ಟಿಸಿಕೊಂಡ ಪ್ರಭು.

ಚಿದಂಬರಯ್ಯ ತಮ್ಮ ಭಾವಮೈದುನನ ಕಡೆ ತಿರುಗಿ ''ಮಗಳು ಸೊಸೆ ಯಾರ್ಗೂ ಹೋಲಿಸೋಕ್ಕಾಗಲ್ಲ ಶಾಂತಿನಾ! ಮಾಧವ ಅವ್ಳಿಗೆ ತಕ್ಕ ಗಂಡ'' ಹೊಗಳಿಕೊಂಡರು.

ತಮ್ಮಯ್ಯ ತಲೆದೂಗಿದರು. ಶಾಂತಿ ಸ್ವಪ್ನ ಅಷ್ಟು ಇದ್ದಾಗಿನಿಂದ ನೋಡಿದವರು. ಈ ಮದುವೆಯೊಂದಿಗೆ ಅವಳ ಬಾಂಧವ್ಯ ಅನ್ಯೋನ್ಯ. ಅವಳ ಶುದ್ಧಸ್ನೇಹ, ಪ್ರೀತಿಯ ಹಿಂದೆ ಯಾವ ಸ್ವಾರ್ಥವನ್ನೂ ಕಂಡವರಲ್ಲ.

ಸೌಭಾಗ್ಯ ಎಲ್ಲರಿಗೂ ಅಕ್ಕಿ ತರಿಯ ಉಪ್ಪಿಟ್ಟು ಸಜ್ಜಿಗೆ ತಂದಿಟ್ಟರು. ''ಇದು ಸೇರ್‍ಸಿ ನಿನ್ನ ಹೆಂಡ್ತೀಗೇಂತ ಮೂರು ಸೀರೆ ತೆಗೆದಿಟ್ಟಿದ್ದಾಳಪ್ಪ, ಶಾಂತಿ. ಬೇಗ ಮದ್ವೆ ಆಗಿ ಅದಕ್ಕೊಂದು ಫುಲ್‌ಸ್ಟಾಪ್ ಹಾಕು. ಮತ್ತೆ ಮತ್ತೆ ಒಳ್ಳೆ ಸೀರೆ ನೋಡಿದಾಗ ಸಾಲ ತರ್ತಾಳೆ; ಮಾಧವ ಕಂತು ಕಟ್ಟಿ ತೀರಿಸ್ಬೇಕು'' ಎಂದರು.

ಪ್ರಭು ಭಾರವಾದ ಉಸಿರು ದಬ್ಬಿದ. ''ಮೇಡ್ ಫಾರ್ ಈಚ್ ಅದರ್. ಇಂಥ ಜೋಡಿಗಳು ಅಪರೂಪವೇ. ಸ್ವಪ್ನನ ಹತ್ತಿರಕ್ಕೆಳೆದುಕೊಂಡ. ಜೋಡಿ ಜಡೆಗಳು ರಟ್ಟೆ ಗಾತ್ರದಷ್ಟಿದ್ದವು. ಕತ್ತರಿಸುವ ಬ್ಯೂಟಿ ಪಾರ್ಲರಿಗೆ ಕರೆದೊಯ್ದು ಅವಳ ಮುಖಕ್ಕೆ ಅನುಗುಣವಾದ ಹೇರ್‌ಕಟಿಂಗ್ ಮಾಡಿಸುವುದು ಅವಳ ಅಮ್ಮನಿಗೆ ಸಮ್ಮತವಲ್ಲದ್ದು.

''ನೀನು ಬಟ್ಟೆಗಳ ಮೇಲೆಲ್ಲ ಯಾಕೆ ಮಣ್ಣು ಹಾಕ್ಕೊಂಡು ಅಮ್ಮನ ಕೈಯಲ್ಲಿ ಒದೆ ತಿಂತೀಯಾ!'' ಅವಳು ನಾಚಿ ಓಡಿ ಚಿದಂಬರಯ್ಯನವರ ಮಡಿಲಲ್ಲಿ ಮುಖ ಮುಚ್ಚಿಕೊಂಡಳು.

ಮಾಧವನ ಸೈಕಲ್ ಸದ್ದಾಯಿತು. ''ಬನ್ನಿ ಮಾಧವ್....'' ಪ್ರಭು ಕೂಗಿಕೊಂಡ. ಹೆಂಡತಿ ಮಕ್ಕಳೊಂದಿಗೆ ಇಲ್ಲೇ ಇರುತ್ತಾಳೆಂದು ಅವನಿಗೆ ಗೊತ್ತು. ಅವನಿಗೆ ಅದರ ಬಗ್ಗೆ ಯಾವ ಆಕ್ಷೇಪಣೆಯು ಇಲ್ಲ. ಹೊರಗೆ ಇದ್ದರೆ ಜೊತೆಯಾಗಿ ಹೋಗುತ್ತಿದ್ದ. ಇಲ್ಲ ಒಳಗೆ ಇದ್ದರೆ ಒಳಗೆ ಬಂದು ಕೊಟ್ಟಿದ್ದು ತಿಂದು ಅಥವಾ ಕಾಫಿಯಾದರೂ ಕುಡಿದು ಹೋಗುತ್ತಿದ್ದ. ಅದಕ್ಕೆ ಯಾವ ಬಗೆಯ ಸಂಕೋಚವು ಇರಲಿಲ್ಲ.

ಸ್ವಪ್ನ ತಂದೆಯ ಬಳಿಗೆ ಓಡಿದಳು. ''ಅಮ್ಮ.... ಎಲ್ಲಿ?'' ಅವನ ಕಣ್ಣುಗಳು ಹುಡುಕಾಡಿದವು. ''ಕೈಕಾಲು ತೊಳಕೊಂಡ್ಬಾ... ಮಾಧವ್. ಶಾಂತಿ ಮನೆಗೆ ಹೋಗಿದ್ದಾಳೆ. ಬರ್ತಾಳೆ'' ತನ್ನ ತಟ್ಟೆಯಲ್ಲಿದ್ದುದನ್ನು ಮುಗಿಸಿ ಕೈ ತೊಳೆಯಲು ಎದ್ದು ಹೋದ.

ಲಕ್ಷಣವಾಗಿ ಕೈಕಾಲು ತೊಳೆದುಕೊಂಡು ಬಂದ ಮಾಧವ್ ಸೌಭಾಗ್ಯ ಕೊಟ್ಟ ತಿಂಡಿಯನ್ನು ತೆಗೆದುಕೊಂಡ. ಅಷ್ಟರಲ್ಲಿ ಒಂದು ರಟ್ಟಿನ ಪ್ಯಾಕೆಟ್ ಹಿಡಿದು ಬಂದಳು.

''ನೋಡೋ ಪ್ರಭು...'' ಚಿದಂಬರಯ್ಯನ ತೊಡೆಯ ಮೇಲಿಟ್ಟಳು. ''ನಮ್ಮ ಪ್ರಭು ಹೆಂಡ್ತಿ ಒಳ್ಳೆ ಬಿಳುಪು ಇರ್ತಾಳೆ. ಅದ್ಕೇ ಈ ಅಂಜೂರ ಬಣ್ಣ ತಂದೆ'' ಅಳುವ ಮಗುವನ್ನೆತ್ತಿಕೊಳ್ಳಲು ಓಡಿದಳು. ಅವಳ ಸಮಾಧಾನಕ್ಕಾಗಿಯಾದರೂ ಸೀರೆ ಬಿಚ್ಚಿ ನೋಡಬೇಕಿತ್ತು. ಈಗಲೂ ಮಾಧವ ಸೈಕಲ್ ತುಳಿಯುತ್ತಿದ್ದ. ಕೈತುಂಬ ಬಂದರೂ ಒಂದು ನೂರು ಸಿ. ಸಿ. ವೆಹಿಕಲ್ ತೆಗೆದುಕೊಳ್ಳಲು ಅವನಿಂದ ಸಾಧ್ಯವಾಗಿರಲಿಲ್ಲ.

ಮಗುವನ್ನ ಸೌಭಾಗ್ಯ ಅವರ ತೊಡೆಯ ಮೇಲೆ ಹಾಕಿ ತಾನೇ ಸೀರೆ ಬಿಚ್ಚಿ ಪ್ರಭು ಮುಂದೆ ಹಿಡಿದಳು.

ಮುಖ ಒಂದು ತರಹ ಮಾಡಿದ ''ನಂಗೆ ಈ ಬಣ್ಣವೇ ಹಿಡಿಸೋಲ್ಲ. ಬೇಕಾದ್ರೆ.... ನೀನೇ ಉಟ್ಟುಕೋ'' ರೇಗಿ ಒಳಗೆ ಹೋದ.

ಶಾಂತಿ ಉತ್ಸಾಹ ಜರ್ರನೆ ಅರ್ಧ ಇಳಿದುಹೋಯಿತು ''ನೋಡಿ....'' ಅವಳ ಕೈಯಿಂದ ಸೀರೆ ಈಸಿಕೊಂಡು ''ನೀನೇ ಉಟ್ಟುಕೋ ಅಂದನಲ್ಲ.... ಹಾಗೆ ಮಾಡು.'' ಶುಷ್ಕ ನಗೆ ಬೀರಿದಳು ಶಾಂತಿ ಸೌಭಾಗ್ಯ ಅವರ ಕಡೆ.

''ನಾನು ಉಟ್ಟುಕೊಳ್ಳೋದು ಇದ್ದೇ ಇರುತ್ತೆ. ಈ ಬಣ್ಣ ಪ್ರಭು ಹೆಂಡ್ತಿಗೆ ಇಷ್ಟವಾಗದಿದ್ರೆ.... ಬೇಡ. ನಂಗಿಷ್ಟವಾಗಿದೆ. ನನ್ನ ಆಸೆಗಾದ್ರೂ ಉಟ್ಟುಕೋತಾಳೆ ಬಿಡಿ.'' ಅದನ್ನು ತೆಗೆದಿಟ್ಟು ಮಗುವನ್ನೆತ್ತಿಕೊಂಡಳು.

ಶಾಂತಿಯ ಪರಿವಾರ ಹೊರಟ ಮೇಲೆ ತಮ್ಮಯ್ಯ ನೊಂದುಕೊಂಡರು. ''ಈಗಿನ ರೀತಿ ನೀತಿಗಳಿಗೆ ಹೊಂದಿಕೊಳ್ಳಲಿಲ್ಲ ಈ ಹುಡ್ಗಿ. ನೀವುಗಳು ಬಾಲಕೃಷ್ಣನ ಮಗು ಮದ್ವೆಗೇ ಹೋಗಿದ್ದಾಗ್ಬಂದಿದ್ದ. ಬೀಗನೋಡ್ಕೊಂಡ್ ಹೋಗ್ತಾ ಇದ್ದ. ಎದುರು ಸಿಕ್ಕವಳು ಬಿಡಬೇಕಲ್ಲ. ಅಂದು ನಂಗೆ ಒಂದಿನ್ನೂರು ರೂಪಾಯಿ ಬೇಕಾಗಿತ್ತು ಕೂಡ. ತೀರಾ ಅನಿವಾರ್ಯವಾಗಿದ್ದರಿಂದ ಕೇಳಿಯೂ ಬಿಟ್ಟೆ. ಪಕ್ಕದ ಮನೆಯಲ್ಲೆಲ್ಲೋ ತಂದುಕೊಟ್ಟಳು. ಆಮೇಲೆ ನಿಮ್ಮ ಮನೆಯಲ್ಲೇ ನಾಲ್ಕಾರು ಸಲ ಸಿಕ್ಕಿದ್ದೀನಿ, ಕೇಳ್ಲಿಲ್ಲ'' ಕಿಸೆಯಿಂದ ನಾಲ್ಕು ಐವತ್ತರ ನೋಟುಗಳನ್ನು ತೆಗೆದು ಸೌಭಾಗ್ಯಗೆ ಕೊಟ್ಟರು. ''ಜ್ಞಾಪಕವಾಗಿ ಕೊಟ್ಟು ಬಿಡಮ್ಮ.''

ಚಿದಂಬರಯ್ಯನವರು ಮಗನಿಗೆ ಒಂದು ಮಾತು ಹೇಳಿದರು. ''ಎಲ್ಲಾದ್ರೂ ಕಂತಿಗೆ ಒಂದು ವೆಹಿಕಲ್ ಕೊಡ್ಸು, ಮಾಧವನಿಗೆ ಕಂತು ಕಟ್ಟಿಕೋತಾನೆ. ಅವನಾಗಿ ಅವ್ನು ತಗೊಳ್ಳೋದು ಕಷ್ಟ. ಶಾಂತಿಗೆ ಅಂಥ ಯೋಚ್ನೆಗಳಿಲ್ಲ. ಅಪ್ಪ, ಅಮ್ಮ ಹೇಳಿಹೇಳಿ ಸಾಕಾಗಿಯೇ ಹಳ್ಳಿ ಸೇರಿಕೊಂಡ್ರು. ಮೇಡ್ ಫಾರ್ ಈಚ್ ಅದರ್.... ಕೆಲವೊಮ್ಮೆ ತಾಪತ್ರಯಗಳ್ನ ಒಡ್ಡುತ್ತೇವೆ. ಇವ್ರನ್ನು ನೋಡಿ ತಿಳೀಬೇಕು.''

'ಹ್ಞೂ' ಗುಟ್ಟಿದ ಪ್ರಭು.

''ಮಾಧವನ್ಗಿಂತ ಕಮ್ಮಿ ಸಂಬಳ ತಗೋಳ್ಳೋರು ಎಷ್ಟೋ ಚೆನ್ನಾಗಿದ್ದಾರೆ. ನಮ್ಮ ಶಾಂತಿ ಧಾರಾಳತನದಿಂದ ಅವ್ನು ಪಾಡು ಪಡಬೇಕಾಗಿದೆ. ಒಂದು ಸೀರೆ ಆಸೆಯಿಲ್ಲ. ಒಡ್ವೆಗಾಗಿ ಕಾಡಿದ್ದಿಲ್ಲ.'' ಅವಳ ಬಗ್ಗೆ ಹೊಗಳಿಕೆಯ ಜೊತೆ ಬೇಸರವು ಕೂಡ.

ಈಗ ಪ್ರಭು ತಲೆಯಲ್ಲಿದ್ದ ವಿಷಯಗಳೇ ಬೇರೆ. ಸವಿತಾ ತನ್ನ ದಂಡು ಸಮೇತ ಅವನನ್ನು ಮುತ್ತುವಂತೆ ಭಾಸವಾಯಿತು. ಅವನಿಗೆ ಹರಿಹರನ್ ಸಿಮೆಂಟ್ಸ್ ಒಡತಿಯ ಮಗಳು ಸವಿತಾ ಎಂದು ತಿಳಿದಿದ್ದು ಈಚೆಗೇನೆ.

''ನಿಂಗೆ ಹರಿಹರನ್ ಸಿಮೆಂಟ್ಸ್‌ನಲ್ಲಿ ಯಾರಾದ್ರೂ ಗೊತ್ತ?'' ಚಿದಂಬರಯ್ಯ ತಮ್ಮಲ್ಲಿನ ಅನುಮಾನ ಪರಿಹರಿಸಿಕೊಳ್ಳಲು ನೇರವಾಗಿಯೇ ಕೇಳಿದರು. ತಮ್ಮಯ್ಯ ಮಧ್ಯದಲ್ಲಿ ಮೇಲೆದ್ದರು ''ನಾನ್ಬರ್ತೀನಿ....'' ಪ್ರಭು ಅವರನ್ನೆ ಆಟೋ ಹತ್ತಿಸಲು ಮಾವನ ಜೊತೆ ನಡೆದ.

''ಯಾಕೋ ಪ್ರಭು, ಮದ್ವೆ ಬಗ್ಗೆ ನಿನ್ನ ತಕರಾರು? ಜೋರಾಗಿ ಒತ್ತಾಯ ತರದಂಥ ಅಪ್ಪ ಅಮ್ಮ ಅಲ್ಲ. ಹಾಗಂತ ನೀನು ಒಂದು ರೀತಿಯ ಉತ್ಸಾಹ. ಆಮೇಲೆ ಮೊಮ್ಮಗನ ಕನಸು ಕಾಣ್ತಾರೆ'' ಸೋದರಳಿಯನನ್ನು ಆಕ್ಷೇಪಿಸಿದರು.

''ಇನ್ನು ಸ್ವಲ್ಪ ದಿನ ಹೀಗೇ ಇರೋ ಮನಸ್ಸು!''

ನಡೆಯುತ್ತಿದ್ದ ತಮ್ಮಯ್ಯನವರು ನಿಂತು ಅವನನ್ನು ದಿಟ್ಟಿಸಿದರು. ''ಎನೀ.... ರೀಸನ್!'' ಹುಬ್ಬು ಕುಣಿಸಿದರು. ''ಲವ್ ಅಫೇರ್, ಲವ್ ಡಿಸಾಪಾಯಿಂಟ್‌ಮೆಂಟ್.... ಇತ್ಯಾದಿ.... ಇತ್ಯಾದಿ....'' ಅವನು ನಕ್ಕುಬಿಟ್ಟ ''ಅಂಥದೇನಿಲ್ಲ. ನಾನೇನು ಕಾಲೇಜು ಸ್ಟೂಡೆಂಟ್ ಅಲ್ಲ. ಲವ್, ಹುಡ್ಗಿಯರೂಂತ ಕನಸ್ಸು ಕಾಣ್ತಾ ಓಡಾಡೋಕೆ. ನನ್ನ ಬಗ್ಗೆ ಈ ರೀತಿಯ ತೀರ್ಮಾನಕ್ಕೆ ಹೇಗೆ ಬಂದಿರೀಂತ ನಂಗೆ ಯೋಚ್ನೆಯಾಗಿದೆ'' ಎಂದಾಗ ನಗುವ ಸರದಿ ಅವರದಾಯಿತು.

''ನಮ್ಮಲ್ಲೆಲ್ಲ ಮೋಸ್ಟ್ ಎಲಿಜಿಬಲ್ ಬ್ಯಾಚುಲರ್ ಅಂದರೇ ನೀನೊಬ್ನೇ. ಅದ್ನೇ ಇನ್ನಷ್ಟು ದಿನ ಉಳಿಸಿಕೊಂಡ್ಹೋಗೋ ತಂತ್ರ ನಿಂದು'' ಹಾಸ್ಯ ಮಾಡಿದರು.

ಅಂದಿನ ರಾತ್ರಿ ಪೂರ್ತಿ ಅವನಿಗೆ ಜಾಗರಣೆ. ಬ್ರಿಡ್ಜ್ ಮೇಲಿನಿಂದ ಸವಿತಾ ಕೆಳಗೆ ಹಾರುವ ಚಿತ್ರವೆ ಅವನನ್ನು ಕಾಡಿಬಿಟ್ಟಿತು.

ಬೆಳಗಿನ ಜಾವದ ಹೊತ್ತಿಗೆ ಒಂದು ನಿರ್ಧಾರಕ್ಕೆ ಬಂದ. ಸಂಜೆ ಎಂದಿಗಿಂತ ಅರ್ಧಗಂಟೆ ಮೊದಲೇ ಬ್ರಿಡ್ಜ್ ಬಳಿಗೆ ಹೋದ. ಸೂರ್ಯನ ಪ್ರಖರತೆ ಇನ್ನ ಕಡಿಮೆಯಾಗಿರಲಿಲ್ಲ. ಕೆಳಗಿಳಿದು ಹೋಗಿ ಬಂಡೆಗಲ್ಲಿಗೆ ಒರಗಿ ಕೂತ. ಅವನ ಕಾಲುಗಳ ಕೆಳಗೆ ನೀರು ಝುಳುಝುಳು ಹರಿಯುತ್ತಿತ್ತು. ಕೆಲವು ಪ್ರಕೃತಿ ಪ್ರೇಮಿಗಳ ಹೋರಾಟದಿಂದ ಈ ಜಾಗ ಅತ್ಯಂತ ಶುಭ್ರವಾಗಿತ್ತು. ಆ ಹೋರಾಟದ ಮುಂಚೂಣಿಯಲ್ಲಿದ್ದವನು ಪ್ರಭುಪ್ರಸಾದ್.

ಒಂದು ಹೆಣ್ಣಿಗಾಗಿ, ಅವನಿಗೆ ಸಮಸ್ಯೆಯೊಡ್ಡಿದ ಹೆಣ್ಣಿಗಾಗಿ ಇಂದು ಒಂದು ಗಂಟೆ ಹದಿನಾರು ನಿಮಿಷಗಳು ಕಾದ.

ಇಂದು ಬಂದಿದ್ದು ಕೆಂಪು ಮಾರುತಿ. ತಂಪು ಕನ್ನಡಕ ಧರಿಸಿದ ಸವಿತಾ ಹಂಸದಂತೆ ಇಳಿದು ಬಂದಳು. ಚೆಲುವು, ಯೌವನ ತುಂಬಿಕೊಂಡ ಲಲನೆ ಸಂಜೆಯ ಕಂಪಿನಲ್ಲಿ ಕಣ್ ಮನಕ್ಕೆ ಆಹ್ಲಾದ ನೀಡುವಂತಿದ್ದಳು.

ಸವಿತಾ ಗೆದ್ದಿದ್ದಳು. ಅವನು ಸೋತಿದ್ದ. ಆದರೂ ಅವನು ರಾಜಿ ಮಾಡಿಕೊಳ್ಳಲು ಇಷ್ಟಪಡಲಿಲ್ಲ.

ಸವಿತಾ ಕಣ್ಣುಗಳು ಅವನನ್ನು ಅರಸುತ್ತಿದ್ದಂತೆ ಅವನೇ ಮೇಲಕ್ಕೆ ಬಂದ. ಮತ್ತೆ ಅಂದಿನ ಘಟನೆ ಪುನರಾವರ್ತನೆಯಾಗಬಾರದು.

''ಹಲೋ....'' ಅವನೇ ಮಾತಾಡಿಸಿದ.

ಅವಳ ಕಣ್ಣುಗಳಲ್ಲಿ ಲಕ್ಷ ದೀಪಗಳ ಕಾಂತಿ ಮಿನುಗಿತು. ಸ್ವರ ಹೊರಡದಂತೆ ನಿಂತಳು.

''ಯಾವೊತ್ತಿನಿಂದ ನಿಂಗೆ ಈ ಜಾಗ ಇಷ್ಟವಾದುದ್ದು? ಬ್ಯಾಡ್ ಮಿಂಟನ್ ಕೋರ್ಟ್, ಸಿಟಿ ಕ್ಲಬ್, ಶಾಲಿನಿ ಕ್ಲಬ್- ಅವೆಲ್ಲ ಏನಾದ್ವು?'' ಮೃದುವಾಗಿಯೇ ಕೇಳಿದ.

ಸವಿತಾ ಮುಖದಲ್ಲಿ ಮಾರ್ದವತೆ ಚಿಮ್ಮಿತು. ಕಣ್ಣುಗಳಲ್ಲಿ ತುಂಟತನ ಕುಣಿಯಿತು. ''ಅಲ್ಲೆಲ್ಲ ನೀವು ಇರೋಲ್ವಲ್ಲ. ನೀವು ಇಲ್ಲದ ಯಾವ್ದು ನಂಗೆ ಇಷ್ಟವಾಗೋಲ್ಲ'' ತಟ್ಟನೆ ನುಡಿದಳು. ಬೆಚ್ಚಿಬಿದ್ದ.

ದೀರ್ಘವಾಗಿ ಅವಳನ್ನ ನೋಡಿದ. ''ಅಂತು ನೀನೊಂದು ದೊಡ್ಡ ಸಮಸ್ಯೆ. ಎಲ್ಲಾ ಸಮಸ್ಯೆಗಳು ಬಿಡಿಸಲಾರದಂಥವಲ್ಲ. ಅದ್ಕೆ ನೀನು ಅವಕಾಶ ಕೊಡ್ತಾ ಇಲ್ಲ. ಆ ಸುಳಿಯ ಮಧ್ಯೆ ಇರೋಕೆ ಇಷ್ಟಪಡ್ತಾ ಇದ್ದೀಯ'' ಎಂದ.

''ಸರಳವಾಗಿರೋ ವಿಷ್ಯನ ಸಮಸ್ಯೆ ಮಾಡ್ತಾ ಇರೋರು ನೀವೇ'' ಅಳುಕಿಲ್ಲದ ದನಿ ಅವಳದು. ಅವನಿಗೆ ನಗು ಬಂತು. ಆದರೆ ನಗಲಿಲ್ಲ. ಕೈ ಮುಂದಕ್ಕೆ ಚಾಚಿದ. ''ನೀನು ಈ ಸ್ಥಳಕ್ಕೆ ಬರೋಲ್ಲಾಂತ ನಂಗೆ ಮಾತು ಕೊಡು'' ಅಷ್ಟು ಹೇಳಿದ ಕೂಡಲೇ ತೆರೆದ ಅವನ ಅಂಗೈಯಲ್ಲಿ ತನ್ನ ಕೈ ಇಟ್ಟಳು. ಮೃದು ಕಂಪಿಸುವ ಅವಳ ಕೋಮಲವಾದ ಹಸ್ತಕ್ಕೂ ಒಲಿಯದೇ ಸಂಯಮದಿಂದ ವರ್ತಿಸಿದ ''ನೀವು ಇಲ್ಲಿಗೆ ಬರದಿದ್ರೆ.... ನಾನು ಬರೋಲ್ಲ'' ಎಂದಾಗ ಸುಸ್ತಾದ. ಅವನಿಗೆ ಸಿಟ್ಟು ಬಂತು ಕೂಡ. ಕೈ ಹಿಂದಕ್ಕೆಳೆದು ಕೊಂಡ.

''ಇನ್ನೇನು ಪ್ರಯೋಜನವಿಲ್ಲ! ಒಮ್ಮೆ ಕೈ ಹಿಡಿದ್ದಿದೀರಿ'' ಕುಣಿಯುತ್ತ ಹೋಗಿ ಕಾರು ಹತ್ತಿ ''ನಿಮ್ಮ ಒಪ್ಪಿಗೇನಾ ಡ್ಯಾಡಿಗೆ ತಿಳಿಸ್ತೀನಿ'' ಕೈ ಬೀಸಿದಳು. ವೇಗವಾಗಿ ಸಾಗಿದ ಕಾರು ಮರೆಯಾಯಿತು.

ಬಹಳ ಕತ್ತಲಾದ ಮೇಲೆ ಮನೆಗೆ ಹಿಂದಿರುಗಿದ.

* * *

ಡಿಟೆಕ್ಟಿವ್ ಸಂಸ್ಥೆಯ ಪೂಣದ ರಿಪೋರ್ಟ್ ಹರಿಹರನ್ ಕೈ ಸೇರಿತ್ತು. ಭೇಟಿಯಾದಾಗ ಸವಿತಾ ಮತ್ತು ಪ್ರಭು ಮಧ್ಯೆ ನಡೆದ ಮಾತುಕತೆಯ ಕ್ಯಾಸೆಟ್‌ಗಳು ಫೋಟೋಗಳು ಅದರಲ್ಲಿ ಸೇರಿದ್ದವು.

ಮತ್ತೆ ಮತ್ತೆ ಪರಿಶೀಲಿಸಿದರು. ಕ್ಯಾಸೆಟ್‌ನ ನಾಲ್ಕಾರು ಸಲ ಹಾಕಿಕೊಂಡು ಕೇಳಿದರು. ಅವನ ಮಾತು ನಡೆ-ನುಡಿಯಲ್ಲಿ ನೇರ. ಸವಿತಾ ಪ್ರೀತಿ, ಪ್ರೇಮಕ್ಕೆ ಅವನ ಪ್ರಚೋದನೆಯೆಂದೂ ಇಲ್ಲವೆಂಬ ವಿಷಯ ಅವರಿಗೆ ಮನದಟ್ಟಾಯಿತು. ಆಸ್ತಿ, ಅಂತಸ್ತಿನಲ್ಲಿ ತಮಗೆ ಸಮ, ಸಾಟಿ ಅಲ್ಲದಿದ್ದರೂ ಸವಿತಾಗೆ ಉತ್ತಮಾ, ಅತ್ಯಂತ ಪ್ರಾಮಾಣಿಕ ಗಂಡೆಂಬುದನ್ನು ಅವರು ತಳ್ಳಿಹಾಕಲು ಸಿದ್ಧರಿರಲಿಲ್ಲ.

ಚಿದಂಬರಯ್ಯ ಪೂರ್ವಿಕರಿಂದ ಹಿಡಿದು ಇಂದಿನ ಸ್ಥಿತಿಗತಿಗಳ ಬಗ್ಗೆ ಪೂರ್ಣ ವಿವರದ ಜೊತೆ ಪ್ರಭು ಬಯೋಡಟಾ ಇತ್ತು.

ಅಂದು ರಾತ್ರಿಯೇ ಮತ್ತೊಮ್ಮೆ ಮಗಳೊಂದಿಗೆ ಮಾತಾಡಿ ತೀರ್ಮಾನಕ್ಕೆ ಬರಬೇಕೆಂದುಕೊಂಡರು.

ಸಂಜೆಯ ಪ್ರೋಗ್ರಾಂಗಳನ್ನು ಕ್ಯಾನ್ಸಲ್ ಮಾಡಿ ಮನೆಯಲ್ಲೇ ಉಳಿದರು. ಅವರಿಗೆ ಇನ್ನೊಬ್ಬ ಮಗ ಅಥವಾ ಮಗಳು ಇದ್ದಿದ್ದರೂ ಇಂಥ ಸಂದಿಗ್ಧತೆ ಒದಗುತ್ತಿರಲಿಲ್ಲವೇನೋ! ಅವರೆಲ್ಲಕ್ಕೂ ವಾರಸುದಾರಳು ಸವಿತಾ. ಆದರೂ ಅದರ ಅರ್ಥ ಹೊರೆ ಪ್ರಭು ಹೊರಲಾರನೆಂದು ಸ್ಪಷ್ಟವಾಗಿಯೇ ಹೇಳಿದ್ದ.

ಡಿನ್ನರ್ ನಂತರ ಮಗಳನ್ನ ತಮ್ಮ ಜೊತೆಯಲ್ಲಿಯೇ ಮೇಲಿನ ಬಾಲ್ಕನಿಗೆ ಕರೆದೊಯ್ದರು.

ಅಷ್ಟಿಷ್ಟು, ಕೆಲವನ್ನ ಹೆಚ್ಚಾಗಿ ಮತ್ತೆ ಹಲವನ್ನ ಮೊಟಕಾಗಿ ಮಗಳಿಗೆ ತಿಳಿಸಿದರು.

''ಇದು ಪ್ರಭು ಸ್ಥಿತಿ. ಅವ್ನ ಐಕ್ಯೂ ಚೆನ್ನಾಗಿದೆ. ಕ್ಯಾರೆಕ್ಟರ್ ಗುಡ್. ಹೆಣ್ಣುಗಳ ವಿಷ್ಯದಲ್ಲಿ ಅವ್ನ ಆಸಕ್ತಿ ಕಡಿಮೆ, ಒಳ್ಳೆ ಆರೋಗ್ಯ ಇದೆ. ಇದಿಷ್ಟೇ ನಿಮ್ಮಿಬ್ಬರ ಮದ್ವೆಗೆ ಸಾಕಾ?'' ಕೇಳಿದರು.

''ಇನ್ನೊಂದು ಅಡ್ವಾಂಟೇಜ್ ಇದೆ, ಡ್ಯಾಡಿ. ಅವ್ರನ್ನ ನಾನು ತುಂಬ ಇಷ್ಟಪಟ್ಟಿದ್ದೀನಿ. ಅವರೆಂದೂ ಈ ವಿಷ್ಯದಲ್ಲಿ ಆಸಕ್ತಿ ವಹಿಸಿರಲಿಲ್ಲ. ನೋಟ್ ದಿ ಪಾಯಿಂಟ್'' ಘೊಳ್ಳನೆ ನಕ್ಕಳು.

ಬಹಳ ದಿನಗಳ ಮೇಲೆ ಇಂಥ ನಗುವನ್ನು ಮಗಳ ಮುಖದಲ್ಲಿ ಅವರು ನೋಡಿದ್ದು.

''ಓಕೆ, ಮೈ ಪ್ರೆಟ್ಟಿ ಡಾಲ್. ಇಲ್ಲಿ ನೋಟ್ ಮಾಡಿಕೊಳ್ಳಬೇಕಾದ ಮುಖ್ಯವಾದುದ್ದೊಂದು ಪಾಯಿಂಟ್ ಇದೆ. ಈಗ್ಲೂ ಪ್ರಭುಪ್ರಸಾದ್ ಈ ಮದ್ವೆಗೆ ಸಮ್ಮತಿಸುತ್ತ ಇಲ್ಲ'' ಒತ್ತಿ ಹೇಳಿದರು.

ಎರಡು ಕ್ಷಣ ಸುಮ್ಮನಿದ್ದ ಸವಿತಾ ''ಪ್ರತಿಯೊಂದರಲ್ಲೂ ಥ್ರಿಲ್, ರಿಸ್ಕ್ ಎರ್ಡು ಇರ್ಬೇಕು, ಡ್ಯಾಡಿ. ಇಲ್ಲಾಂದರೆ ಯಾವ್ದೇ ಸ್ವಾರಸ್ಯ ಇರೋಲ್ಲ. ಅವ್ರಿಗೆ ಲವ್ ಮ್ಯಾರೇಜ್ ಇಷ್ಟವಿಲ್ಲ. ಅರೇಂಜ್ಡ್ ಮ್ಯಾರೇಜೇ ಆಗ್ಲಿ, ಅವ್ರ ಪೇರೆಂಟ್ಸ್ ಮೂಲಕ ಪ್ರಯತ್ನಿಸಿ'' ತಂದೆಯ ಕತ್ತಿಗೆ ಪುಟ್ಟ ಮಗುವಿನಂತೆ ಜೋತುಬಿದ್ದಾಗ, ಮಗಳ ಕೈ ತಟ್ಟಿ ಭರವಸೆ ಇತ್ತರು.

ಆಗಲೇ ಕಾರ್ಯತತ್ಪರರಾದರು. ಪುರೋಹಿತರನ್ನು ಕರೆಸಿಕೊಂಡು ಜಾತಕಾನುಕೂಲದಿಂದಲೇ ಷುರು ಮಾಡಿದರು.

ಚಿದಂಬರಯ್ಯ ಒಳ್ಳೆ ನಿದ್ದೆಯಲ್ಲಿದ್ದರು. ಮಧ್ಯಾಹ್ನ ಹೆಂಡತಿ ಬಂದು ಗಾಬರಿಯಿಂದ ಎಬ್ಬಿಸಿದರು.

''ಯಾರೋ ಬಂದಿದ್ದಾರೆ, ನೋಡಿ''

ಅವರ ಬಳಗದಲ್ಲಿ ಯಾರಿಗೂ ಕಾರು ಇರಲಿಲ್ಲ! ಅಪರೂಪಕ್ಕೆ ಬರುವ ಪ್ರಭು ಸ್ನೇಹಿತರಿಗೂ ಇಂಥ ಒಳ್ಳೆ ಕಾರು ಇರಲಿಲ್ಲ.

ಹರಿಹರನ್ ಪರ್ಸನಲ್ ಪಿ.ಎ. ಟೈತೋಟ ವಿಶ್ ಮಾಡಿ ''ಸಂಜೆ ತಮ್ಮನ್ನು ಭೇಟಿಯಾಗಲು ನಮ್ಮ ಬಾಸ್ ಬರುವವರಿದ್ದಾರೆ. ಅದ್ನ ತಿಳ್ಸಿ ಬಾ ಅಂದ್ರು'' ಎಂದು ವಿಳಾಸದ ಕಾರ್ಡನ್ನು ಅವರ ಕೈ ಗಿತ್ತರು.

ಒಮ್ಮೆ ನೋಡಿದವರು ಕೋಣೆಗೆ ಹೋಗಿ ಕನ್ನಡಕ ಹಾಕಿಕೊಂಡು ನೋಡಿದರು. ಹರಿಹರನ್ ಸಿಮೆಂಟ್ಸ್‌ನ ಎಂ. ಡಿ. ವಿಸಿಟಿಂಗ್ ಕಾರ್ಡ್. ಆ ಹೆಸರನ್ನು ಎರಡು ಸಲ ಬೇರೆಯವರ ಮುಖಾಂತರ ಕೇಳಿದ್ದರು. ಈಗ ಬರುವವರು ಅವರೇ ಯಾಕೆ? ಅವರ ಮಿದುಳಿಗೆ ನಿಲುಕಲಿಲ್ಲ.

ಹೊರಗೆ ಬಂದು ಗಂಟಲು ಸರಿಪಡಿಸಿಕೊಂಡರು. ''ಏನ್ಹೇಳಿ, ಸರ್....'' ಟೈಮ್ ಕೇಳಿದಾಗ ''ಬರಲೀ, ಅವ್ರಿಗೋಸ್ಕರ ಕಾಯ್ತ ಇರ್ತೀನಿ'' ಸೌಜನ್ಯದ ನುಡಿಗಳು ಅವರದು.

ಅವರ ಹೋದ ಮೇಲೆ ಕಾರ್ಡು ಹಿಡಿದು ಬಂದು ಮಲಗಿದ್ದ ಹೆಂಡತಿಯನ್ನು ಎಚ್ಚರಿಸಿದರು. ''ಒಬ್ರೂ ಗೆಸ್ಟ್ ಬರೋರಿದ್ದಾರೆ. ಹರಿಹರನ್ ಅನ್ನೋ ಹೆಸರು ಎಲ್ಲಾದ್ರೂ ಕೇಳಿದ್ದೀಯಾ?'' ಅಲ್ಲೇ ಕೂತರು.

ಎದ್ದು ಕೂತ ಸೌಭಾಗ್ಯ ''ನಮ್ಮ ಕಾಂಪೌಂಡ್ ರಿಪೇರಿಗೆ ತರಿಸಿದ್ದು ಹರಿಹರನ್ ಸಿಮೆಂಟ್ಸೆ,'' ಎಂದರು.

ವಿಷಯ ಹೆಂಡತಿಗೆ ವಿವರಿಸಿದರು. ಆಕೆ ಹುಡುಗಿಯಾಗಿದ್ದಾಗ ಜಾಣೆ. ಅದೂ ಇದೂ ಓದುತ್ತಲೇ ಕಾಲ ಕಳೆಯುವ ಅಭ್ಯಾಸ ಆಕೆಯದು.

''ಹೇಗೂ ನಮ್ದು ಒಂದಿಷ್ಟು ಭೂಮಿ ಹಳ್ಳಿಯಲ್ಲಿ ಪಾಳು ಬಿದ್ದಿದೆಯಲ್ಲ. ಅಲ್ಲೇನಾದ್ರೂ ಫ್ಯಾಕ್ಟರಿ ಕಟ್ಟುತ್ತಾರೇನೋ? ದುಡ್ಡು ಇರೋ ಜನ ಒಂದಕ್ಕೆ ನಾಲ್ಕು ಮಾಡೋದು ತಾನೇ ಯೋಚಿಸೋದು. ಅದ್ಕೇ... ಇರ್ಬಹ್ದು.''

ಅದನ್ನು ಚಿದಂಬರಯ್ಯ ಒಪ್ಪಲಿಲ್ಲ.

''ಅಂಥ ವ್ಯವಹಾರಕ್ಕೆ ಅವರಲ್ಲಿ ಬೇಕಾದಷ್ಟು ಜನ ಇದ್ದಾರೆ. ಇದೇನೋ ಬೇರೇನೇ... ಇರ್ಬೇಕು. ತಲೆ ಕೆಡ್ಸಿಕೊಳ್ಳೋದ್ಬೇಡ. ಅವ್ರು ತಿನ್ನಲಿ, ಬಿಡಲೀ, ಏನಾದ್ರೂ ಒಂದಿಷ್ಟು ಮಾಡು. ಶ್ರೀಮಂತರಿಗೆ ತಿನ್ನೋ ಭಾಗ್ಯ ಕಡಿಮೆ.''

ಒಂದಿಷ್ಟು ರೇಡಿಯೋ ಕೇಳಿದರು. ಆರರ ಸುಮಾರಿಗೆ ಒಂದು ವಿದೇಶಿ ಕಾರು ಬಂದು ಅವರ ಮನೆಯ ಮುಂದೆ ನಿಂತಿತು.

ಇಬ್ಬರು ಇಳಿದರು. ಒಬ್ಬರು ಮಧ್ಯಾಹ್ನ ಬಂದವರೆಂದು ಗುರ್ತಿಸಿದರು. ಇನ್ನೊಬ್ಬರೇ ಹರಿಹರನ್ ಎಂದುಕೊಂಡರು. ಎತ್ತರದ ದೃಢಕಾಯದ ಮನುಷ್ಯ. ಧರಿಸಿದ್ದು ಸೂಟು. ಬೆರಳಲ್ಲಿ ವಜ್ರದ ಒಂಟಿ ಕಲ್ಲಿನ ಉಂಗುರ ಮುಖದಲ್ಲಿ ದರ್ಪ, ಅಧಿಕಾರ, ಶ್ರೀಮಂತಿಕೆಯ ಗತ್ತು.

''ಬನ್ನಿ...'' ಚಿದಂಬರಯ್ಯನವರು ಬಾಗಿಲಿಗೆ ಹೋಗಿ ಸ್ವಾಗತಿಸಿದರು. ''ನಮಸ್ಕಾರ, ತೊಂದರೆ ಅಂದುಕೊಳ್ಳಲಿಲ್ಲ ತಾನೇ'' ಬಲವಂತವಾಗಿ ಕನ್ನಡ ಭಾಷೆ ಬಳಸಿದಂತಿತ್ತು. ಲೀಲಾಜಾಲವಾಗಿ ಅವರ ಬಾಯಲ್ಲಿ ಹರಿದಾಡುತ್ತಿದುದ್ದು ಆಂಗ್ಲ ಭಾಷೆಯೇ.

''ಛೆ... ಛೆ...'' ಎಂದರು ಅಷ್ಟೆ.

ಅಡ್ಡ ಬೀಳುವಂಥ ಗೌರವವೇನು ಚಿದಂಬರಯ್ಯ ತೋರಲಿಲ್ಲ. ಅವರಿಗೆ ತಮ್ಮ ಸಾಮಾನ್ಯತನದ ಬಗ್ಗೆ ಯಾವ ಕಾಂಪ್ಲೆಕ್ಸ್ ಇಲ್ಲ.

ಹರಿಹರನ್ ಕೂತರು. ನಾಲ್ಕೇ ಮಾತಲ್ಲಿ ತಮ್ಮ ಮನೆತನದ ಬಗ್ಗೆ ಹೇಳಿದರು. ಹರಿಹರನ್ ಎನ್ನುವುದು ತಾತನ ಬಳುವಳಿಯಾಗಿ ತಮ್ಮ ಹೆಸರಿಗೆ ಜೋಡಣೆಯಾಗಿದೆಯೆಂದು ತಿಳಿಸಿದರು.

''ನಾನು ತಮ್ಮಲ್ಲಿ ಸಂಬಂಧ ಬೆಳೆಸಲು ಬಂದಿದ್ದೀನಿ. ನನ್ನ ಒಬ್ಬೇ ಮಗ್ಳು ಸವಿತಾನ ನಿಮ್ಮ ಮಗ ಪ್ರಭುಪ್ರಸಾಧ್‌ಗೆ ಕೊಡುವ ಇಚ್ಛೆ'' ಎಂದರು.

ಷಾಕ್ ತಿಂದಂತಾಯಿತು ಅವರಿಗೆ. ಆಶ್ಚರ್ಯಕ್ಕಿಂತ 'ಸಾಧ್ಯವಾಗದು' ಎಂದು ಹೇಳುವುದು ಕಷ್ಟವಾಗಿ ಕಂಡಿತು.

ಚಿದಂಬರಯ್ಯ ಒಳಗೆ ಹೋಗಿ ಬಂದರು. ''ನನ್ಮಗ ಅಧ್ಯಾಪಕ...'' ಅವರು ಶುರು ಮಾಡಿದ ಕೂಡಲೇ ತಡೆದರು ''ನಂಗೆ ಎಲ್ಲಾ ಗೊತ್ತು. ಗೋತ್ರ, ಜಾತ್ಕ ಎಲ್ಲಾ ವಿಚಾರಿಸಿಯಾಗಿದೆ. ನೀವು ಹುಡುಗಿಯನ್ನ ನೋಡಿ ಒಪ್ಪಿಗೆ ಕೊಡ್ಬೇಕು'' ಅಷ್ಟು ಹೇಳಿ ಮುಗಿಸಿದರು.

''ಗೊತ್ತಿದೆ... ಅಂದ್ರಿ, ಸಂತೋಷ. ಪ್ರಭು ಬಳಿಯಲ್ಲಿ ಮಾತಾಡಿ ಹೇಳ್ತೀವಿ. ಇಲ್ಲಿ ಅವ್ನ ಅಭಿಪ್ರಾಯವೇ ಮುಖ್ಯ. ಒತ್ತಡವೇರೋಲ್ಲ'' ಎಂದು ನುಡಿದರು ಚಿದಂಬರಯ್ಯ.

ಸೌಭಾಗ್ಯನ್ನ ಹೊರಗೆ ಕರೆದು ಆಹ್ವಾನ ಕೊಟ್ಟೇ ಹೊರಟರು ಹರಿಹರನ್. ಗೇಟೀನ ಬಳಿಯಲ್ಲಿ ಎದುರಾದ ಪ್ರಭು.

''ಹಲೋ ಪ್ರಭು...'' ಆತ್ಮೀಯತೆಯಿಂದ ಅವನ ಭುಜದ ಮೇಲೆ ಕೈ ಹಾಕಿದರು. ''ಇಲ್ಲಿ ಗೆಲುವು ಸವಿತಾಳದು. ನಿನ್ನ ಸಹಕಾರ ಬೇಕು, ಅವಳಿಗೆ'' ಅವನಿಗೆ ಏನು ಹೇಳಲಾಗಲಿಲ್ಲ.

ಚಿದಂಬರಯ್ಯ, ಸೌಭಾಗ್ಯ ಮುಖ ಮುಖ ನೋಡಿಕೊಂಡರು. ಅಂದರೆ ಇವರ ಪರಿಚಯ ಪ್ರಭುಗೆ ಇದೆಯೆನ್ನುವ ತೀರ್ಮಾನಕ್ಕೆ ಬಂದರು.

ಒಳಗೆ ಬಂದ ಮಗನಿಗೆ ವಿಷಯ ತಿಳಿಸಿದರು. ನಂತರ ಅಭಿಪ್ರಾಯ ಕೇಳಿದಾಗ ಮಾಮೂಲಿನ ಉತ್ತರ ''ಸಧ್ಯಕ್ಕೆ ಆ ಯೋಚ್ನೆ ಇಲ್ಲಾಂತ ಹೇಳ್ಬಹುದಿತ್ತು. ಅಂಥ ಉದ್ದೇಶ ಇಟ್ಕೊಂಡ್ ಅವ್ರ ಮನೆಗೆ ಹೋಗೋದೇನ್ಬೇಡ'' ಕೋಣೆಗೆ ಹೋದ.

ಕೆಲವೊಮ್ಮೆ 'ಬೆಂಬಿಡದ ಭೂತ' ವೆಂದು ಕವಿವಿಸಿಗೊಂಡರೂ ಅವರ ಕಣ್ಣುಗಳಲ್ಲಿ ಕಾಣುವ ಪ್ರೀತಿಯ ನಕ್ಷತ್ರಗಳನ್ನು ಹಿಡಿಯಲು ಕೈ ಚಾಚಬೇಕೆಂಬ ಹಾತೊರೆಯುವಿಕೆ ಅವನಲ್ಲಿ ಉಂಟಾಗುತ್ತಿತ್ತು. ಕ್ಷಣ ಮಧುರ ಸ್ಪರ್ಶವಾದರೂ ಬೆಂಕಿಯುಂಡೆಗಳನ್ನು ಆರಿಸಿಕೊಳ್ಳಬೇಕಿತ್ತು.

ಮರುದಿನ ಬೆಳಿಗ್ಗೆ ಒಬ್ಬನೇ ಹೋದ. ಷಾರ್ಟ್ಸ್ ತೊಟ್ಟು ಬ್ಯಾಡ್ ಮಿಂಟನ್ ಆಡುತ್ತಿದ್ದ ಸವಿತಾ ಚಿಗರೆಯಂತೆ ನೆಗೆದು ಬಂದಳು.

''ಗುಡ್ ಮಾರ್ನಿಂಗ್, ನಿಮ್ಮ ಫಾದರ್ ಇದ್ದಾರ? ಒಂದೈದು ನಿಮಿಷ ಅವರೊಂದಿಗೆ ಮಾತಾಡೋಕೆ ಸಾಧ್ಯನಾ?'' ಕೇಳಿದ.

ಅವಳ ಮುಖ ಸಪ್ಪಗಾಯಿತು ''ಬನ್ನಿ....'' ಕರೆದೊಯ್ದಳು. ಹೊರಗಿನ ಸಿಟ್ಟಿಂಗ್ ರೂಮಿನಲ್ಲಿಯೇ ಕೂತ. ಮಿದುಳಿನಲ್ಲಿ ಭಯಂಕರ ಸಿಡಿತ. ಎಳೆಯುತ್ತ ಹೋದರೆ ಮಿಕ್ಕವರು

ಕೂಡ ಮಾನಸಿಕ ಸಮತೋಲನ ಕಳೆದುಕೊಳ್ಳಬಹುದು. ಅದಕ್ಕೆ ಒಂದು ಪರಿಹಾರ ಯೋಚಿಸಕೊಂಡೇ ಬಂದಿದ್ದ.

ರಾತ್ರಿಯ ಉಡುಪಿನಲ್ಲೇ ಇದ್ದ ಹರಿಹರನ್ ಮುಖ ಗಂಟಿಕ್ಕಲಿಲ್ಲ. ''ಗುಡ್ ಮಾರ್ನಿಂಗ್ ಮೈ ಡಿಯರ್ ಬಾಯ್....'' ಅವನನ್ನು ತೀರಾ ಆತ್ಮೀಯನಾಗಿ, ಸಂಬಂಧಿಕನಾಗಿ ಕಂಡರು.

''ನೀವು ನಮ್ಮ ಮನೆಗೆ ಬಂದಿದ್ದ ವಿಷ್ಯ ನಮ್ತಂದೆ ಹೇಳಿದ್ರು. ಈ ಬೆಳವಣಿಗೆ...'' ನಿಲ್ಲಿಸಿದ. ''ನಾಳೆ ತೀರಾ ಬೆಳಗ್ನಿಂದ ಸಂಜೆಯವರ್ಗೂ ಸವಿತಾ ನಮ್ಮ ಮನೆಯಲ್ಲಿರಲಿ. ನಿಮ್ಮ ಅಭ್ಯಂತರವಿಲ್ದಿದ್ರೆ ನಾಳೆ ಮದ್ವೆ ಯಾದ್ಮೇಲೆ ಅಲ್ಲೇ ಇರ್ಬೇಕಾಗುತ್ತೆ. ನಾಳೆ ರಾತ್ರಿ ನಿಮ್ಮ ಮಗ್ಳ ಡಿಸಿಷನ್ ತಿಳ್ಕೊಳ್ಳಿ. ಸವಿತಾ ತನ್ನ ಮನಸ್ಸು ಬದಲಾಯ್ಸಿಕೊಂಡ್ರೆ ನಂಗೂ ಸಂತೋಷ... ನಿಮ್ಗೂ ಅನ್ಕೂಲ'' ತನ್ನ ನಿರ್ಣಯವನ್ನು ಅವರ ಮುಂದಿಟ್ಟ.

ಪ್ರಭು ಪರೋಕ್ಷವಾಗಿ ಅವರಿಗೆ ಹೇಳಿದಂತಾಯಿತು. ತಾನು ಮದುವೆಯಾದ ಮೇಲೆ ಅಲ್ಲೇ ಉಳಿಯುವವನು. ಅದೇ ವೃತ್ತಿಯಲ್ಲಿ ಮುಂದುವರಿಯುವವನು ಎಂದು.

ಚಿಂತಿತರಾದರು, ಮನದಲ್ಲಿಯೇ 'ಶಭಾಷ್‌ಗಿರಿ' ಕೊಟ್ಟರು. ಅವನ ಧೀಮಂತಿಕೆ ಬಗ್ಗೆ ಅಭಿಮಾನವೆನಿಸಿತು.

''ಓಕೇ.... ಐ ಆಗ್ರಿ, ನಾಳೆ ಬೆಳಿಗ್ಗೆ ಆರು ಗಂಟೆಗೆ ಅಥ್ವಾ ಅದಕ್ಕೂ ಮುನ್ನ ಸವಿತಾ ನಿಮ್ಮ ಮನೆಯಲ್ಲಿ ಇರ್ತಾಳೆ'' ಸಂತೋಷದಿಂದಲೇ ಹೇಳಿದರು.

ಹರ್ಷಿತನಾದ ಪ್ರಭು ''ಆಲ್ ದಿ ಬೆಸ್ಟ್. ಸವಿತಾ ತನ್ನ ಅಭಿಪ್ರಾಯ ಬದಲಾಯ್ಸಿಕೊಳ್ಳಲೀಂತಲೇ ನನ್ನ ಹಾರೈಕೆ. ಅವ್ಳ ಈ ದೊಡ್ಡ ಜವಾಬ್ದಾರಿಯಲ್ಲಿ ಸಹಕಾರ ನೀಡುವಂಥ ಪತಿ ಅವಳಿಗೆ ಸಿಕ್ಕಲೀ' ಮನ ತುಂಬಿ ಹೇಳಿದ ಅವನ ಮಾತುಗಳಿಗೆ ತಲೆದೂಗಿದರು.

ಅಷ್ಟರಲ್ಲಿ ಬೆಳಗಿನ ಕಾಫೀ ಬಂತು. ಪ್ರಭು ಬೇರೆ ಏನೋ ಮಾತಾಡುತ್ತ ನೆಮ್ಮದಿಯಿಂದ ಕಾಫೀ ಕುಡಿದು ಹೊರಡಲು ಅನುವಾದಾಗ ಸವಿತಾ ಬಂದಳು.

ಇಂದು ಅವನ ಹೃದಯ ನೋವಿನಿಂದ ಒದ್ದಾಡಿತು. ಅವಳ ಚೇಷ್ಟೆ, ತುಂಟಾಟ, ಹಂಬಲಿಕೆಗೆ ಕಲ್ಲಾಗಿದ್ದ. ಇಂದು ಒಂದು ರೀತಿಯ ವಿಚಿತ್ರ ಸಂಕಟ.

ಎಂದಿನಂತೆ ಮಾತಾಡದೇ ತಲೆ ತಗ್ಗಿಸಿಕೊಂಡು ಹೊರಟುಬಿಟ್ಟ. ಹರಿಹರನ್ ಮಗಳ ಭುಜದ ಮೇಲೆ ಕೈಯಿಟ್ಟರು.

''ನಾಳೆಯೊಂದು ದಿನ ನಿನ್ನ ಪೂರ್ತಿ ಗೆಸ್ಟ್ ಆಗಿ ಪ್ರಭು ಮನೆಯಲ್ಲಿರಲಿ. ಆಹ್ವಾನ ನೀಡಲು ಬಂದಿದ್ದ. ಅದ್ನ ನಾನು ಅಕ್ಸೆಪ್ಟ್ ಮಾಡಿಕೊಂಡಿದ್ದೀನಿ.'' ಎಂದಾಗ ಅರ್ಥವಾಗದಂತೆ ಪಿಳಿಪಿಳಿ ಕಣ್ಣುಗಳನ್ನು ಬಿಟ್ಟಳು.

ಮನೆಗೆ ಬಂದವನು ತಾಯಿಗೆ ಹೇಳಿದ. ''ಅಮ್ಮ, ನಾಳೆ ಬೆಳಿಗ್ಗೆ ಏನಾದ್ರೂ ಸಿಹಿ ಮಾಡಮ್ಮ. ಆಕೆಗೆ ಅದೇನು ವಿಶೇಷವಾಗಿ ಕಾಣಲಿಲ್ಲ. ಅವನಿಗೆ ಸಿಹಿ ಇಷ್ಟ. ನಾಲ್ಕು ದಿನ ಮಾಡದಿದ್ದರೆ ಅವನೇ ಕೇಳುತ್ತಿದ್ದ. ''ಆಯ್ತು, ಬಾದಾಮಿ ತೆಗೆದಿಟ್ಟಿದ್ದೀನಿ, ಹಲ್ವಾ ನಿಂಗೂ ಇಷ್ಟ.''

ಅಂದು ಕಾಲೇಜಿನಲ್ಲುಕೂಡ ಸರಿಯಾಗಿ ಪಾಠ ಮಾಡಲಾಗಲಿಲ್ಲ. ಸಹೋದ್ಯೋಗಿಗಳು ಕೂಡ ಪ್ರಶ್ನಿಸಿದರು. ''ಎನಿ ಥಿಂಗ್.... ರಾಂಗ್? ಹೆಂಡ್ತಿ ಹತ್ರ ರಾತ್ರಿಯೆಲ್ಲ ಜಗಳವಾಡಿದ ಮೂಡ್ ಕೆಟ್ಟದೇಂತ ಆನ್ನೋಕ್ಕಾಗಲ್ಲ ಎನೀ... ಪ್ರಾಬ್ಲಮ್?'' ಬರೀ ನಕ್ಕಿದ್ದ.

ತಾನು ಅಷ್ಟು ಡಲ್ಲಾಗಲು ಕಾರಣವೇನು? ಅವನ ಹತ್ತಿರ ಉತ್ತರವಿತ್ತು. ಅದನ್ನ ಒಪ್ಪಿಕೊಳ್ಳಲು ಮಾತ್ರ ಹಿಂಜರಿಯುತ್ತಿದ್ದ.

ಭಾರವಾದ ಮನಸ್ಸು ಹಗುರವಾದಂತೆ ಆ ರಾತ್ರಿ ನಿಶ್ಚಿಂತೆಯಿಂದ ನಿದ್ದೆ ಮಾಡಿದ.

ಸೌಭಾಗ್ಯ ಹೊರಗೆ ನೀರು ಹಾಕಿ ರಂಗೋಲಿ ಬಿಡುವ ವೇಳೆಗೆ ಕಾರೊಂದು ಬಂದು ಅವರ ಮನೆಯ ಮುಂದೆ ನಿಂತಿತು. ಇಬ್ಬರು ಅಪರಿಚಿತರ ನಡುವೆ ಗೊಂದಲ ಬೇಡವೆಂದು ಪ್ರಭು ಹೊರಗೆ ಬಂದ.

''ಹಲೋ.... ಸವಿತಾ, ಕಮಿನ್...'' ಎಂದ ನಾಲ್ಕು ಹೆಜ್ಜೆ ಮುಂದಕ್ಕೆ ಬಂದವಳು ನಿಂತಳು. ''ಅಮ್ಮ, ಇವ್ರು ನನ್ನ ಸ್ಟೂಡೆಂಟ್ ಸವಿತಾ. ಇವತ್ತು ನಮ್ಮ ಮನೆಯಲ್ಲೇ ಇರ್ತಾರೆ'' ಪರಿಚಯಿಸಿದ.

''ಬಾಮ್ಮ...'' ಸೌಭಾಗ್ಯಮ್ಮ ಅಕ್ಕರೆಯಿಂದಲೇ ಒಳಗೆ ಕರೆದೊಯ್ದರು. ಕುತೂಹಲವಿದ್ದರೂ ಕೆದಕಿ ಕೇಳಲಾರರೆಂದು ಅವನಿಗೆ ಗೊತ್ತು. ''ರಾತ್ರಿ ಬಂದು ಅವ್ರ ಮನೆಯವ್ರು ಕರ್ಕೊಂಡ್ಹೋಗ್ತಾರೆ.'' ಇನ್ನೊಂದು ಮಾತು ಹೇಳಿದ. ಆಕೆ 'ಹ್ಞೂ' ಗುಟ್ಟಿದರು.

ಕೋಣೆಗೆ ಹೋದ ಅವನು ಛೇರ್‌ಗೆ ಒರಗಿ ಕಣ್ಮುಚ್ಚಿದ. ಇದಕ್ಕೆ ಅವಳು, ಹರಿಹರನ್ ಇಬ್ಬರು ಒಪ್ಪಲಾರರೆಂದೇ ತಿಳಿದಿದ್ದ. ಇಲ್ಲಿ ತಿರುಗು ಮುರುಗು.

ಕಾಫೀ ಲೋಟವಿಡಿದು ಬಂದ ಸೌಭಾಗ್ಯ ''ಆ ಬಾದಾಮಿ ಕಾಯಿಗಳ ಸ್ವಲ್ಪ ಕುಟ್ಟಿ ಬಿಡ್ಸಿ ಕೊಡು ಪ್ರಭು. ಬೆಳಗಿನ ವಾಕ್ ಅಂತ ನಿಮ್ಮಪ್ಪ ಹೊರಟಿದ್ದಾರೆ. ಇನ್ನು ತರಕಾರಿ ಹಿಡಿದೇ ಬರೋದು'' ಅವನ ಕೈಗೆ ಲೋಟ ಕೊಟ್ಟು ಹೋದರು.

ಸವಿತಾ ಗಲಿಬಿಲಿಗೊಳ್ಳಬಾರದೆಂದು ಲೋಟ ಹಿಡಿದೆ ಹಾಲ್‌ಗೆ ನಡೆದ. ಕಿಟಕಿಯ ಬಳಿಯಲ್ಲಿ ನಿಂತು ಹೊರಗೆ ನೋಡುತ್ತಿದ್ದಳು. ಗಂಟಲು ಸರಿ ಮಾಡಿಕೊಂಡು ತಟ್ಟನೆ ಹಿಂದಕ್ಕೆ ತಿರುಗಿದಳು.

ಇಂದು ಹೆಚ್ಚು ಮುಖಾಲಂಕಾರವಿರಲಿಲ್ಲ. 'ಯು' ಷೇಪ್‌ನಲ್ಲಿ ಕತ್ತರಿಸಿದ ಕೂದಲನ್ನು ತುಂಡು ಜಡೆ ಹೆಣೆದಿದ್ದಳು. ಸಣ್ಣ ಜರಿಯಿದ್ದ ಕಡಲು ಬಣ್ಣದ ಜಾರ್ಜೆಟ್ ಸೀರೆಯುಟ್ಟಿದ್ದಳು. ಕುತ್ತಿಗೆಯಲ್ಲಿ ಉದ್ದನೆಯ ಚೈನಿಗೆ ಒಂದು ಡಾಲರ್, ಕಣ್ಣು ತುಂಬುವಂಥ ರೂಪ.

ಅಷ್ಟರಲ್ಲಿ ಸೌಭಾಗ್ಯ ಅಡಿಗೆ ಮನೆಯಿಂದ ಹೊರಗೆ ಬಂದರು. ''ಒಂದಿಷ್ಟು ಟೀ ಮಾಡು, ನಾನು ಮಾಡಿದ್ರೆ ಟೀಗೂ, ಕಾಫೀಗೂ ವ್ಯತ್ಯಾಸವೇ ಇರೋಲ್ಲಾಂತಾರೆ ನಿಮ್ಮಪ್ಪ' ಎಂದಾಗ ಸವಿತಾ ಬಾಯಿ ಬಿಟ್ಟಳು. ''ನಂಗೆ ಕಾಫೀನೇ ಕೊಡಿ.''

''ಇವತ್ತು ಸವಿತಾ ನಮ್ಮ ಮನೆ ಗೆಸ್ಟ್. ಎಂದೂ ನೆನಪಿನಲ್ಲಿಟ್ಕೋಳೋಂಥ ಅಡ್ಗೆ ಮಾಡಿ

ಹಾಕಮ್ಮ,'' ಎಂದ ಅವಳನ್ನು ಕಣ್ಣಲ್ಲಿ ಛೇಡಿಸುತ್ತ.

ಆಕೆ ಬರೀ ನಕ್ಕು ಒಳಗೆ ಹೋದರು.

ತನ್ನ ಕಾಫೀ ಲೋಟ ಅಲ್ಲಿಟ್ಟು ಅಡಿಗೆಯ ಮನೆಗೆ ಹೋಗಿ ಟೀ ಮಾಡಿ ತಂದ. ''ನಿಮ್ಮ, ನಮ್ಮ ಮನೆಯ ಟೀ ನಡುವೆ ರುಚಿಯ ವ್ಯತ್ಯಾಸ, ಕಪ್ಪಿನ ವಿನ್ಯಾಸದ ಹೆಚ್ಚು, ಕಡಿಮೆ ಎಲ್ಲ ಇರುತ್ತೆ. ಅದೆಲ್ಲ ನಿನ್ನ ಗಮನಕ್ಕೆ ತರೋದೇ ನನ್ನ ಉದ್ದೇಶ'' ಕಪ್ ಅವಳ ಕೈಗಿತ್ತ.

''ಥ್ಯಾಂಕ್ಯೂ....'' ಎಂದಳು ಕಣ್ಣಗಲಿಸುತ್ತ.

ಸ್ವಲ್ಪ ದುರ್ಬಲ ಸ್ವಭಾವದ ಗಂಡಾಂದರೆ ಅವಳ ಕಣ್ನೋಟಕ್ಕೆ ಬೇಸ್ತು ಬಿದ್ದು ಪತಂಗವಾಗಿ ಅವಳ ಹಿಂದೆ ಮುಂದೆ ಸುತ್ತಬೇಕು.

ಟೀಯ ನಂತರ ಅವಳನ್ನು ಕರೆದೊಯ್ದು ತಮ್ಮ ಪುಟ್ಟ ಮನೆಯ ಮೂಲೆ ಮೂಲೆಗಳನ್ನು ಪರಿಚಯಿಸಿದ.

''ಮನೆ ತುಂಬ ಚೆನ್ನಾಗಿದೆ!'' ಎಂದಳು.

ಚಿದಂಬರಯ್ಯ ಮನೆಗೆ ಬರುವ ವೇಳೆಗೆ ಆ ಮನೆಗೆ ಹಳಬಳು ಎನ್ನುವಂತೆ ಪ್ರಭು ಕುಟ್ಟಿದ ಬಾದಾಮಿಗಳನ್ನು ಸಿಪ್ಪೆ, ಹೊಟ್ಟು ಬೇರೆ ಬೇರೆ ಮಾಡುತ್ತ ಕೂತಿದ್ದಳು.

''ನಮ್ತಂದೆ'' ಪರಿಚಯಿಸಿದ. ಎದ್ದು ನಿಂತು ಕೈ ಜೋಡಿಸಿದಳು. ''ನಮಸ್ತೆ...'' ಅವರು ಅಷ್ಟೇ ಸೌಜನ್ಯಪೂರ್ವಕವಾಗಿ ''ನಮಸ್ಕಾರಮ್ಮ....'' ಎಂದರು. ''ನನ್ನ ಸ್ಟೂಡೆಂಟ್.... ಇವತ್ತು ಪೂರ್ತಿ ಇಲ್ಲೇ ಇರ್ತಾರೆ'' ಹೇಳಿದ ಪ್ರಭು. ''ಇರಲೀ, ಒಂದಲ್ಲ ನಾಲ್ಕು ದಿನ ಇರಲೀ. ಒಂದು ರೀತಿಯ ಭಾವ ಸಂಚಾರವಾಗುತ್ತೆ ಮನೆಯಲ್ಲಿ''. ನಕ್ಕು ತರಕಾರಿಯ ಚೀಲವನ್ನು ಒಳಕ್ಕೆ ಒಯ್ದರು ಚಿದಂಬರಯ್ಯ.

ಎಲ್ಲಾ ಬಾದಾಮಿಗಳನ್ನು ಒಂದು ಬಟ್ಟಲಿಗೆ ಹಾಕಿಕೊಂಡಳು. ಎಂದೂ ಕೆಲಸ ಮಾಡದ ಅವಳ ನಿಡಿದಾದ ಕೈ ಬೆರಳುಗಳನ್ನೇ ನೋಡಿದ.

''ಇವೆಲ್ಲ ನಿಂಗೆ ಬೇಡಾಂತ....'' ಹೇಳಿದ.

ಹತ್ತು ಸೆಕೆಂಡ್‌ಗಳ ತರುವಾಯ ಮುಖವೆತ್ತಿದಳು; ಸಪ್ತಸಾಗರಗಳು ಅವಳ ಕಣ್ಣುಗಳಲ್ಲಿ ಕಾಣಿಸಿಕೊಂಡವು. ಕಂಪಿಸುವ ತುಟಿಗಳು ಹೇಳಲಾರದ್ದನ್ನು ಕಣ್ಣುಗಳು ಹೇಳಿದವು. ಪೂರ್ತಿ ಚಲಿಸಿ ಹೋದ.

ಪ್ರಭು ಎದ್ದು ಹೊರಗೆ ಬಂದುಬಿಟ್ಟ. ತಮ್ಮ ಪುಟ್ಟ ಮನೆ, ಸಾಮಾನ್ಯ ಜೀವನದಿಂದ ಹಿಂದೆ ಸರಿಯುತ್ತಾಳೆಂದು ತಿಳಿದಿದ್ದು ತಪ್ಪಾಯಿತೇನೋ ಎಂದು ಕೊಂಡ.

ಒಂದೆರಡು ಗಂಟೆಗಳ ವೇಳಗೆ ಸವಿತಾ ಪೂರ್ತಿ ಮನೆಯವಳೇ ಎನ್ನುವಂತೆ ಚಿದಂಬರಯ್ಯನವರಿಗೆ ತಿಂಡಿ ತಂದುಕೊಟ್ಟಳು. ಪ್ರಭು ಕೋಣೆಗೂ ಬಂದು ಹೋದಳು. ಅವಳ ಕಣ್ಣುಗಳಲ್ಲಿ ಗೆದ್ದ ಹೊಳಪಿತ್ತು.

ಹನ್ನೆರಡರ ಸುಮಾರಿಗೆ ಶಾಂತಿ ಎರಡು ಬಟ್ಟಲುಗಳಲ್ಲಿ ಒತ್ತು ಶಾವಿಗೆ ಹಿಡಿದು ಬಂದಳು.

''ಪ್ರಭು...'' ಕೂಗಿದಳು ಜೋರಾಗಿ.

ಕೋಣೆಯಿಂದ ಬಂದವನು ಅವಳ ಕಿವಿ ಹಿಂಡಿದ. ''ಈ ಮನೆಯಲ್ಲಿ ಯಾರು ಕಿವುಡರಿಲ್ಲ. ನನಗಂತೂ ಚೆನ್ನಾಗಿ ಕಿವಿ ಕೇಳಿಸುತ್ತೆ. ಎಷ್ಟು ಹೇಳಿದ್ರೂ ಈ ರೀತಿ ಕೂಗೋದು ಬಿಡೋದಿಲ್ಲ!'' ನಸು ಮುನಿಸು ತೋರಿದ.

''ಬಿಡೋ, ನಾನೇನು ನಿನ್ನ ಸ್ಟೂಡೆಂಟ್ ಅಲ್ಲ'' ಕೈ ಸರಿಸಿದಳು. ''ಹೇಗೂ ನಿಂಗೆ ರಜ. ಅದ್ಕೇ ಒತ್ತು ಶಾವಿಗೆ ಮಾಡಿ ತಂದಿದ್ದೀನಿ'' ಕಿವಿಯನ್ನು ಸವರಿಕೊಳ್ಳುತ್ತ ಅಡಿಗೆಯ ಮನೆಗೆ ಹೋದಳು.

ತುಪ್ಪ ಹಚ್ಚಿದ ಎರಡು ತಟ್ಟೆಗಳಿಗೆ ಹಲ್ವಾ ಸುರಿಯುತ್ತಿದ್ದ ಸೌಭಾಗ್ಯ ''ನಿನ್ನನ್ನೆ ಜ್ಞಾಪಿಸಿಕೊಂಡೆ....'' ಎಂದರು. ಅವರ ಪಕ್ಕದಲ್ಲಿ ಕೂತ ಸವಿತಾನ ದಿಟ್ಟಿಸಿದಳು. ''ನಮ್ಮ ಪ್ರಭು ಸ್ಟೂಡೆಂಟ್ ಅಂತೆ'' ಅರ್ಥ ಮಾಡಿಕೊಂಡವರಂತೆ ಹೇಳಿದರು.

ನಸು ನಕ್ಕಳು ಸವಿತಾ. ಕಣ್ಣಲ್ಲಿ ತುಂಬಿಕೊಳ್ಳುವಂತೆ ನೋಡಿದಳು ಶಾಂತಿ. 'ಎಷ್ಟು ಮುದ್ದಾದ ಸುಂದರವಾದ ಹುಡುಗಿ'.

ತಟ್ಟೆ ಸರಿಸಲು ಹೋದ ಸವಿತಾ ಬಿಸಿ ಹಲ್ವಾದಲ್ಲಿ ಬೆರಳುಗಳನ್ನಿಟ್ಟು ಒಮ್ಮೆಲೆ ''ಓಹೋ....'' ಎಂದು ಬಿಟ್ಟಳು. ತಮ್ಮ ತಮ್ಮ ಕೋಣೆಗಳಲ್ಲಿ ಚಿದಂಬರಯ್ಯ, ಪ್ರಭು ಒಟ್ಟಿಗೆ ಧಾವಿಸಿದರು.

ತಟ್ಟನೆ ಅವಳ ಕೈಯನ್ನ ನಲ್ಲಿಯ ಕೆಳಗಿಡಿದ. ''ಅನುಭವವಿಲ್ದೆ ಕೆಲ್ಸಗಳ್ನ ಮಾಡೋಕೆ ಹೋದರೆ ಅಪಾಯನೇ'' ಕೋಪದಿಂದ ನುಡಿದ.

''ಈಗ್ಲೂ ನೀನು ಸ್ಟೂಡೆಂಟ್ ಅಲ್ಲ, ಬಾಮ್ಮ'' ಅವಳನ್ನು ತೋಳಿಡಿದು ಕರೆದೊಯ್ದು ಬರ್ನಾಲ್ ಹಚ್ಚಿದರು. ''ಬೇಗ ಉರಿ ಕಮ್ಮಿ ಆಗತ್ತೆ. ಎಂದೂ ಈ ಬೆರಳುಗಳಿಗೆ ಕೆಲ್ಸ ಮಾಡ್ದ ಅನುಭವವಿದ್ದ ಹಾಗೇ ಕಾಣೋಲ್ಲ'' ಬಾಯಲ್ಲಿ ಗಾಳಿಯೂದಿದರು, ಅದು ಅವಳಿಗೆ ಹೆಚ್ಚು ಇಷ್ಟವಾಯಿತು.

'ಕ್ಲೂ' ಸಿಕ್ಕವರಂತೆ ಚಿದಂಬರಯ್ಯ ಮಗನಿಗೆ ಹೇಳಿದರು. ''ನಿನ್ನ ಕೋಣೆಯಲ್ಲಿ ಕೂಡ್ಸಿ ಫ್ಯಾನು ಹಾಕು'' ಸವಿತಾಳತ್ತ ತಿರುಗಿದರು. ''ಇಲ್ಲೇನು ಅವ್ನ ಮೇಷ್ಟ್ರುಗಿರಿ ನಡ್ಯೋಲ್ಲ, ನೀನು.... ಹೋಗಮ್ಮ'' ಸೂಚಿಸಿದರು.

ತಾವೇ ಪ್ರಭು ಕೋಣೆಗೆ ಕರೆದೊಯ್ದು ಕೂಡಿಸಿದರು. 'ತುಂಬ ಉರಿ' ಓಡಿ ಹೋಗಿ ಬೆರಳುಗಳನ್ನು ನಲ್ಲಿಯ ಕೆಳಗೆ ಹಿಡಿದಳು. ಅವಳಿಗೆ ತಡೆಯಲು ಸಾಧ್ಯವಿಲ್ಲ. ಬಿಕ್ಕ ಬಿಕ್ಕಿ ಅತ್ತಳು.

ಶಾಂತಿನು ಸೇರಿಕೊಂಡು ಇಡೀ ಮನೆಯವರೆಲ್ಲ ಉಪಚರಿಸಿದರು. ಸೌಭಾಗ್ಯ ಆಲೂಗಡ್ಡೆ ಕುಟ್ಟಿ ರಸ ಹಚ್ಚಿದರೇ ಶಾಂತಿ ಬೆಣ್ಣೆಯ ಲೇಪನ ಹಾಕಿದಳು. ಬೆರಳುಗಳಲ್ಲಿ ಕೆಂಪನೆಯ ಬೊಬ್ಬೆಗಳು ಕಾಣಿಸಿಕೊಂಡವು.

''ಈಗ ಸ್ವಲ್ಪ ಉರಿ ಕಮ್ಮಿ'' ಎಂದಾಗ ಮನೆಯವರು ಸಮಾಧಾನದ ಉಸಿರು ಬಿಟ್ಟರು. ''ಒಂದಿಷ್ಟು ಫ್ಯಾನ್ ಕೆಳ್ಗೆ ಕೂತುಬಿಡಮ್ಮ'' ಚಿದಂಬರಯ್ಯ ಸೂಚನೆ ಇತ್ತರು.

ಪ್ರಭು ಕೋಣೆಯೊಳಕ್ಕೆ ಬಂದಾಗ ಕೈಯನ್ನು ನಿಡಿದಾಗಿ ಬಾಚಿಕೊಂಡು ಅವನ ಮಂಚದ ಮೇಲೆಯೇ ಮಲಗಿದ್ದಳು. ಮುಚ್ಚಿದ ಕಣ್ಣುಗಳು. ಅತ್ತ ಗುರುತುಗಳು, ಅಳಸಿಹೋದ ಕೆನ್ನೆಗಳು- ಮಗುವಿನಂತೆ ಮಲಗಿದ್ದ ಸವಿತಾನ ನೋಡಿ ಅವನಿಗೆ ಕರುಣೆಯುಕ್ಕಿ ಬಂತು.

ಬಗ್ಗಿ ಕೆಂಪತ್ತಿದ ಬೆರಳುಗಳ ಮೇಲಿನ ಬೊಬ್ಬೆಗಳನ್ನು ನೋಡಿದ. ಮೃದುವಾಗಿ ಬೆರಳುಗಳನ್ನಿಡಿದು ಬರ್ನಾಲ್ ಸವರಿದ. ಮೆಲ್ಲಗೆ ಕಣ್ತೆರೆದಳು.

''ಉರಿ ಇದ್ಯಾ ಸವಿತಾ?'' ಮೆಲ್ಲಗೆ ಕೇಳಿದ.

''ಈಗ ಇಲ್ಲ...'' ಎಂದಳು.

''ನಿನ್ನ ನಿರ್ಧಾರದ ಬದಲಾವಣೆಗೆ ಇದೊಂದು ಅನುಭವವು ಸಹಕಾರಿ. ನಮ್ಮ ಮನೆಗೆ ಸೊಸೆ ಆಗೋಕೆ ಒಬ್ಬ ಸರಳವಾದ ಹೆಣ್ಣು ಸಾಕು, ಅಮೇರಿಕಾಗೆ ಹೋಗಿ ಸಾಕಷ್ಟು ಇಂಡಸ್ಟ್ರಿ, ಪ್ರೊಡಕ್ಷನ್ ಬಗ್ಗೆ ತಿಳಿದು ಪ್ರಭುದ್ಧರಾಗಿ ಬಂದಿರುವ ಇಂಥ ಸುಕುಮಾರಿಯ ಅಗತ್ಯವಿಲ್ಲ. ಪ್ಲೀಸ್ ಟ್ರೈ ಟು ಅಂಡರ್‌ಸ್ಟಾಂಡ್'' ಆತ್ಮೀಯತೆಯಿಂದಲೇ ಬುದ್ಧಿ ಹೇಳಲು ಈ ಸಂದರ್ಭ ಬಳಸಿಕೊಂಡ.

ಮತ್ತೆ ಒಂದು ಗಂಟೆಯಲ್ಲಿಯೇ ಹೊರಗೆ ಹಾಜರಾದ ಸವಿತಾ ಚಿದಂಬರಯ್ಯನವರ ಮುಂದೆ ಕೂತು ಹರಟಿದಳು. ಸೌಭಾಗ್ಯ ಅಡಿಗೆ ಮಾಡುತ್ತಿದ್ದರೆ ಅದು ಇದು ಕೇಳಿದಳು.

''ನಾನು ಈ ಕೈಯಲ್ಲಿ ಊಟ ಮಾಡ್ಬಹುದಾ?'' ಪುಟ್ಟ ಮಗುವಿನಂತೆ ಕೇಳಿದಾಗ ಪ್ರಭು ನಕ್ಕುಬಿಟ್ಟ. ''ಇವತ್ತು ಊಟ ಮಾಡೋ ಹಾಗಿಲ್ಲ'' ಆರಾಮಾಗಿ ಉಪವಾಸ ಮಾಡ್ಬಹುದು. ಒಂದು ರೀತಿಯ ಪನಿಷ್‌ಮೆಂಟ್.''

ಸೌಭಾಗ್ಯ ಮಗನನ್ನ ಗದರಿಕೊಂಡಳು. ''ನಿನ್ನ ಕೈಯಲ್ಲಾಗದಿದ್ರೆ .... ನಾನು ತಿನ್ನಿಸ್ತೀನಿ'' ಸುಮ್ಮನೆ ಎದ್ದು ಹೊರಗೆ ಬಂದ.

ಇಷ್ಟು ಪ್ರೀತಿಯಿಂದ ಅವಳನ್ನ ನೋಡಬೇಡಿರೆಂದು ಹೇಳಿದರೆ ಪ್ರಶ್ನಿಸಿಯಾರು. ಅವಳು ತನ್ನ ನಿರ್ಧಾರ ಬದಲಿಸಿಕೊಳ್ಳದಿದ್ದರೆ ಮುಂದೆ ಕಷ್ಟಪಡುತ್ತಾಳೆ.

ಓದಲು ಪ್ರಯತ್ನಪಟ್ಟ, ಕಣ್ಮುಚ್ಚಿ ನಿದ್ರಿಸಲು ಪ್ರಯತ್ನಪಟ್ಟು ಸೋತು ಹೊರಗೆ ಬಂದ. ಚಿದಂಬರಯ್ಯನವರ ಸಣ್ಣನೆಯ ಗೊರಕೆಯ ಸದ್ದು ಕೇಳಿಸುತ್ತಿತ್ತು. ಹಾಲ್‌ಗೆ ಬಂದ.

ಚಾಪೆಯ ಮೇಲೆ ಸೌಭಾಗ್ಯ ಅವರ ಪಕ್ಕದಲ್ಲಿ ಮಲಗಿ ನಿದ್ರಿಸುತ್ತಿದ್ದಳು ಸವಿತಾ. ಬೆಕ್ಕಸ ಬೆರಗಾದ. ಅವಳ ಬೆಡ್‌ರೂಂಗೆ ಏರ್ ಕಂಡೀಷನರ್ ಅವಳವಡಿಸಿತ್ತು. ದಪ್ಪನೆಯ ಫೋಮ್ ಬೆಡ್‌ನ ವಿಶಾಲವಾದ ಮಂಚದ ಮೇಲೆ ಅವಳ ನಿದ್ದೆ.

ಈ ಸ್ಥಿತಿಯಲ್ಲಿ ಹರಿಹರನ್ ನೋಡಿದರೆ ಸ್ತಬ್ಧವಾಗಿಬಿಟ್ಟರು! ಮುಖ ತಿರುಗಿಸಿಕೊಂಡು ಬಾತ್ ರೂಂಗೆ ಹೋದ.

ಸಂಜೆಯ ಕಾಫೀ ಕೋಣೆಗೆ ತಂದಿದ್ದು ಸವಿತಾನೇ. ಮೊಟು ಜಡೆಯ ಬದಲು ಉದ್ದನೆಯ ಜಡೆ. ಮುಡಿಯಲ್ಲಿ ಘಮ ಘಮಿಸುವ ಮಾರುದ್ದದ ಮಲ್ಲಿಗೆ ಹೂ. ಶಾಂತಿ ಅವನ ಹೆಂಡತಿಗಾಗೆಂದು ತಂದಿಟ್ಟು ಕೊಂಡಿದ್ದ ಅಂಜೂರ ಬಣ್ಣದ ಸೀರೆ ಉಟ್ಟಿದ್ದು.

ಅವನ ರೆಪ್ಪೆಗಳು ನಿಶ್ಚಲವಾಗಿ ನಿಂತವು. ಅರಿವಾಗದಂತೆ ಕಣ್ಣುಗಳು ಮೆಚ್ಚಿಗೆಯನ್ನು ಚೆಲ್ಲಿದವು. ಒಂದು ತೊಟ್ಟು ಚೆಲ್ಲಿದ ಬಣ್ಣ ಇಡೀ ಮನೆಯನ್ನೇ ಆವರಿಸಿದಂತಿತ್ತು.

''ಕೈಯಲ್ಲಿದ್ದ ವಾಚ್ ಕಡೆ ನೋಡಿದ. ಎಷ್ಟು ಗಂಟೆಗೆ ಕಾರು ಬರುತ್ತೆ? ನಿನ್ನ ವೇಷ ನೋಡಿ ನಿಮ್ಮ ತಂದೆ ಮುಜುಗರಪಟ್ಕೋಬಹುದು. ಬೇಗ ಬದಲಾಯಿಸ್ಕೋ'' ಅವಳೇನು ಮಾತಾಡಲಿಲ್ಲ.

ಲೋಟ ಹಿಡಿದು ಹೊರಗೆ ಬಂದ. ಶಾಂತಿ ಇನ್ನಷ್ಟು ಮಲ್ಲಿಗೆ ಮೊಗ್ಗು ಹಾಕಿಕೊಂಡು ಕಟ್ಟುತ್ತಿದ್ದಳು.

''ಪ್ರಭು, ಸೀರೆ ಹೇಗೆ ಕಾಣುತ್ತೆ? ನಿಂಗೆ ಈ ಬಣ್ಣ ಇಷ್ಟವಾಗೋಲ್ಲಂತೇ, ಅದ್ಕೇ ಸವಿತಾ ಬಣ್ಣಕ್ಕೆ ಮ್ಯಾಚ್ ಆಗ್ತಾ ಇತ್ತು, ಕೊಟ್ಟು ಬಿಟ್ಟೆ.'' ಕಟ್ಟಿದ ಮಾಲೆಯನ್ನು ತೆಗೆದು ಪುಟ್ಟ ಬಿದಿರಿನ ಬುಟ್ಟಿಗೆ ಹಾಕಿದಳು.

''ನಿಂಗೆ ಯಾರು ಹೇಳೋಕೆ ಸಾಧ್ಯ ಬಿಡು'' ಕಾಫೀ ಲೋಟವನ್ನು ಅವಳ ಮುಂದೆಯೇ ಇಟ್ಟ. ಹೊಟ್ಟೆ ಏನೇನು ಸರಿಯಿಲ್ಲ. ನೀನೇ ಕುಡ್ಡುಬಿಡು''.

ಬೇಗ ಬಟ್ಟೆ ಧರಿಸಿ ಮನೆಯಿಂದ ಹೊರಟುಬಿಟ್ಟ. ಅವನು ತಲುಪಿದ್ದು ಬ್ರಿಡ್ಜ್. ಇಂದು ಇಳಿಯಲು ಹೋಗದೇ ಅಲ್ಲೇ ನಿಂತು ಸೂರ್ಯಾಸ್ತಮಾನವನ್ನು ನೋಡತೊಡಗಿದ. ಬೊಬ್ಬೆಯೊಡೆದು ಕೆಂಪತ್ತಿದ ಬೆರಳುಗಳೇ ಕಣ್ಮುಂದೆ ಸುಳಿಯತೊಡಗಿತು.

ಅವಳು ಸರಿದು ಹೋದರೂ ಸವಿತಾ ನೆನಪು ಜೀವನದುದ್ದಕ್ಕೂ ಇರುತ್ತೆ. ರೊಮ್ಯಾಂಟಿಕ್ ಅಂಶವಾಗಿ ಉಳಿಯುತ್ತೆ. 'ಐ ಲವ್ ಯೂ ಸವಿತಾ' ಗಾಳಿಯೊಂದಿಗೆ ಉಸುರಿದ.

ಮನೆಗೆ ಹಿಂತಿರುಗಿದ್ದು ರಾತ್ರಿಯ ಎಂಟರ ನಂತರವೇ. ಸವಿತಾಳ ನಗು ತೂರಿ ಬಂದು ಅವನನ್ನು ಗೇಟಿನಲ್ಲಿಯೇ ನಿಲ್ಲಿಸಿತು.

ಹೊರಗೆ ಬಂದ ಚಿದಂಬರಯ್ಯ ''ಯಾಕೆ.... ನಿಂತೆ? ಈಗ ಹೊರಡ್ಬೇಕೂಂತ ಇದ್ದಾಳೆ, ಆ ಹುಡ್ಗಿ! ಅವರೇ ಬಂದು ಕರ್ಕೊಂಡ್ಹೋಗ್ತಾರ? ನೀನೇ ಹೋಗಿಬಿಟ್ಟು ಬರ್ತೀಯಾ?'' ಮಗನನ್ನು ಪ್ರಶ್ನಿಸಿದರು.

''ಗೊತ್ತಿಲ್ಲ'' ಒಳಗೆ ಬಂದ.

ಅದೇ ಸೀರೆ, ಅದೇ ವೇಷದಲ್ಲಿದ್ದ ಸವಿತಾನ ನೋಡಿ ಹುಬ್ಬೇರಿಸಿದ. ''ನೀನು ಬೇಗ ತಯಾರಾಗು!'' ಒತ್ತಿ ಹೇಳಿದ.

ಹಿಂದೆಯೇ ಬಂದ ಸೌಭಾಗ್ಯ ''ಲಕ್ಷಣವಾಗಿ ಊಟ ಮಾಡ್ಕೊಂಡ್ಹೋಗ್ಲಿ. ಮಧ್ಯಾಹ್ನ ಬೆರಳುಗಳನ್ನ ಸುಟ್ಟುಕೊಂಡು ಏನು ತಿನ್ನಲೇ ಇಲ್ಲ. ಹಲ್ವಾ ತಿನ್ನು ಅಂದಿದ್ದಕ್ಕೆ ನೀನು ಬರಲೀ

ಅಂದ್ಲು. ನಾಳೆ ಹೋಗ್ಲಿ ಬಿಡೋ'' ಸವಿತಾಳ ಒಡನಾಟ ಅವರಿಗೆ ಇಷ್ಟವಾಗಿತ್ತೆಂದು ಆಕೆಯ ಸ್ವರವೇ ಉಸುರಿತು.

ತಲೆ ಅಡ್ಡಡ್ಡ ಆಡಿಸಿ ಕೋಣೆಗೆ ಹೋದ.

ಊಟವು ಆಯಿತು. ಹತ್ತು ಹೊಡೆಯಿತು. ಯಾರು ಪತ್ತೆಯಿಲ್ಲ. ಹತ್ತಾರು ಸಲ ಹೊರಕ್ಕೂ ಒಳಕ್ಕೂ ಓಡಾಡಿಬಿಟ್ಟ.

ಶಾಂತಿ ಕರೆದೊಯ್ದು ತಾಂಬೂಲದ ಜೊತೆ ಕುಂಕುಮ ಕೊಟ್ಟು ಕಳುಹಿಸಿದಳು. ಅವಳ ಮನೆಯ ದೀಪವು ಆರಿತು.

ಚಿದಂಬರಯ್ಯ ಈ ರೀತಿ ಮಗ ಓಡಾಡುವುದನ್ನ ನೋಡಲಾರದೆ ಹೇಳಿದರು: ''ನಾಳೆ ಬಂದು ಕರ್ಕೊಂಡ್ಹೋಗ್ಬಹ್ದು. ಹೋಗಿ ಬಾಗ್ಲು ಹಾಕು'' ಅವನು ತಲೆಯಾಡಿಸಿಬಿಟ್ಟ.

ಹೋಗಿ ಒಂದು ಟ್ಯಾಕ್ಸಿ ತಂದ.

ಬಹಳ ಮೆಲುವಾಗಿ ಉಸುರಿದ - ''ಸವಿತಾ, ಸೀರೆ ಬದಲಾಯಿಸ್ಕೋ. ಬಂದ ವೇಷವೇ ಈಗ್ಲೂ ಇದ್ದರೆ ಒಳ್ಳೆಯದು. ನಿನಗೆ ಅದೇ ಚೆನ್ನಾಗಿ ಕಾಣುತ್ತೆ ಕೂಡ''

ಒಮ್ಮೆ ಅವನನ್ನು ನಿಟ್ಟಿಸಿದವಳು ಉದ್ದ ಜಡೆಯನ್ನು ತೆಗೆದಿಟ್ಟು, ತನ್ನ ಸೀರೆಯುಟ್ಟು ಬಂದಳು.

''ಗುಡ್, ಹೋಗೋಣ'' ಹರ್ಷ ವ್ಯಕ್ತಪಡಿಸಿದ.

ಸೌಭಾಗ್ಯ ಒಂದು ರೇಶಿಮೆಯ ಕಣವನ್ನು ಇಟ್ಟು ಕುಂಕುಮ ಕೊಟ್ಟರು. ''ಆಗಾಗ ಬರ್ತಾ ಇರು ಸವಿತಾ. ಇವತ್ತು ಹೇಗೆ ದಿನ ಉರುಳಿ ಹೋಯಿತೋ ಗೊತ್ತಾಗ್ಲಿಲ್ಲ. ನೀನು ಹಲ್ವಾ ತಿನ್ನಲೆ ಇಲ್ಲ!'' ಒಂದು ಡಬ್ಬಿಯನ್ನು ಅವಳ ಕೈಗೆ ಕೊಟ್ಟರು.

ಚಿದಂಬರಯ್ಯ, ಸೌಭಾಗ್ಯ ಟ್ಯಾಕ್ಸಿಯವರೆಗೂ ಬಂದು ಬೀಳ್ಕೊಟ್ಟರು. ಸವಿತಾಳ ಕಣ್ಣುಗಳಲ್ಲಿ ತುಂತುರು ಇದ್ದದ್ದನ್ನು ಗಮನಿಸಿದ್ದು ಪ್ರಭು ಮಾತ್ರ.

ಭವ್ಯ ಬಂಗಲೆಯ ದೊಡ್ಡ ಗೇಟು ಮುಂದೆ ಟ್ಯಾಕ್ಸಿಯಿಂದ ಇಳಿದ. ತಾನೇ ಡೋರ್ ತೆಗೆದ. ಸವಿತಾ ಇಳಿದಳು.

ವಾಚ್‌ಮನ್ ಮೇಮ್‌ಸಾಬ್‌ನ ನೋಡಿದ ಕೂಡಲೇ ಸೆಲ್ಯೂಟ್ ಹೊಡೆದು ಗೇಟು ತೆಗೆದ.

ಬಂಗ್ಲೆಯ ಎಲ್ಲಾ ಲೈಟುಗಳು ಉರಿಯುತ್ತಿದ್ದವು.

ಅವಳ ಜೊತೆ ಅರ್ಧ ದಾರಿ ಕ್ರಮಿಸಿದವನು ''ಈ ದಿನದ ಅನುಭವ ನಿನ್ನ ಬದುಕಿನ ತಿರುವನ್ನು ಬದಲಾಯಿಸಲೀ ಅನ್ನೋದು ನನ್ನ ಹಾರೈಕೆ'' ನಿಂತ.

''ಗುಡ್ ನೈಟ್ ಅಂಡ್ ಗುಡ್ ಬೈ....'' ಎಂದು ಉಸುರಿದವನು ಹಿಂದಕ್ಕೆ ತಿರುಗಿಕೊಂಡ.

ಅದೇ ಟ್ಯಾಕ್ಸಿ ಅವನನ್ನು ಮನೆಯ ಬಳಿ ಇಳಿಸಿ ಹೋಯಿತು. ಅವನು ಬಂದಾಗ ಸೌಭಾಗ್ಯ, ಚಿದಂಬರಯ್ಯ ಕಾದಿದ್ದರು.

''ಸವಿತಾನ ಬಿಟ್ಟು ಬಂದ್ಯಾ?'' ಅಷ್ಟು ಕೇಳಿದ ಸೌಭಾಗ್ಯ ಮಲಗಲು ಹೋದರು. ''ತುಂಬ ಒಳ್ಳೆ ಹುಡ್ಗೀ. ಸುಮ್ನೇ ಹಲ್ವಾದಲ್ಲಿ ಅದ್ದಿ ಕೈ ಸುಟ್ಟು ಕೊಂಡಿದ್ದು ಒಂದು ನೆನಪಾಗಿ ಹೋಯ್ತು. ಆ ಬಗ್ಗೆ ಅವ್ರ ಮನೆಯವ್ರಿಗೆ ಹೇಳಿದ್ಯಾ?'' ಮತ್ತೆ ಹಿಂದಕ್ಕೆ ಬಂದು ಕೇಳಿದರು.

''ನಂಗೆ ನೆನಪೇ ಆಗ್ಲಿಲ್ಲ. ನಾಳೆ ಫೋನ್ ಮಾಡಿ ವಿಚಾರಿಸ್ತೀನಿ'' ಕೋಣೆಗೆ ಹೋಗಿಬಿಟ್ಟ.

ಯಾವುದೋ ನೋವು ಅವನೆದೆಯಲ್ಲಿ ತಳಮಳ ಎಬ್ಬಿಸುತ್ತಿತ್ತು. ಒತ್ತಿ ಬರುವ ವೇದನೆಯನ್ನು ತಡೆಯಲಾರದೆ ಎದ್ದು ಕೂತ. ಹರಿದು ಹರಿದು ಎಸೆದ ಪತ್ರಗಳ ನೆನಪಾಯಿತು.

''ಛೆ, ವಾಟ್ ನಾನ್ಸೆನ್ಸ್...'' ಮಲಗಿದ.

ಕೋಣೆಯೊಳಕ್ಕೆ ಬಂದ ಚಿದಂಬರಯ್ಯನವರು ''ಸವಿತಾ, ಹರಿಹರನ್ ಮಗ್ಳು ತಾನೇ!'' ಅನುಮಾನ ಪರಿಹಾರ ಮಾಡಿಕೊಳ್ಳಬೇಕಿತ್ತು ಅವರು.

''ಹೌದು....'' ಅವನಿಗೆ ಸುಳ್ಳು ಹೇಳುವ ಅಗತ್ಯವಿರಲಿಲ್ಲ. ''ಗುಡ್‌ನೈಟ್....'' ಚಿದಂಬರಯ್ಯನವರು ಬಾಗಿಲನ್ನು ಮುಂದಕ್ಕೆಳೆದುಕೊಂಡು ಹೊರಗೆ ಹೋದರು.

ಸವಿತಾಳ ನೆನಪು ಎಷ್ಟು ಬಾಧಿಸಿತೆಂದರೆ ಅವಳನ್ನ ಬಿಟ್ಟು ತನ್ನಿಂದ ಬದುಕುವುದು ಸಾಧ್ಯವೇ ಇಲ್ಲವೆಂಬ ದುರ್ಬಲ ನಿರ್ಣಯಕ್ಕೆ ಒಂದು ಕ್ಷಣ ಬಂದರೂ ಮರುಕ್ಷಣ ತಳ್ಳಿ ಹಾಕಿದ.

''ಗುಡ್ ಬೈ ಸವಿತಾ....'' ಎಂದು ಮಲಗಿ ನಿದ್ರಿಸಲು ಪ್ರಯತ್ನಪಟ್ಟ. ಮತ್ತು ಸಫಲನಾದ ಕೂಡ

ಪ್ರಯತ್ನಪೂರ್ವಕವಾಗಿ ತನ್ನ ಧೀಃ ಶಕ್ತಿಯನ್ನು ಒಂದು ಮಟ್ಟಕ್ಕೆ ಬೆಳೆಸಿಕೊಂಡಿದ್ದ.

* * *

ಗೆಳೆಯನ ಮದುವೆಗೆಂದು ಹೋದ ಪ್ರಭು ವಾರದ ನಂತರವೇ ಹಿಂದಿರುಗಿದ್ದು. ಬೆಟ್ಟ, ನದಿಯೆಂದು ಗೆಳೆಯರು ಕೂಡಿ ಸುತ್ತಾಡಿದ್ದರಿಂದ ಆಯಾಸಗೊಂಡಿದ್ದ.

ಸ್ನಾನ ಮುಗಿಸಿದವನೇ ಮಂಚದ ಮೇಲೆ ಉರುಳಿಕೊಂಡ. ''ಅಮ್ಮ, ನಾನಾಗಿ ಏಳೋವರ್ಗೂ ಎಬ್ಬಿಸ್ಬೇಡ'' ಎಂದು ಕಣ್ಣು ಮುಚ್ಚಿದ.

ಏನೋ ಹೇಳಲು ಬಂದ ಸೌಭಾಗ್ಯ ಸುಮ್ಮನಾದರು. ಸದಾ ಚಟುವಟಿಕೆ, ವ್ಯಾಸಂಗದಲ್ಲಿ ಮಗ್ನವಾಗಿರುವ ಅವನು ಸುಮ್ಮನೆದ್ದು ಸೋಮಾರಿಯಾಗಿ ಮಲಗನೆಂದು ಆಕೆಗೆ ಗೊತ್ತು. ಬಾಗಿಲೆಳೆದುಕೊಂಡು ಹೋದರು.

ನಾಲ್ಕು ದಿನದ ಹಿಂದೆ ಯಾವುದೇ ಬಿಗುಮಾನ ತೋರದೇ ಬಂದ ಹರಿಹರನ್ ತಮ್ಮ ಜೊತೆಯಲ್ಲಿಯೇ ದಂಪತಿಗಳನ್ನು ಕರೆದೊಯ್ದಿದ್ದರು.

ಸವಿತಾನ ನೋಡಿದ ಕೂಡಲೇ ಸೌಭಾಗ್ಯ ಆಶ್ಚರ್ಯಗೊಂಡರಷ್ಟೆ, ಚಿದಂಬರಯ್ಯನವರು ಮುಗುಳ್ನಕ್ಕರು.

''ಹೇಗಿದೆ ಮಗು ಬೆರಳುಗಳು?'' ಕೇಳಿದರು.

ಬೆರಳುಗಳತ್ತ ನೋಡಿಕೊಂಡು ನಕ್ಕುಬಿಟ್ಟಳು. ಮಗಳ ನಗೆಗೆ ಅವರ ಮುಗುಳ್ನಗೆ ಬೆರೆಯಿತು. ಹರಿಹರನ್‌ಗೆ ಪ್ರತಿಯೊಂದು ವಿಷಯವನ್ನು ಹೇಳಿದ್ದಳು.

''ನನ್ನ ನಿರ್ಣಯ ಈಗ್ಲೂ ಅಚಲವೇ, ಡ್ಯಾಡಿ. ಈ ಬಂಗ್ಲೆ ಆಳು, ಕಾಳುಗಳಿಗಿಂತ ಆ ಮನೆ, ಅವರುಗಳು, ಅವರ ಪ್ರೀತಿ ಅದೆಲ್ಲ ನಂಗಿಷ್ಟ''

ಮೌನವಾಗಿ ಅವರು ತಲೆಯಾಡಿಸಿದ್ದರು.

ಬೇರೆ ಮಕ್ಕಳಿಲ್ಲದ ಹರಿಹರನ್ ಮಗಳ ಜೊತೆ ಅಳಿಯನನ್ನು ಕೂಡ ಮನೆಯಲ್ಲಿ ಇರಿಸಿಕೊಳ್ಳಲು ಇಷ್ಟಪಟ್ಟಿದ್ದರು. ಇಂಥ ಸಾಮಾನ್ಯರಲ್ಲಿ ಸಂಬಂಧ ಬೆಳೆಸಲು ಒಂದು ರೀತಿಯ ಅರೆ ಒಮ್ಮತವೇ. ತಾನ್ ಪ್ಯಾನ್ಸ್‌ನ ಮಾಲೀಕನ ಎರಡನೇ ಮಗ ಸಾಗರ್‌ತಾನ್ ಅವರಿಗೆ ಮೆಚ್ಚಿಗೆಯಾಗಿದ್ದ. ಆದರೆ ಸವಿತಾಳ ತೀರ್ಮಾನದಿಂದ ಇಡೀ ಚಿತ್ರವೇ ಬದಲಾಗಿತ್ತು. ಆ ಕ್ಯಾನವಾಸ್, ಬಣ್ಣಗಳು ಉಪಯೋಗಕ್ಕೆ ಬಾರದೆ ಹೋಗಿದ್ದವು.

ಸೂಕ್ಷ್ಮವಾಗಿ ಗಮನಿಸಿದರು. ಅವರು ಇಲ್ಲಿನ ಶ್ರೀಮಂತಿಕೆಗೇನು ಬೆರಗುಗೊಂಡಂತೆ ಕಾಣಲಿಲ್ಲ. ಅದರೂ ಒಂದು ರೀತಿಯ ಮುಜುಗರ ಅವರನ್ನು ಬಾಧಿಸುತ್ತಿದೆಯೆನಿಸಿತು.

''ನೀವು ಸವಿತಾನ ನಿಮ್ಮ ಮಗನಿಗೆ ತಂದ್ಕೋಬೇಕು'' ಹರಿಹರನ್ ಅಂದಾಗ ಚಿದಂಬರಯ್ಯ ಮುಗುಳ್ನಕ್ಕರು. ''ಪ್ರಭು ಒಪ್ಪಿದ್ರೆ ನಮ್ಮ ಅಬ್ಜಕ್ಷನ್ ಖಂಡಿತ ಇಲ್ಲ.'' ಇಲ್ಲಿ ಮಗ ಮುಖ್ಯವೆನ್ನುವುದು ಒತ್ತಿ ಹೇಳಿದರು.

''ಪ್ರಭು ಒಪ್ಪಿದ್ದಾರೆ'' ಎಂದರು ಹರಿಹರನ್.

''ನಮ್ಮ ಅಭ್ಯಂತರವಿಲ್ಲ'' ಅಲ್ಲಿಗೆ ಮಾತು ಮುಗಿಯಿತು.

ಸವಿತಾ ಅವರನ್ನು ಕರೆದೊಯ್ದಳು ತನ್ನ ರೂಮಿಗೆ. ಅಲ್ಲಿನ ಅನುಕೂಲ ವೈಭವಗಳ ನೂರರಲ್ಲಿ ಒಂದು ಭಾಗ ತಮ್ಮ ಮನೆಯಲ್ಲಿ ಅವಳಿಗೆ ಒದಗಿಸಲು ಸಾಧ್ಯವಿಲ್ಲವೆಂದು ಅವರಿಗೆ ಗೊತ್ತು.

ಮನೆಗೆ ಬಂದ ಕೂಡಲೇ ಚಿದಂಬರಯ್ಯ ತೀರಾ ಸಪ್ಪಗಾಗಿ ಕೂತರು ''ಏನು ನಿನ್ನ ಮಗನ ಉದ್ದೇಶ? ಇಷ್ಟು ವರ್ಷ ಸಾಕಿ, ಸಲಹಿ ಈಗ ಹರಿಹರನ್ ಸಿಮೆಂಟ್ಸ್‌ಗೆ ಅವನನ್ನು ದೇಣಿಗೆಯಾಗಿ ಕೊಡೋ ಸ್ಥಿತಿ ನಮ್ದು'' ಆಳುವ ಸ್ಥಿತಿಗೆ ಇಳಿದಿದ್ದರು.

ಸೌಭಾಗ್ಯ ಏನು ಹೇಳುವ ಸ್ಥಿತಿಯಲ್ಲಿರಲಿಲ್ಲ. ಸವಿತಾ ರೂಪ, ನಡೆ, ನುಡಿಯಲ್ಲಿ ಅವರಿಗೆ ಮೆಚ್ಚಿಗೆಯೇ. ಇಲ್ಲಿನ ಪರಿಸರಕ್ಕೂ ಅಲ್ಲಿಗೂ ಹೊಂದಿಕೆಯಾಗದೆಂದು ಅವರ ಅಭಿಮತವು ಕೂಡ.

''ಮಂಕು ಬಡಿದ್ಹಂಗಾಗಿದೆ. ಅಷ್ಟು ದೊಡ್ಡ ಶ್ರೀಮಂತರು ನಮ್ಮಂಥವ್ರ ಮನೆಗೆ ಮಗಳನ್ನು ಕೊಡೋಕೆ ಸಾಧ್ಯನಾ? ಯಾವುದಾದ್ರೂ ಸಿನಿಮಾದಲ್ಲಿ ನೋಡೋಕೆ ಚೆಂದ. ದುಡ್ಡಿನ ಜನ. ವ್ಯಾಪಾರದಲ್ಲಿ, ವ್ಯವಹಾರದಲ್ಲಿ ಅವ್ರಿಗೆ ನಾವು ಸಮವು ಅಲ್ಲ, ಸಾಟಿಯೂ ಅಲ್ಲ. ಏನೋ ಒಂದು ಪ್ರಬಲವಾದ ಉದ್ದೇಶವೇ ಇಟ್ಟುಕೊಂಡಿರುತ್ತಾರೆ'' ಆಕೆ ಅತ್ತೇ ಬಿಟ್ಟರು. ಅವರ ಕನಸುಗಳೆಲ್ಲ ಮಗನ ಬಗ್ಗೆಯೇ.

''ಸುಮ್ನೆ ಈಗ್ಲೇ ಮಾತಾಡಿ ತಲೆ ಕೆಡ್ಸಿಕೊಳ್ಳೋದ್ಬೇಡ. ಪ್ರಭು ಬರಲೀ'' ಚಿದಂಬರಯ್ಯ ಎದ್ದು ಹೋದರು. ಮಗನ ಬರುವಿಕೆಗಾಗಿ ಚಡಪಡಿಸಿ ಹೋಗಿದ್ದರು.

ಗಂಡನಿಗೆ ಬಂದ ಕೂಡಲೇ ವಿಷಯ ಮುಟ್ಟಿಸಿದರು ಸೌಭಾಗ್ಯ. ''ಬಂದವನೇ ಯಾಕೋ ಮಲ್ಗಿಬಿಟ್ಟಿದ್ದಾನೆ. ಏನು ಕೇಳೋಕಾಗ್ಲಿಲ್ಲ'' ತಲೆದೂಗಿದರು ಅಷ್ಟೆ.

ನಾಲ್ಕು ದಿನಗಳ ಹಿಂದೆ ಅವರಲ್ಲಿದ್ದ ಟೆನ್‌ಷನ್ ಕಡಿಮೆಯಾಗಿತ್ತು. ಮಗನನ್ನು ಬಲ್ಲವರು. ಅವನ ನಿರ್ಣಯ, ನಿರ್ಧಾರಗಳನ್ನು ಗೌರವಿಸಬೇಕಾಗುತ್ತೆ ಕೂಡ.

ಮಧ್ಯಾಹ್ನ ಎರಡಕ್ಕೆ ಮಲಗಿದ ಪ್ರಭು ಎದ್ದಿದ್ದು ಸಂಜೆಯ ಆರರ ನಂತರವೇ.

ಮುಖ ತೊಳೆದು ಬಂದವನೇ ಬಳಲಿದಂತೆ ಹಾಲ್‌ನ ಸೋಫಾ ಮೇಲೆ ಕೂತ. ''ಅಮ್ಮ, ಏನಿದ್ದರೆ ಅದು ಕೊಡು. ಹೋದ ದಿನದಿಂದ ಬರೀ ಕಾಡು ಮೇಡು ಸುತ್ತಿದ್ದು'' ಬಗ್ಗಿ ಕಾಲುಗಳನ್ನೊತ್ತಿಕೊಂಡ.

ಗೊಜ್ಜವಲಕ್ಕಿ, ಬೇಸನ್ ಲಾಡು ತಂದಿತ್ತರು. ಮಗ ತಿನ್ನುತ್ತ ಹೇಳುವುದನ್ನೆಲ್ಲ ಕೇಳಿದರು. ಆ ವೇಳೆಗೆ ಅವರ ಸಹನೆ ಸತ್ತುಹೋಗಿತ್ತು.

''ನೀನು ಹರಿಹರನ್ ಮಗಳನ್ನ ಮದ್ವೆ ಆಗೋಕೆ ಒಪ್ಪಿದ್ದೀಯಾ?'' ತಾಯಿ ಪ್ರಶ್ನೆಗೆ ಚಕಿತನಾದ. ಅಂದರೇ ಸವಿತಾ ತನ್ನ ನಿರ್ಣಯ ಬದಲಾಯಿಸಿಕೊಂಡಿಲ್ಲ. ಕೋಗಿಲೆ ಅತ್ಯಂತ ಮಧುರವಾಗಿ ಹಾಡಿದಂತಾಯಿತು. ಕ್ಷಣ ಮೈ ಮರೆತ.

ಬಡ ಬಡ ಎಂದು ಅವರು ತಮ್ಮನ್ನ ಕರೆದೊಯ್ದದ್ದರಿಂದ ಹಿಡಿದು ಎಲ್ಲವನ್ನು ವಿವರಿಸಿದರು.

ತುಟಿ ಕಚ್ಚಿ ತಾಯಿಯ ಮುಖವನ್ನು ದಿಟ್ಟಿಸಿದ. ''ನಿಮ್ಗೇ ಸವಿತಾ ಇಷ್ಟವಾದಳಾ''? ಕೇಳಿದ.

ಮಗನನ್ನು ತಾವೆಲ್ಲಿ ಕಳೆದುಕೊಳ್ಳುವೆನೋ ಎನ್ನುವ ಭಯದಲ್ಲಿದ್ದ ಆಕೆ ಸವಾಲೆಸೆದಂತೆ ಕೇಳಿದರು.

''ನಾವು ಬೇಡಾಂದರೇ ನೀನು ಮದ್ವೆ ಆಗೋಲ್ವಾ ?''

ತಿಂಡಿಯ ತಟ್ಟೆಯನ್ನಿಟ್ಟು ತಾಯಿಯ ಬಳಿಗೆ ಹೋಗಿ ಆಕೆಯ ಕೈಯನ್ನಿಡಿದುಕೊಂಡ. ''ಖಂಡಿತ ಇಲ್ಲಮ್ಮ. ವ್ಯಕ್ತಿ ಹುಟ್ಟು ಹಿಂದಿನದು ತಾಯಿ, ತಂದೆಯರ ಸಂಬಂಧ. ಬೇರೆಲ್ಲ ಸಂಬಂಧಕ್ಕಿಂತ ಅದು ಹೆಚ್ಚಿನದು. ನಂಗೆ ನೀವೇ ಮುಖ್ಯ. ಆ ಬಗ್ಗೆ ಭಯ ಬೇಡ. ನಿಮ್ಗೆ ಇಷ್ಟವಿಲ್ಲಾಂದ್ರೆ ಬೇಡ. ಮೊದ್ಲು ನಾನು ಯೋಚಿಸೋದು ನನ್ನವರ ಮತ್ತು ನಮ್ಮ ಮನೆಯ ನೆಮ್ದಿ, ನಂತರವೇ ಮಿಕ್ಕೆಲ್ಲ'' ಎಂದ. ಸವಿತಾಳ ಕಣ್ಣೀರು ಅವನೆದೆಯನ್ನು ತೋಯಿಸಿದಂತಾಯಿತು.

'ನಿನ್ನ ಕಣ್ಣೀರಿಗಿಂತ ನಮ್ಮಮ್ಮನ ಕಣ್ಣೀರಿನ ಬೆಲೆ ಹೆಚ್ಚು' ಸಂತೈಸಿದ.

ಸೌಭಾಗ್ಯ ಮಗನ ಕೈ ಹಿಡಿದು ಅತ್ತೇ ಬಿಟ್ಟರು. ''ನಮ್ಗೂ ಆ ಹುಡುಗಿ ಇಷ್ಟವೇ, ಆದರೆ...''

ಆಕೆಯ ಕಣ್ಣೀರು ತೊಡೆದ ''ಅಲೆಗಳ ವಿರುದ್ಧ ಈಜೋಕೆ ಅವಳೇ ಸಿದ್ಧವಾಗಿದ್ದಾಳೆ. ಇದ್ರಲ್ಲಿ ಹೆಚ್ಚು ಘಾಸಿ ಅವಳಿಗೇನೇ'' ಸವಿತಾಳ ಬಗ್ಗೆ ಸಹಾನುಭೂತಿಗೊಂಡ.

ತಂದೆ, ಮಗ ರಾತ್ರಿ ಎರಡು ಗಂಟೆ ಕೂತು ಮಾತಾಡಿದರು. ಸವಿತಾ ಈ ಮನೆಯಲ್ಲಿ ಬಂದು ಓಡಾಡಿಕೊಂಡಿರುವುದು ಅವರಿಗೂ ಇಷ್ಟಾನೇ.

ಮರುದಿನ ಕೂಡ ರಜೆ ಇದ್ದುದ್ದರಿಂದ ಇಡೀ ದಿನ ಮನೆಯಲ್ಲಿದ್ದರೂ ಸಂಜೆ ಸೇತುವೆಯ ಮೇಲಕ್ಕೆ ನಡೆದ.

ತಂಪು ವಾತಾವರಣ ಓಡಾಡುವ ವಾಹನಗಳು ಧೂಳೆಬ್ಬಿಸುತ್ತಿದ್ದರು, ಯಾಕೋ ಆ ಜಾಗ ಅವನಿಗೆ ಪ್ರಿಯ. ಮೊದಲು ಇನ್ನಷ್ಟು ಪ್ರಶಾಂತವಾಗಿತ್ತು. ಅವನ ನೋಟ ಯಾರನ್ನೋ ಹುಡುಕುತ್ತಿದೆಯೆನಿಸಿತು.

''ಹಲೋ...'' ತೀರಾ ಸನ್ನಿಹದಲ್ಲಿ ದನಿ. ಪರಿಮಳ ಅವನನ್ನು ತಬ್ಬಿದಾಗ ತಬ್ಬಿಬ್ಬಾದ. ''ಹಲೋ....'' ಅವಳತ್ತ ತಿರುಗಿದಾಗ ಕೆನ್ನೆಗಳೊಡೆದ ಕೆಂಪು ಅವನ ಮುಖಕ್ಕೆ ರಾಚಿದಂತಾಯಿತು. ''ಎಲ್ಲಿ... ಹೋಗಿದ್ರಿ?'' ಆಕ್ಷೇಪಣೆ ಇತ್ತು ಅವಳ ದನಿಯಲ್ಲಿ. ಮುಕ್ತವಾಗಿ ನಕ್ಕುಬಿಟ್ಟ. ''ಸಂಕೋಲೆಯಲ್ಲಿ ಬಿಗಿಯೋಕೆ ಮುನ್ನವೇ ನಿನ್ನ ಪರ್ಮೀಷನ್ ಪಡ್ಕೋಬೇಕಿತ್ತಾ?'' ರೇಗಿಸಿದವನ ಮುಖ ಗಂಭೀರವಾಯಿತು.

''ಹೇಗೆ ಅನ್ನಿಸ್ತು, ನಮ್ಮ ಮನೆ?'' ವಿಷಯಕ್ಕೆ ಬಂದ.

''ನಂಗೆ ತುಂಬ ಇಷ್ಟವಾಯಿತು'' ಎಂದಾಗ ಭಾರವಾದ ನಿಟ್ಟುಸಿರು ದಬ್ಬಿದ. ''ನಿನ್ನ ಕನಸಿನ ಜಗತ್ತಿನಿಂದ ವಾಸ್ತವ ಪ್ರಪಂಚಕ್ಕೆ ಬಂದು ಯೋಚ್ಸು ಸವಿತಾ. ನಿನ್ಮಾತು ನಿಜ ಅಂದ್ಕೊಂಡು... ಕೆಲವು ಗಂಟೆಗಳು ನಮ್ಮ ಮನೆ ಪ್ರಿಯವಾಗಬಹುದು. ಪೂರ್ತಿ ಅಲ್ಲೇ ಇರೋವಾಗ ಅದರ ಕಷ್ಟ ಗೊತ್ತಾಗುತ್ತೆ. ಮುಂದೆ ಪಡೋ ಪಶ್ಚಾತ್ತಾಪ ಬರೀ ಪನಿಷ್‌ಮೆಂಟ್ ಆಗುತ್ತೆ.''

ಸವಿತಾ ಹತ್ತು ನಿಮಿಷಗಳನ್ನು ದೀರ್ಘಕಾಲ ಮೌನವಾಗಿ ನಿಂತು ದೂರದಲ್ಲಿ ನೋಟ ನೆಟ್ಟಿದ್ದಳು. ಅತ್ಯಂತ ಉತ್ಸಾಹವಾಗಿ ಉಲ್ಲಾಸವಾಗಿ ಕಂಡಳು.

''ನಿನಗೆ ಏನಾಗಿದೆ?'' ಒಂದು ಕ್ಷಣ ಅಸಹನೆಗೊಂಡ. ಹೂ ಚೆಲ್ಲಿದಂತೆ ಆರಾಮಾಗಿ ನಕ್ಕಳು. ''ನಂಗೇನು ಆಗಿಲ್ಲ. ನಿಮ್ಮ ಬಗ್ಗೆ ಯೋಚಿಸ್ತಾ ಇದ್ದೀನಿ. ಇಷ್ಟು ಸಿಂಪಲ್ ವಿಷ್ಯನ ಯಾಕೆ ಎಳೆದಾಡ್ತ ಇದ್ದೀರಾ'' ಅವನನ್ನೇ ದಿಗ್ಭ್ರಮೆಗೊಳಿಸಿದಳು.

ತುಟಿ ಕಚ್ಚಿ ನಿಂತ ಪ್ರಭು. ಇಂದು ನೇರವಾಗಿ ಅವಳನ್ನ ದಿಟ್ಟಿಸಿದ. ಮೋಹಕವಾಗಿ ನಕ್ಕಳು.

''ಎಲ್ಲಿಗೆ... ಹೋಗಿದ್ರಿ? ನಂಗೆ ಬೋರಾಗಿಹೋಯ್ತು'' ಮತ್ತದೇ ರಾಗ. ಬರೀ ನಕ್ಕುಬಿಟ್ಟ. ಪ್ರಭು ಬಹಳ ಹೊತ್ತು ಮಾತಾಡದೇ ನಿಂತಿದ್ದರು.

ಅಣ್ಣನ ಫೋನ್‌ಗೆ ಬಂದ ಹರಿಹರನ್ ಸೋದರ ಮಾರುದ್ದನೆಗೆದಾಡಿದ. ''ನೋ, ನಂಗೆ ಸ್ವಲ್ಪವು ಇಷ್ಟವಾಗಿಲ್ಲ. ಸವಿತಾ ಇನ್‌ಫ್ಯಾಚೂಯೇಷನ್‌ನ ಪ್ರೇಮ, ಪ್ರೀತಿ ಅಂತ ಭ್ರಮಿಸಿ ಮದ್ವೆವರ್ಗೂ ತಗೊಂಡ್ ಬಂದ್ಲು'' ಲಾಸ್ ಏಂಜಲಿಸ್‌ನಿಂದ ಹಾರಾಡಿದಾಗ ಅಲ್ಲೇ ಇದ್ದ ಸವಿತಾ

ತಂದೆಯ ಕೈಯಲ್ಲಿನ ರಿಸೀವರ್ ಕಿತ್ತುಕೊಂಡು ''ಬರದಿದ್ರೆ ಪರ್ವಾಗಿಲ್ಲ, ಖಂಡಿತ ನನ್ಮದ್ವೆ ನಿಲ್ಲೋಲ್ಲ'' ದಢ್ ಅಂತ ಎದ್ದು ಫೋನ್ ಇಟ್ಟು ಹೋದಳು.

ಹರಿಹರನ್ ದಿಗ್ಭ್ರಮೆಗೊಂಡರು. ಫ್ಯಾಕ್ಟರಿಯ ಎಲ್ಲಾ ವಿಭಾಗದಲ್ಲೂ ಅವಳು ತೋರುವ ಆಸಕ್ತಿ, ಜಾಣ್ಮೆಗೆ ತಲೆದೂಗಿದ್ದರು. ಮದುವೆಯ ನಂತರ ... ಯಾವುದೇ ನಿರ್ಣಯಕ್ಕೆ ಬರದಿದ್ದರೂ ದೂರದ ಒಂದು ಆಸೆ ಅವರೆದೆಯಲ್ಲಿತ್ತು.

ಮದುವೆ ಸಿಂಪಲ್ಲಾಗಿಯೇ ಮಾಡಿ ಒಂದು ಡಿನ್ನರ್ ಕೊಟ್ಟರು ಅಷ್ಟೆ.

* * *

ಹದಿನೈದು ದಿನ ಹನಿಮೂನ್ ನೆಪದಲ್ಲಿ ಸುತ್ತಾಡಿ ಸವಿತಾ, ಪ್ರಭು ಬಂದರು. ಅದರ ಹಿಂದಿನ ದಿನ ಬಂದಿದ್ದ ಹರಿಹರನ್, ಚಿದಂಬರಯ್ಯನವರಿಗೆ ಒಂದು ಮಾತು ಹೇಳಿದರು.

''ಮಂಚ, ಹಾಸಿಗೆ ಇಂಥದ್ದು ಹೆಣ್ಣಿನ ತವರು ಮನೆಯವರೇ ಕೊಡಬೇಕಾಗಿದ್ದಿದ್ದು. ಅದಕ್ಕೆ ನಿಮ್ಮ ಮಗ ತಕರಾರು ತೆಗೆಯದಂತೆ ನೋಡ್ಕೊಳ್ಳಿ''

ಅತ್ಯಂತ ನವೀನ ಮಾದರಿಯ ದೊಡ್ಡ ಮಂಚ. ಅದರ ಮೇಲೆ ಆರು ಇಂಚಿನ ಫೋಮ್ ಬೆಡ್. ಆದರ ಮೇಲೆ ಫಾರಿನ್‌ನಿಂದ ತರಿಸಿದ ಸುಂದರ ಹೂಗಳ ನುಣುಪಾದ ಮೇಲ್ವಾಸು, ಹೊದೆಯಲು ಪರ್ಷಿಯನ್ ಬ್ಲಾಂಕೆಟ್.

ಚಿದಂಬರಯ್ಯನವರು ಬರೀ ನಕ್ಕರು. ಹೆಂಡತಿಯ ಮುಂದೆ ಅಂದು ಕೊಂಡರು. ''ಬಹಳ ಒಳ್ಳೆಯ ವ್ಯಕ್ತಿ ಹರಿಹರನ್. ಮಗ್ಳು ನನ್ಮನೆಯಲ್ಲೇ ಇರ್ತಾಳೆ. ನಿಮ್ಮ ಮಗನನ್ನ ತಕರಾರು ತೆಗೆಯದಂತೆ ನೋಡ್ಕೊಳ್ಳಿ ಅನ್ನಿಲ್ಲ'' ಆಕೆ ಯಾವುದೇ ಪ್ರತಿಕ್ರಿಯೆ ವ್ಯಕ್ತಪಡಿಸಿಲಿಲ್ಲ. ಒಂದು ರೀತಿಯ ಭಯದಿಂದ ಅವರಿನ್ನ ಮುಕ್ತರಾಗಿರಲಿಲ್ಲ.

ರೈಲ್ವೆ ಸ್ಟೇಷನ್‌ಗೆ ಕಾರು ಬಂದಿತ್ತು. ಅನಾಗರಿಕನಾಗಿ ವರ್ತಿಸಿ ಸವಿತಾ ಮನ ನೋಯಿಸಲು ಅವನಿಗಿಷ್ಟವಿಲ್ಲ. ಮೌನವಾಗಿ ಹತ್ತಿದ.

ಹಿಂದಿನ ರಾತ್ರಿ ಪ್ರಭು ಎದೆಯ ಮೇಲೆ ತಲೆ ಇಟ್ಟು ''ನಿಮ್ಮ ಮನಸ್ಸಿಗೆ ನಾನೆಂದೂ ಬೇಸರವಾಗುವಂತೆ ವರ್ತಿಸೋಲ್ಲ'' ಎಂದಿದ್ದಳು. ಅವಳ ಮುಂಗುರುಳು ಜೊತೆ ಆಟವಾಡುತ್ತಿದ್ದ ಅವನು ನಸುನಗೆ ಬೀರಿದ್ದ.

''ಆ ಮನೆಗೆ...'' ಎಂದು ಆದೇಶವಿತ್ತರು ಡ್ರಯ್‌ವರ್‌ಗೆ. ಹರಿಹರನ್ ಒಂಟಿತನದ ಬಗ್ಗೆ ಚಿಂತಿಸಿದ ಪ್ರಭು. ''ನಿಮ್ತಂದೆನ ನೋಡ್ಕೊಂಡ್ಹೋಗೋಣ...'' ಬೇಡವೆಂದು ತಲೆಯಾಡಿಸಿದಳು. ಬೆಳಿಗ್ಗೆ ಆಫೀಸ್‌ನಲ್ಲಿ ಸಿಕ್ತಾರೆ. ಇವತ್ತು ಬೋನಸ್ ಬಗ್ಗೆ ಯೂನಿಯನ್ ಅವರೊಂದಿಗೆ ಒಂದು ಡಿಸ್‌ಕಷನ್ ಇತ್ತು.''

ಕಾರು ನಿಂತಾಗ ಸೌಭಾಗ್ಯ ಹೊರಗೆ ಬಂದರು. ಕೆದರಿದ ಮುಂಗೂದುಲು, ಸಂತೃಪ್ತಿಯ ಮುಖದ ಸೊಸೆಯನ್ನು ನೋಡಿದಾಗ ಅವರಿಗೆ ಹಾಯೆನಿಸಿತು.

''ಏನು ತೊಂದರೆ ಆಗ್ಲಿಲ್ವಾ!'' ಸೊಸೆಯ ಕೈಯಲ್ಲಿನ ಬ್ಯಾಗ್‌ನ ತೆಗೆದುಕೊಳ್ಳಲು ಮುಂದಾದರು. ''ಬೇಡ....'' ಬಗ್ಗಿ ಅವರ ಕಾಲಿಗೆ ನಮಸ್ಕರಿಸಿದಳು.

ನೋಡಿದರೂ ನೋಡದಂತೆ ಕೋಣೆಯೊಳಕ್ಕೆ ಹೋದವನು ನಿಂತ. ದೊಡ್ಡ ಮಂಚ ಇಡೀ ಕೋಣೆಯ ಅರ್ಧಕ್ಕಿಂತ ಹೆಚ್ಚು ಜಾಗವನ್ನ ಆಕ್ರಮಿಸಿತ್ತು.

ಹಾಲ್‌ನಲ್ಲಿದ್ದ ಚಿದಂಬರಯ್ಯನವರು ಮೊದಲೇ ಶುರು ಮಾಡಿದ್ದರು. ಮಂಚ, ಹಾಸಿಗೆ, ದಿಂಬು ಅದಕ್ಕೆ ಸಂಬಂಧಪಟ್ಟದ್ದೆಲ್ಲ ಕೊಡಬೇಕಾದ ಸಂಪ್ರದಾಯವಿದೆ, ಅದೂ ಹೆಣ್ಣಿನವರು. ಅರ್ಥವಾಯಿತು ಎನ್ನುವಂತೆ ಗಂಟಲು ಸರಿಮಾಡಿಕೊಂಡ ಪ್ರಭು.

ಬಟ್ಟೆ ಬದಲಾಯಿಸಿ ಹೊರಗೆ ಬಂದಾಗಲೂ ಸವಿತಾ ಸೌಭಾಗ್ಯಗೆ ಏನೋ ಹೇಳುತ್ತಿದ್ದಳು. ನೇರವಾಗಿ ಬಾತ್‌ರೂಮಿಗೆ ಹೋಗಿಬಿಟ್ಟ.

''ಸವಿತಾ, ನಮ್ಮ ಪ್ರಭು ಸರ್‍ಯಾಗಿ ನೋಡ್ಕೊಂಡ ತಾನೇ! ಏನು ತೊಂದರೆ ಕೊಡ್ಲಿಲ್ವಾ?'' ಪೇಪರ್ ಮುಖಕ್ಕೆ ಹಿಡಿದೇ ಕೇಳಿದರು ಚಿದಂಬರಯ್ಯ. ಅವಳು ಬಾಯಿ ತೆರೆಯುವ ಮುನ್ನ ಬಾತ್ ರೂಂನಿಂದ ಬಂದ ಪ್ರಭು ಸುಮ್ಮನಿರುವಂತೆ ಸನ್ನೆ ಮಾಡಿದ. ''ಏನು ಹೇಳ್ಬೇಡಾಂದ್ರು!'' ಅಂದೇಬಿಟ್ಟಳು.

ಕೋಣೆಗೆ ಬಂದ ಪ್ರಭು ಸುಮ್ಮನೆ ಕೂತುಬಿಟ್ಟ.

ಒಳಗೆ ಬಂದ ಸವಿತಾ ಅವನ ಕೆನ್ನೆಯ ಬಳಿ ಬಗ್ಗಿದಳು ''ಯಾಕೆ ಬೇಡಾಂದ್ರಿ? ವಿಚಾರ್‍ಸ್ಕೊಂಡಿದ್ದು ಅವ್ರ ತಪ್ಪಾ?'' ಕಿವಿ ಹಿಡಿದ ''ಯೂ ನಾಟಿ ಗರ್ಲ್....'' ಹತ್ತಿರಕ್ಕೆಳೆದುಕೊಂಡ ಅವನೆದೆಯಲ್ಲಿ ಮುಖವಿಟ್ಟು ಕಣ್ಮುಚ್ಚಿದಳು.

''ಪ್ರಭು ಬಂದನಾ?'' ಶಾಂತಿಯ ಸ್ವರ.

ಅವಳನ್ನು ಬಿಟ್ಟು ಎದ್ದ. ಕೋಣೆಯ ಬಾಗಿಲಿಗೆ ಬಂದೇ ಬಿಟ್ಟು. ''ನೋಡ್ರೋ ಪ್ರಭು...'' ಅವಳ ಕೈಯಲ್ಲಿನ ಗೊಜ್ಜಿನ ಪಾತ್ರೆ ಇಸಿದುಕೊಂಡು ಘಮಲು ಹೀರಿದ. ''ನಂಗೆ ಇಷ್ಟಾಂತ ಗೊಜ್ಜು ಮಾಡಿದ್ದೀಯಾ, ಇದೆ ತಾನೇ! ಈಗ ನಮ್ಮ ಪಾರ್ಟನರ್ ಕೂಡ ಇದ್ದಾರೆ'' ತಮಾಷೆ ಮಾಡಿದ.

ಸವಿತಾ ಚಕಿತಳಾದಳು. ಸದಾ ಸೀರಿಯಸ್ಸಾಗಿರೋ ಪ್ರಭು ಶಾಂತಿಯ ಬಳಿಯಲ್ಲಿ ಆರಾಮಾಗಿ ಹರಟುತ್ತಿದ್ದ.

''ನಂಗೆ ಮರ್‍ತೇ ಹೋಗಿತ್ತು. ಇನ್ಮೇಲೆ, ಸವಿತಾಗೆ ಏನು ಇಷ್ಟಾಂತ ತಿಳ್ಕೋಬೇಕು. ಅಯ್ಯೋ.... ಹಾಲು ಒಲೆ ಮೇಲಿಟ್ಟು ಬಂದಿದ್ದೀನಿ'' ಬಟ್ಟಲನ್ನು ಅವನ ಕೈಯಲ್ಲೇ ಇಟ್ಟು ಓಡಿದಳು.

ಹೈದರಾಬಾದ್‌ನಲ್ಲಿ ಸವಿತಾಳಿಗೆ ಬಳೆ ತೊಡಿಸುವಾಗ ಶಾಂತಿಗಾಗಿ, ಅವಳ ಮಗಳು ಸ್ವಪ್ನಾಗಾಗಿಯೂ ಮುತ್ತಿನ ಬಳೆಗಳನ್ನು ಕೊಂಡಿದ್ದ ಪ್ರಭು.

ಗೊಜ್ಜಿನ ಪಾತ್ರೆ ತಂದು ಅಡಿಗೆಯ ಮನೆಯಲ್ಲಿಟ್ಟ ''ತುಂಬ ಹೊಟ್ಟೆ ಹಸಿವು....'' ಮುಚ್ಚಿದ ಪಾತ್ರೆಗಳನ್ನು ಒಂದೊಂದಾಗಿ ತೆಗೆದು ನೋಡಿದ. ''ಬೇಗ ಬಡಿಸಮ್ಮ'' ಎಂದವನು ತಾಯಿ

ಯ ಬಳಿಯಲ್ಲಿ ಹೋಗಿ ನಿಂತು ಆಕೆಯ ಕೈಯನ್ನು ತನ್ನ ಕೈಯೊಳಗೆ ತಗೊಂಡ ''ಕ್ಷಮ್ಸಿಬಿಡಮ್ಮ....'' ಅವರ ಸ್ವರ ಭಾರವಾಯಿತು. ಹೊರಗೆ ಬಂದುಬಿಟ್ಟ.

ಸೊಸೆ ಮನೆಗೆ ಬಂದಿರಬಹುದು. ಆಕೆಯ ಕೈಗೆ ಬಿಡುವು ಸಿಗಬಹುದೆ? ಇಲ್ಲವೆನಿಸಿತು. ಹಾಗೆಂದು ಸವಿತಾನ ನಿಷ್ಠುರ ಮಾಡಲಾರ.

ಉಡುಪು ಬದಲಾಯಿಸಿದ ಸವಿತಾ ಬಾತ್ ರೂಮುಗೆ ಹೋಗಿ ಬಂದು ಚಿದಂಬರಯ್ಯನವರ ಬಳಿಯಲ್ಲಿ ಕೂತಿದ್ದಳು. ಸದಾ ತನ್ನ ಬಿಸಿನೆಸ್, ಇಂಡಸ್ಟ್ರಿಯಲ್ಲಿ ಮುಳುಗಿರುವ ತಂದೆಗಿಂತ ಅವರು ಇಷ್ಟವಾಗಿದ್ದರು.

''ಇಲ್ನೋಡಿ ಪಪ್ಪ....'' ತನ್ನೆರಡು ಕೈಗಳನ್ನು ಅವರ ಮುಂದೆ ಚಾಚಿದಳು. ಅಂಗೈಗಳಿಗೆ ಮೆಹಂದಿಯ ಚಿತ್ತಾರ ''ಆ ಗೆಸ್ಟ್ ಹೌಸ್ ಹತ್ರ ಒಬ್ಬ ಹೆಣ್ಣು ಬೇಡಾಂದ್ರೂ.... ಬಿಡ್ಲಿಲ್ಲ. ಹೇಗಿದೆ?'' ಮೆಚ್ಚಿಗೆ ತುಳುಕಿತು ಅವರ ಕಣ್ಣುಗಳಲ್ಲಿ ''ತುಂಬ ಚೆನ್ನಾಗಿದೆ...''

ಬಂದ ಸೌಭಾಗ್ಯ ಸೊಸೆಯ ಕೈ ಹಿಡಿದು ನೋಡಿದರು ''ಎಂಥ ಸುಂದರವಾದ ಹಸ್ತಗಳು! ಎಂಥ ಅಲಂಕಾರಗಳು ಇಲ್ದಿದ್ರೂ ಚೆನ್ನಾಗಿರುತ್ತೆ'' ಅತ್ಯಂತ ಪ್ರೀತಿಯಿಂದ ನೋಡಿದರು.

''ತಟ್ಟೆ ಹಾಕಿದೆ'' ಮಗನಿಗೆ ಹೇಳಿದರು. ಡೈನಿಂಗ್ ಹಾಲ್‌ಗೆ ಹೋಗದೇ ನೇರವಾಗಿ ಬಂದು ಹಾಲ್‌ನಲ್ಲಿ ಕೂತ ಪ್ರಭು ''ತಟ್ಟೆ ಮುಂದೆ ಕೂತು ಕಲೆಸಿ ತಿನ್ನೋದೂಂದ್ರೆ ಬೇಸರದ ವಿಚಾರ. ಒಂದ್ನಾಲ್ಕು ಕೈ ತುತ್ತು ಹಾಕ್ಬಿಡಮ್ಮ'' ಎಂದ.

ಸವಿತಾ ಕಣ್ಣರಳಿಸಿದಳು. ಅವಳು ಬೆಳೆದಿದ್ದು ಸೋಫಿಸ್ಟಿಕೇಟೆಡ್ ಜೀವನ. ಅವಳಿಗೆ ತಾಯಿಯ ನೆನಪಿಲ್ಲ. ಸಾಮಾನ್ಯ ಬದುಕು ಅವಳಿಂದ ಬಲು ದೂರ.

ಮಗನ ಮೇಲೆ ಬೇಸರ ತೋರಿದರು ಸೌಭಾಗ್ಯ ''ಲಕ್ಷಣವಾಗಿ ತಟ್ಟೆ ಮುಂದೆ ಕೂತು, ಹೊಟ್ಟೆ ತುಂಬ ಊಟ ಮಾಡ್ಬಾರ್ದ. ನೀನು... ಬಾಮ್ಮ'' ಸವಿತಾನ ಕೂಗಿದರು.

''ನಂಗೂ ಕೈತುತ್ತೇ ಹಾಕ್ಬಿಡಿ'' ಪ್ರಭು ಪಕ್ಕ ಬಂದು ಕೂತಳು. ವಾರೆಗಣ್ಣಿನಲ್ಲಿ ನೋಡಿ ಸುಮ್ಮನಾದ.

ಪ್ರಭುಗಿಂತ ಎರಡು ತುತ್ತು ಹೆಚ್ಚಿಗೆ ತಿಂದಳು. ''ಇದು ತುಂಬ ಸುಲಭ. ನಂಗೆ ಈ ತರಹ ಊಟನೇ ಹಾಕ್ಬಿಡಿ'' ಎದ್ದು ಹೋದಳು.

ಚಿದಂಬರಯ್ಯ, ಸೌಭಾಗ್ಯ ಕಣ್ಣರಳಿಸಿ ನೋಡಿದರು. ರೂಮಿಗೆ ಬಂದ ಕೂಡಲೇ ಮಂಚದ ಪಕ್ಕದಲ್ಲಿನ ಫೋನ್ ಅವಳ ಗಮನ ಸೆಳೆದಿದ್ದು. ಒಂದು ತರಹ ಖುಷಿಯೆನಿಸಿತು.

ಟೈಮ್ ನೋಡಿ ಡಯಲ್ ತಿರುಗಿಸಿದಳು. ಪರ್ಮನೆಂಟ್ ಆಳು ಕುಟ್ಟೀ ತಗೊಂಡಿದ್ದು. ''ಹಲೋ....'' ಎಂದ. ''ಏಯ್ ಕುಟ್ಟೆ, ಡ್ಯಾಡಿ ಏನ್ಮಾಡ್ತಾ ಇದ್ದಾರೆ'' ಕೇಳಿದಳು.

''ಆಫೀಸ್‌ನಿಂದ ಇನ್ನೂ ಬಂದಿಲ್ಲ'' ಎಂದ.

ರಿಸೀವರ್ ಹಿಡಿದೇ ಅವಳ ಕೈ ಅರಿವಾಗದಂತೆ ಬೆವರಿನಿಂದ ಒದ್ದೆಯಾಯಿತು. ಈಗಲೂ

ತುಂಬ ಆರೋಗ್ಯದ ಪೂರ್ಣ ಸಾಮರ್ಥ್ಯವುಳ್ಳ ವ್ಯಕ್ತಿಯೇ ಹರಿಹರನ್. ಆದರೆ ಅವಳು ಅಮೆರಿಕಾದಿಂದ ಬಂದ ಮೇಲೆ ಪ್ರತಿಯೊಂದು ಮೀಟಿಂಗ್, ಡಿಸ್‌ಕಷನ್‌ಗೆ ಮಗಳನ್ನು ಜೊತೆಯಲ್ಲಿಇಟ್ಟುಕೊಂಡಿರುತ್ತಿದ್ದರು.

ಕೆಲವೊಮ್ಮೆ ಮುಂಬೈ, ದೆಹಲಿ ಅಂತ ಹೋದಾಗ ಅವರ ಛೇಂಬರ್, ಅವರ ಸೀಟ್‌ನಲ್ಲಿ ಕೂತು ಕಾರ್ಯ ನಿರ್ವಹಿಸುತ್ತಿದ್ದಳು.

ಅವರಿಗೆ ಒಂಟಿತನದ ಅನುಭವವಾಗಿದೆಯೆಂದು ಅರ್ಥವಾದ ಕೂಡಲೇ ಸವಿತಾಗೆ ವೇದನೆಯಿಂದ ಕುಸಿಯುವಂತಾಯಿತು.

ಸೂಕ್ಷ್ಮವಾಗಿ ಅವಳ ಮುಖವನ್ನೇ ಅವಲೋಕಿಸಿದ ಪ್ರಭು, ''ಸ್ವೀಟ್, ಮೇಮ್‌ಸಾಬ್.... ಈ ರಾತ್ರಿ ಜಾಗರಣೇನಾ?'' ಎಂದ ನವಿರಾದ ಸ್ವರದಲ್ಲಿ ಕಣ್ಮುಚ್ಚಿ.

ಮೈನ್‌ಸ್ವಿಚ್ ಆಫ್ ಮಾಡಿ ಬಂದಳು. ಮತ್ತೆ ಹೋಗಿ ಡಯಲ್ ತಿರುಗಿಸಿದಳು. ''ಮಲಗೋಕೆ ಮುನ್ನಾ ದಿನಾ ಮಾತ್ರೆ ತಗೋತಾ ಇದ್ರಾ?'' ಮತ್ತೆ ಎರಡು ನಿಮಿಷ ಮಾತಾಡಿದಳು. ಆ ವೇಳೆಗೆ ಬಹುಶಃ ಹರಿಹರನ್ ಲೈನ್ ಮೇಲೆ ಸಿಕ್ಕಿರಬಹುದು. ಅಪ್ಪ, ಮಗಳು ಮೂರುವರೆ ನಿಮಿಷ ಮಾತಾಡಿದರು. ಇಂದಿನ ಮೀಟಿಂಗ್ ಬಗ್ಗೆಯು ಕೆಲವು ವಿಷಯಗಳನ್ನು ಕೇಳಿ ತಿಳಿದಳು.

ಅವಳು ಹಾಸಿಗೆಗೆ ಬರುವ ವೇಳೆಗೆ ನಿದ್ದೆ ಬರುವಂತೆ ನಟಿಸಿದ. ಸವಿತಾ ಜವಾಬ್ದಾರಿಗಳನ್ನು ಬಲ್ಲ. ಬರೀ ಅವಳು ತನ್ನ ಬೇಡಿಕೆ, ನೋವು, ನಲಿವುಗಳ ಮಧ್ಯೆ ನಲುಗಬೇಕೆಂದು ಅವನು ಬಯಸಲಾರ.

ಅವನನ್ನ ತಬ್ಬಿ ಮಲಗಿದ ಸವಿತಾ ಕಾರ್ಮಿಕರ ಹೆಚ್ಚಿನ ಬೋನಸ್ ಬೇಡಿಕೆಯ ಬಗ್ಗೆ ಯೋಚಿಸುತ್ತಿದ್ದಳು.

ಬೆಳಿಗ್ಗೆ ಪ್ರಭುಗೆ ಎಚ್ಚರವಾಗುವ ವೇಳೆಗೆ ಸವಿತಾ ಪಕ್ಕದಲ್ಲಿ ಇರಲಿಲ್ಲ. ಅವನಿಂದು ಕಾಲೇಜಿಗೆ ಹೋಗಬೇಕಿತ್ತು.

ಕಾಫೀ ಕುಡಿಯುತ್ತಿದ್ದ ಚಿದಂಬರಯ್ಯ ''ಕಾಲೇಜಿಗೆ ಹೋಗ್ಬೇಕಾ? ಶಾಂತಿಯೇನೋ ಇವತ್ತು ನಿಮ್ಮನ್ನು ಊಟಕ್ಕೆ ಕರ್ಕೊಂಡ್ಹೋಗ್ಬೇಕೂಂತ ಇದ್ಲು'' ಎಂದರು.

''ಇವತ್ತು ಕಾಲೇಜು ಇದೆ. ಬೇಕಾದ್ರೆ ರಾತ್ರಿ ಬಂದು ಅವ್ಳು ಇಲ್ಲೇ ಊಟ ಮಾಡ್ಲೀ. ಸದಾ ಏನಾದ್ರೂ ಒಂದು ಖರ್ಚಿಗೆ ದಾರಿ ಮಾಡ್ತಾಳೆ'' ಬೇಸರಗೊಂಡೇ ಬಾತ್‌ರೂಂಗೆ ಹೋದ.

ಎದ್ದಿದ್ದು ಹತ್ತು ನಿಮಿಷ ತಡವಾಗಿ. ಬೇಗೆ ಬೇಗ ಸ್ನಾನ ಮುಗಿಸಿ ಬರುವ ವೇಳೆಗೆ ಎರಡು ಕಪ್ ಕಾಫೀ ಹಿಡಿದು ಬಂದಳು ಸವಿತಾ.

''ಗುಡ್ ಮಾರ್ನಿಂಗ್....'' ಕಪ್ ಅವನಿಗೆ ಕೊಡಲು ಹೋದಳು. ''ನಾನು ಇನ್ಮೇಲೆ ಕಾಫೀ ಕುಡಿಬಾರ್ದೂಂತ ತೀರ್ಮಾನ ಮಾಡಿದ್ದೀನಿ. ಇಷ್ಟು ದಿನ ಅದರ ಅಗತ್ಯವಿತ್ತು. ಇನ್ಮೇಲೆ ಬೇಕಿಲ್ಲ'' ಕಪ್‌ನ ಪಕ್ಕಕ್ಕಿಟ್ಟು ಅವಳನ್ನೆಳೆದುಕೊಂಡ.

ಶಾಂಪುವಿನಿಂದ ತೊಳೆದ ಕೂದಲು ಅವನ ಕೆನ್ನೆಗೆ ಮುತ್ತಿಕ್ಕಿತು. ಹಣೆಗೆ ಚುಂಬಿಸಿಬಿಟ್ಟ. 'ಹತ್ತಕ್ಕೆ ಆಫೀಸ್‌ಗೆ ಬರ್ತೀನಿ, ಡ್ಯಾಡಿ' ರಾತ್ರಿ ತಂದೆಗೆ ಸವಿತಾ ಹೇಳಿದ ಮಾತು ಅವನಿಗೆ ನೆನಪಿತ್ತು.

ತಿಂಡಿ, ಅಡಿಗೆ ಎರಡೂ ಮಾಡಿದ್ದರು ಸೌಭಾಗ್ಯ. ಬೆಳಿಗ್ಗೆ ಊಟ ಮಾಡಿ ಪ್ರಭು ಕಾಲೇಜಿಗೆ ಹೋಗುತ್ತಿದ್ದ. ಸಂಜೆ ಅವನು ಬರುವ ವೇಳೆಗೆ ತಿಂಡಿ ರೆಡಿಯಾಗಿರುತ್ತಿತ್ತು. ಇದು ಮೊದಲಿನ ಅಭ್ಯಾಸವೇ ಅಕೌಂಟೆಂಟ್ ಆಗಿದ್ದ ಚಿದಂಬರಯ್ಯನವರು ಹಾಗೆಯೇ ಮಾಡುತ್ತಿದ್ದರು ಹಿಂದೆ. ರಿಟೈರ್ಡ್ ಆಗಿ ಮೂರು ತಿಂಗಳಾಗಿತ್ತು ಅಷ್ಟೇ.

ಡೈನಿಂಗ್ ಟೇಬಲ್‌ಗೆ ಐದು ನಿಮಿಷ ಮೊದಲೇ ಬಂದ ಪ್ರಭು. ತಟ್ಟೆ ಹಾಕಿಕೊಂಡು ಉಪ್ಪು, ಉಪ್ಪಿನಕಾಯಿ ಬಡಿಸಿಕೊಂಡ. ಮತ್ತೊಂದು ತಟ್ಟೆ ಇಟ್ಟ.

''ಅಪ್ಪ... ನೀವು ಬನ್ನಿ...'' ಕೂಗಿದ.

ಪೇಪರ್ ತಿರುವುತ್ತಿದ್ದ ಚಿದಂಬರಯ್ಯ ''ಒಂದಿಷ್ಟು ಬದಲಾವಣೆ.... ನಾನು ಆಮೇಲೆ ಊಟ ಮಾಡ್ತೀನಿ'' ಎಂದರು. ಮಗ, ಸೊಸೆಗೆ ಪ್ರೈವೆಸಿ ಒದಗಿಸುವುದು ಅವರ ಉದ್ದೇಶ.

ಅನ್ನದ ಪಾತ್ರೆ ಹಿಡಿದು ಬಂದ ಸೌಭಾಗ್ಯ ''ಸವಿತಾ....'' ಕೂಗಿದರು. ''ನೀನು ಊಟ ಮಾಡು. ಆ ಹುಡ್ಗೀ ತಿಂಡಿ ತಿನ್ಲೀ. ಅದೇ ಅಭ್ಯಾಸ ಇರುತ್ತೆ ಅವಳಿಗೆ'' ಒಂದೇ ತಟ್ಟೆಗೆ ಬಡಿಸಿದರು.

ತಾಯಿಯ ಮುಖ ನೋಡಿದ. ಈಗ ಬೆಳಿಗ್ಗೆ ಅಡಿಗೆಯ ಜೊತೆ ತಿಂಡಿಯನ್ನೂ ಮಾಡಬೇಕು. ಒಂದಿಷ್ಟು ಕಸಿವಿಸಿಯೆನಿಸಿತು ಅವನಿಗೆ. ಏನು ಹೇಳಲಾರದ ಸ್ಥಿತಿ.

ಬಂದ ಸವಿತಾ ಅಡಿಗೆ ಮನೆಗೆ ಹೋದಾಗ ''ಸವಿತಾ, ನೀನು ಪ್ರಭು ಜೊತೆ ಕೂತ್ಕೋ. ನಿಂಗೆ ತಿಂಡಿ ಮಾಡಿದ್ದೀನಿ'' ಆಕೆಯ ಕೈಯಲ್ಲಿನ ಹುಳಿ ಪಾತ್ರೆ ತಗೊಂಡು ''ಅಮ್ಮ, ನಂಗೂ ಊಟನೇ ಸಾಕು. ನಾನು ನಿಮ್ಗೇ ಸಹಾಯ ಮಾಡ್ತೀನಿ.''

''ಬೇಡ, ಕೂತ್ಕೋ ನಡೀ'' ಬಲವಂತ ಮಾಡಿದಳು.

ತಾನೇ ಹುಳಿ ತಂದು ಬಡಿಸಿದಳು. ಒಂದಿಷ್ಟು ತುಳುಕಿದಾಗ ಕಣ್ಣಲ್ಲಿಯೇ ಸಾಂತ್ವನ ನೀಡಿದ. ಒಂದು ತುತ್ತು ಕಲಸಿ ಬಾಯಿಗಿಟ್ಟವನು ಚಪ್ಪರಿಸಿದ.

''ಅಮ್ಮ, ರುಚಿಯಾದ ಹುಳಿಗೆ- ಮತ್ತೊಂದು ಹೊಸ ರುಚಿಯ ಸೇರ್ಪಡೆ....'' ಕೇಳಿದ್ದು ಅಮ್ಮನನ್ನ, ಕಣ್ಣಲ್ಲಿ ಪ್ರಶ್ನಿಸಿದ್ದು ಮುದ್ದಿನ ಮಡದಿಯನ್ನು. ಅದಕ್ಕೆ ಉತ್ತರ ಹೇಳಿದ್ದ ಚಿದಂಬರಯ್ಯ ''ಅಷ್ಟು ಗೊತ್ತಾಗಿಲ್ವೇನು ಪ್ರಭು, ಅಮ್ಮನ ಅಕ್ಕರೆ ಸವಿತಾಳ ಜೊತೆ, ಪ್ರೀತಿ ಬೆರೆತಿದೆ.''

ಸೌಭಾಗ್ಯ ಧಾರಾಳವಾಗಿ ನಗುತ್ತ ಸೊಸೆಯ ತಟ್ಟೆಗೆ ಉಪ್ಪಿಟ್ಟು, ಕೇಸರಿಭಾತ್ ಬಡಿಸಿದರು.

''ಅಮ್ಮ, ನಾಳೆಯಿಂದ ನಂಗೂ ಊಟನೇ. ತಿಂಡಿ ಮಾಡೋದ್ಬೇಡ'' ಪ್ರಭು ಕಲೆಸುತ್ತಿದ್ದ ಅನ್ನಕ್ಕೆ ಕೈಯೊಡ್ಡಿದಾಗ ಸೌಭಾಗ್ಯ ಅಲ್ಲಿ ಜಾಗ ಖಾಲಿ ಮಾಡಿದರು.

ತನ್ನ ತಟ್ಟೆಯ ಉಪ್ಪಿಟ್ಟು, ಕೇಸರಿಬಾತ್‌ನ ಅವನಿಗೆ ಕಾಡಿ ತಿನ್ನಿಸಿ ತಾನು ಅವನ ತಟ್ಟೆಯೊಳಗಿನ ಅನ್ನವನ್ನು ತಿಂದು ಮುಗಿಸಿ ತಟ್ಟೆಗಳನ್ನ ತಾನೇ ಒಯ್ದಿಟ್ಟಳು.

ಕೋಣೆಗೆ ಬಂದವಳು ಬೇಗ ಬೇಗ ತಯಾರಾಗಿ ಡಯಲ್ ತಿರುಗಿಸಿದಳು ''ಹಲೋ ಡ್ಯಾಡ್.... ನಿಮ್ಮ ಬ್ರೇಕ್‌ಫಾಸ್ಟ್ ಮುಗೀಲೀ. ನಾನು ನೇರವಾಗಿ ಆಫೀಸ್‌ಗೆ ಬರ್ತೀನಿ. ಅಕೌಂಟೆಂಟ್ ಸೆಕ್ಷನ್....'' ಏನೇನೋ ಮಾತಾಡುತ್ತಿದ್ದಳು.

ಪ್ರಭು ರೆಡಿಯಾಗಿ ಹೊರಟು ನಿಂತು ಅವಳಿಗಾಗಿ ಕಾದ.

ಫೋನಿಟ್ಟವಳು ಓಡಿ ಬಂದಾಗ ಬಳಸಿ ಮುದ್ದು ತುಟಿಗಳ ಸಿಹಿಯನ್ನೀರಲು ಮರೆಯಲಿಲ್ಲ. ''ಕಾಲೇಜಿಗೆ ಹೊರಟಿದ್ದೀನಿ'' ಮುಖ ದಪ್ಪಗೆ ಮಾಡಿಕೊಂಡು ಅವನ ಕ್ರಾಪ್ ಕೆದರಿದಳು. ''ನಾನ್ಬರ್ತೀನಿ. ಒಂದು ತರಹ ಥ್ರಿಲ್ ಇರುತ್ತೆ. ಮತ್ತೆ ಲವ್ ಲೆಟರ್... ಮತ್ತೆ ನಿಮ್ಮನ್ನು ಕಾಡೋದು. ಪ್ಲೀಸ್.... ನಿಮ್ಮ ಪರ್ಮಿಷನ್ ಸಿಕ್ಕರೆ ನಾನು ಹಾಜರ್'' ನವಿರಾಗಿ ಉಸುರಿದಳು.

''ಯೂ ನಾಟಿ, ಈಗೆಸ್ಟ್ ಟೈಮ್? ಡ್ಯಾಡಿಗೆ ಏನು ಫೋನ್ ಮಾಡಿದ್ದು'' ಜ್ಞಾಪಿಸಿದ.

ಬಾಗಿಲವರೆಗೂ ಬಂದಳು. ಎಂದೂ ಮಗ ಹೋಗುವಾಗ ಗೇಟಿನವರೆಗೂ ಬರುತ್ತಿದ್ದ ಸೌಭಾಗ್ಯ ಬಾಗಿಲಲ್ಲೇ ನಿಂತಾಗ ಹಿಂದಕ್ಕೆ ತಿರುಗಿ ''ಬರ್ತೀನಮ್ಮ....'' ಹೇಳಿದ.

ದಢದಢನೇ ಹಿಂದಕ್ಕೆ ಬಂದ ಸವಿತಾ ಐದು ನಿಮಿಷದಲ್ಲಿ ರೆಡಿಯಾದಳು. ಕಣ್ಣಿಗೆ ಕೂಲಿಂಗ್ ಗ್ಲಾಸ್, ಒಂದಿಷ್ಟು ಸುಕ್ಕಾಗದೇ ಉಟ್ಟ ಸೀರೆ, ನವೀನ ಮಾದರಿಯಲ್ಲಿ ಸಹನೀಯವಾದ ಮೇಕಪ್, ಅದಕ್ಕೂ ಮೀರಿದ ಗಾಂಭೀರ್ಯದ ಬಿಗಿಯಾದ ಪರದೆ.

ಅವಳು ರೂಮಿನಿಂದ ಹೊರಗೆ ಬರುವ ವೇಳೆಗೆ ಕಾರು ಬಂದು ಮನೆಯಲ್ಲಿ ನಿಂತಿತ್ತು.

''ಬರ್ತೀನಮ್ಮ....'' ಅಡಿಗೆ ಮನೆಯ ಬಾಗಿಲಲ್ಲಿ ಇಣಕಿದಾಗ, ಸೌಭಾಗ್ಯ ಕಣ್ಣರಳಿಸಿ ನೋಡಿದರು. ಸರಳತೆ, ಚೆಲುವಿನ ಹಿಂದೆ ಎಂಥ ಪ್ರಬುದ್ಧತೆಯ ಗಾಂಭೀರ್ಯವಿದೆ ''ತಿಂಡಿ ಡಬ್ಬಿ ಕೊಡಲಾ?'' ಪ್ರೀತಿಯಿಂದ ಕೇಳಿದರು.

ಚಿದಂಬರಯ್ಯನವರು ಅಡ್ಡ ಬಂದರು ''ಮಧ್ಯಾಹ್ನ ಅವರ ಡ್ಯಾಡಿ ಜೊತೆ ಲಂಚ್'' ಎಂದವರು ಸೊಸೆಯ ಕಡೆ ತಿರುಗಿ, ''ಆಮ್ ಐ ಕರೆಕ್ಟ್'' ಕಣ್ಣಲ್ಲಿಯೇ ಕೃತಜ್ಞತೆ ಸೂಚಿಸಿದಳು.

ಗಂಡ, ಹೆಂಡತಿ ಬಾಗಿಲವರೆಗೂ ಬಂದು ಬೀಳ್ಕೊಟ್ಟರು. ಕಾರಿನಲ್ಲಿ ಕೂರುವ ಮುನ್ನ ಕೈ ಬೀಸಿ ಹತ್ತಿದಳು. ಡ್ರಯ್‌ವರ್ ವಿನಮ್ರತೆಯಿಂದ ಡೋರ್ ಹಾಕಿದ.

ಕಾರು ಹೊರಟ ಮೇಲೆ ಇಬ್ಬರು ಒಳಗೆ ಬಂದರು. ''ನಂಗೆ ಇದೇನು ಕನಸೋ, ನನಸೋ ಅನಿಸುತ್ತೆ'' ಎಷ್ಟು ದೊಡ್ಡ ಶ್ರೀಮಂತರ ಮಗ್ಳು. ನಮ್ಮಂಥವ್ರ ಮನೆಯಲ್ಲಿ ಎಷ್ಟು ಸರಳವಾಗಿದ್ದಾಳೆ'' ಸೊಸೆಯ ಬಗ್ಗೆ ಸೌಭಾಗ್ಯ ಆಶ್ಚರ್ಯ ವ್ಯಕ್ತಪಡಿಸಿದರು.

ಚಿದಂಬರಯ್ಯ ನಕ್ಕು ಬಿಟ್ಟರು. ''ಅಂಥವರೇ ಕಥೆ, ಕಾದಂಬರಿಗೆ ವಸ್ತುವಾಗಬಲ್ಲರು. ಸವಿತಾ ಯಾವುದೋ ಒಬ್ಬ ಇಂಡಸ್ಟ್ರಿಯಲಿಸ್ಟ್ ಮದ್ವೆಯಾಗಿ ಫಾರ್ವರ್ಡ್ ಕಲ್ಚರ್‌ನಲ್ಲಿ ಸರಿದು ಹೋಗಿದ್ದರೆ ಖಂಡಿತ ಅವಳೊಂದು ಸುಂದರ ಚಿತ್ರವಾಗುತ್ತಿರಲಿಲ್ಲ. ನಮ್ಮಂಥವ್ರ ಮನದಲ್ಲಿ ಉಳಿಯುತ್ತಿರಲಿಲ್ಲ ಕೂಡ'' ಭಾವಪರವಶರಾಗಿ ನುಡಿದರು.

ಹನ್ನೆರಡೆರ ಸುಮಾರಿಗೆ ಮನೆಗೆ ಫೋನ್ ಬಂತು. ಆ ಕಡೆ ತಂತಿಯ ಕೊನೆಯಲ್ಲಿ ಪ್ರಭು

ಇದ್ದ''ಅಪ್ಪ ಅಮ್ಮ ಇಲ್ಲೊಬ್ಬರು ಸ್ಕೂಟರ್ ಮಾರ್ತಾರೆ. ಅವ್ರು ನನ್ನ ಕೂಲೀಗ್ಗೆ ಒಂದೆರಡು ಕಂತಿನಲ್ಲಿ ಹಣ ಕೊಡ್ಬೇಕಷ್ಟೆ. ಅದ್ನ ಮಾಧವ್‌ಗೆ ಕೊಡಿಸೋಣಾಂತ'' ತಲೆ ಕೆರೆದುಕೊಂಡರು ಚಿದಂಬರಯ್ಯ.

ಕೆಲಸಕ್ಕೆ ಸೇರಿದಾಗಿನಿಂದಲೂ ಪ್ರಭು ಸಿಟಿ ಬಸ್‌ನಲ್ಲಿಯೇ ಓಡಾಡುತ್ತಿದ್ದ. ಕೆಲವೊಮ್ಮೆ ಕಾಲುನಡಿಗೆ ಹಿತವಾಗಿ ಕಾಣುತ್ತಿತ್ತು. ಅದರಿಂದ ಅವನೆಂದೂ ಸ್ವಂತ ವೆಹಿಕಲ್‌ನ ಯೋಚನೆ ಮಾಡಿರಲಿಲ್ಲ.

''ಹಾಗೇ.... ಮಾಡು'' ಎಂದರು.

ಪ್ರಭು ಫೋನಿಟ್ಟ. ಚಿದಂಬರಯ್ಯನವರು ಚಿಂತಿತರಾದರು. ಅಳಿಯನಿಗೆ ಏನೆಲ್ಲ ಕೊಡಲು ಸಮಾಜದಲ್ಲಿ ಅವನ ಸ್ಟೇಟಸ್ ಹೆಚ್ಚಿಸಲು ಹರಿಹರನ್ ಏನು ಬೇಕಾದರೂ ಮಾಡಲು ಸಿದ್ಧವಿದ್ದರು. ಅದು ಆರಂಭದಲ್ಲೇ ತನಗೆ ಇಷ್ಟವಿಲ್ಲವೆಂದು ತಿಳಿಸಿದ್ದ. ಈಗಲೂ ಅವರು ಒತ್ತಡ, ಒತ್ತಾಯವೇರಲು ಹೆದರುತ್ತಿದ್ದರು.

''ನಮ್ಮ ಪ್ರಭುಗೆ ಯಾಕೆ ಒಂದು ವೆಹಿಕಲ್ ಕೊಡಿಸ್ಬಾರ್ದು!'' ತನ್ನ ವಿಚಾರವನ್ನು ಹೆಂಡತಿಯ ಮುಂದೆ ಇಟ್ಟರು. ಆಕೆಗೆ ಮಗನ ವಿಚಾರದಲ್ಲಿ ಅಪಾರವಾದ ಅಭಿಮಾನ. ''ಈಗ ಫೋನ್ ಬೇಕೂಂತ ಹಾಕ್ಸಿಕೊಂಡ. ಅದ್ರ ವಿಚಾರವನ್ನ ಅವ್ನಿಗೆ ಬಿಡಿ'' ಮಧ್ಯೆ ಪ್ರವೇಶಿಸುವುದು ಬೇಡವೆಂದು ತಾಕೀತು ಮಾಡಿದಳು.

ಕಾಲೇಜಿನಲ್ಲಿ ಅವನಿಗೆ ಸ್ವಲ್ಪ ವಿಶಿಷ್ಟವಾದ ಗೌರವ ಸಲ್ಲಿಕೆಯಾದಾಗ ಅವನಿಗೆ ಅನಿರೀಕ್ಷಿತ ಅನ್ನಿಸಲೂ ಇಲ್ಲ, ಮುಜುಗರಪಟ್ಟುಕೊಳ್ಳಲೂ ಇಲ್ಲ. ಇನ್‌ಫೀರಿಯಾರಿಟಿ, ಸುಪೀರಿಯಾರಿಟಿ ಕಾಂಪ್ಲೆಕ್ಸ್‌ಗಳು ಮನುಷ್ಯನನ್ನು ಎಷ್ಟು ದುರ್ಬಲವಾಗಿಸುತ್ತದೆಯೆಂದು ಅವನಿಗೆ ಗೊತ್ತು.

ಪ್ರಿನ್ಸಿಪಾಲರು ತಮ್ಮ ಛೇಂಬರ್‌ನಲ್ಲಿ ಕೂಡಿಸಿಕೊಂಡು ಕಾಫೀ ಕೊಟ್ಟು ಲೋಕಾಭಿರಾಮವಾಗಿ ಹರಟಿದರು.

''ಯಾವಾಗ ಕೆಲಸ್ಕೆ ರಿಜೈನ್ ಮಾಡ್ತೀರಾ?'' ಅವರ ಕೇಳಿಕೆಗೆ ನಕ್ಕು ಬಿಟ್ಟ ''ಇನ್ನು ಗೃಹಸ್ಥ ಆಶ್ರಮ ಹೊಸ್ದಾಗಿ ಪ್ರವೇಶಿಸಿದ್ದೀನಿ. ಅಂಥದ್ದರಲ್ಲಿ.... ಇಂಥ ಯೋಚ್ನೆ.''

ಅವನತ್ತ ಸೂಕ್ಷ್ಮವಾಗಿ ನೋಡಿದವರು ''ನೀವೇ ಇನ್ನು ಹತ್ತು ಜನಕ್ಕಲ್ಲ, ನೂರು ಜನಕ್ಕೆ ಬೇಕಾದ್ರೂ ಕೆಲ್ಸ ಕೊಡಿಸಬಲ್ಲಿರಿ. ಅಂಥದ್ದರಲ್ಲಿ.... ಈ ಜುಜುಬಿ...'' ಕೂತಿದ್ದ ಪ್ರಭು ಮೇಲೆದ್ದುಬಿಟ್ಟ ''ಎಕ್ಸ್‌ಕ್ಯೂಜ್ ಮಿ, ನನ್ನ ಪ್ರೊಫ಼ೆಷನ್ ಬಗ್ಗೆನಂಗೆ ಅಪಾರವಾದ ಗೌರವ, ಅಭಿಮಾನ. ನಾನು ಇಷ್ಟಪಟ್ಟುಕೊಂಡು ಆರಿಸ್ಕೊಂಡ ವೃತ್ತಿ. ಎಂದೂ ಇದ್ನ ಬಿಡೋ ಸುದ್ದಿಯೇ ಇಲ್ಲ'' ತನ್ನ ಅತ್ಯಂತ ನಿಖರವಾದ ಅಭಿಪ್ರಾಯ ತಿಳಿಸಿದ. ಇದರ ಹಿಂದೆ ಹರಿಹರನ್ ಇದ್ದರೆಂದು ತಲೆ ಕೆಡಿಸಿಕೊಳ್ಳಲು ಅವನು ಹೋಗಲಿಲ್ಲ.

ಸಂಜೆ ಪ್ರಿನ್ಸಿಪಾಲರಿಂದ ಈ ಸುದ್ದಿ ಹರಿಹರನ್‌ನ ತಲುಪಿತು. ಅವನು ಸ್ಪಷ್ಟವಾಗಿ ಹೇಳಿದ್ದರೂ ಈಗ ಬದಲಾಗಿರಬಹುದೇನೋ ಎನ್ನುವ ಆಸೆ ಅವರದು. ಅಂತಹ ದೂರದ ನಿರೀಕ್ಷೆ ಅವರಿಗಿರಲೇಬೇಕು.

ಪ್ರಭು ಜೀವನ ಕ್ರಮದಲ್ಲಿ ಯಾವುದೇ ವ್ಯತ್ಯಾಸವಿಲ್ಲ. ಒಂಬತ್ತೂವರೆಗೆ ಅವನು ಮನೆ ಬಿಡುತ್ತಿದ್ದ. ಅವನು ಹೊರಟ ಹತ್ತು ನಿಮಿಷಕ್ಕೆ ಸವಿತಾ ಹೋಗುತ್ತಿದ್ದಳು. ಮಧ್ಯಾಹ್ನದ ಲಂಚ್ ಅಲ್ಲಿಯೇ ತಂದೆಯ ಜೊತೆಯಲ್ಲಿ. ಅವರಿಲ್ಲದಿದ್ದರೂ ಆ ಮನೆಗೆ ಹೋಗುತ್ತಿದ್ದಳು. ಸಂಜೆ ಕಾರು ಅವಳನ್ನ ಡ್ರಾಪ್ ಮಾಡಿ ಹೋಗುತ್ತಿತ್ತು.

* * *

ಅಂದು ಸಂಡೇ, ಕಾಲೇಜು ಇರಲಿಲ್ಲ. ಸವಿತಾ ಕೂಡ ಆರಾಮವಾಗಿ ಅವನೆದೆಯ ಮೇಲೆ ತಲೆ ಇಟ್ಟು ಮಲಗಿದ್ದಳು.

''ಸವೀ....'' ಅವಳ ಕೆನ್ನೆಯನ್ನು ಸವರಿದ'' ಎಷ್ಟೊತ್ತು ಹೀಗೆ ಮಲಗಿರೋಣ! ಡ್ಯಾಡಿ, ಮಧ್ಯಾಹ್ನ ಇಲ್ಲಿಗೆ ಊಟಕ್ಕೆ ಬರ್‍ತಾ ಇದ್ದಾರೆ. ಅವ್ರಿಗೆ ಏನು ಇಷ್ಟ, ಉಪ್ಪು, ಖಾರದ ಪ್ರಮಾಣವೆಷ್ಟಿರಬೇಕೆಂದು ನೀನೇ ಅಮ್ಮನಿಗೆ ಹೇಳ್ಬೇಕು''. ತಟ್ಟನೆದ್ದು ಕೂತಳು. ಅವಳಿಗೆ ಆಶ್ಚರ್ಯ. ರಾತ್ರಿ ಹತ್ತರಲ್ಲಿ 'ಗುಡ್ ನೈಟ್' ಹೇಳಲು ಫೋನ್ ಮಾಡಿದಾಗಲು ಅವರೇನು ಹೇಳಿರಲಿಲ್ಲ.

ಮಡದಿಯ ಮುಂಗುರುಳನ್ನು ಹಿಂದಕ್ಕೆ ತಳ್ಳುತ್ತ ''ಷೂರ್, ಇಂದು ಅವ್ರಿಗೂ ಸ್ವಲ್ಪ ಫ್ರೀ ಅಂದ್ರು. ಒಟ್ಟಿಗೆ ಊಟ ಮಾಡೋಣಾಂತ'' ಅವಳ ಕಣ್ಣುಗಳು ಜ್ಯೋತಿಗಳಂತೆ ಮಿನುಗಿದವು. ಅವಳು ಗುರ್ತಿಸಿದ್ದಕ್ಕಿಂತ ಹೆಚ್ಚಿನ ಉತ್ತಮ ಗುಣಗಳು ಅವನಲ್ಲಿದೆಯೆಂದುಕೊಂಡಳು ''ಥ್ಯಾಂಕ್ಯೂ.... ಥ್ಯಾಂಕ್ಯೂ....'' ಅವನ ಮುಖದ ಮೇಲೆಲ್ಲ ಮುತ್ತಿನ ಮಳೆಗರೆದಳು.

ಎದ್ದು ಕೂತ ಪ್ರಭು ಬೊಗಸೆಯಲ್ಲಿ ಅವಳ ಮುಖವನ್ನಿಡಿದು ಕಣ್ಣಲ್ಲಿ ನೋಟ ನೆಟ್ಟು ''ನಿಮ್ಮ ಡ್ಯಾಡಿನ ಅಡ್ವಾನ್ಸಾಗಿ ಊಟಕ್ಕೆ ಬುಕ್ ಮಾಡ್ಕೊತೀನಿ. ಅದ್ರಿಂದ.... ನೀನು ಅಡ್ವಾನ್ಸಾಗಿ'' ಅವನ ತೋಳಲ್ಲಿ ಹುದುಗಿ ಮುಖ ಮುಚ್ಚಿಕೊಂಡಳು.

ಟೈಮ್ ನೋಡಿ ''ಮೈ ಗಾಡ್, ಹತ್ತುನಿಮಿಷ ಲೇಟು....'' ಹಣೆಗೆ ಚುಂಬಿಸಿದ.

ಬೆಡ್ ರೂಂನಲ್ಲಿ ನೈಟ್ ಗೌನ್ ತೊಟ್ಟರೂ ಅಲ್ಲಿಂದ ಹೊರಗೆ ಬರುವಾಗ ಸೀರೆಯುಟ್ಟೇ ಬರುತ್ತಿದ್ದುದು ಸವಿತಾ. ಇದಕ್ಕೆ ಯಾರದೇ ಆಣತಿ ಇರಲಿಲ್ಲ. ಯಾಕೋ, ಏನೋ ಸೌಭಾಗ್ಯ ಚಿದಂಬರಯ್ಯನವರ ಮುಂದೆ ಗೌನ್ ತೊಟ್ಟು ಓಡಾಡಲು ಇಷ್ಟಪಡುತ್ತಿರಲಿಲ್ಲ.

ಹೊರ ಬಾಗಿಲಿಗೆ ಸೌಭಾಗ್ಯ ನೀರು ಹಾಕುತ್ತಿದ್ದರು. ''ಯಾಕೋ, ಇಷ್ಟೊತ್ತಾದ್ರೂ ಕೆಲ್ಸದವಳು ಬಂದಿಲ್ಲ'' ಬಂದ ಮಗನಿಗೆ ಹೇಳುವ ವೇಳೆಗೆ ಬಿಚ್ಚುಗೂದಲನ್ನು ಕಟ್ಟುತ್ತ ಬಂದ ಸವಿತಾ, ''ಇದೆಲ್ಲ ನಾನು ನೋಡ್ಕೋತೀನಿ ಬಿಡಿ, ಅಮ್ಮ ಇವತ್ತು ನಾನೇ ರಂಗೋಲಿ ಬಿಡಿಸೋದು'' ರಂಗೋಲಿ ಡಬ್ಬ ಎತ್ತಿಕೊಂಡಳು.

''ಬೇಡ, ಬಿಡಮ್ಮ....'' ಎಂದರು.

''ಪ್ಲೀಸ್ ಅಮ್ಮ, ಸ್ವಲ್ಪ ಕೆಟ್ಟದಾಗಿ ಇಟ್ಟರೆ ನೀವು ಕೋಪ ಮಾಡ್ಕೋಬಾರ್ದು'' ಗೋಗರೆದವಳು.

ನಗುತ್ತ ಅವರನ್ನು ಅವರ ಪಾಡಿಗೆ ಬಿಟ್ಟು ಒಳಗೆ ಹೋದಳು.

ಪ್ರಭು ಕಡೆ ನೋಡಿದಳು ''ಪಾಸಿಬಲ್....'' ಮುಗುಳ್ನಕ್ಕ. ''ವೈ ನಾಟ್....'' ಪ್ರೋತ್ಸಾಹಿಸಿದ.

ಒಂದಷ್ಟು ಸಲ ರಂಗೋಲಿ ಹಾಕಿದನ್ನ ಗಮನಿಸಿದ್ದಳು. ಸರಳವಾದ ಒಂದು ರಂಗೋಲಿ ಹಾಕುವುದು ಈಗ ಅವಳ ಉದ್ದೇಶ.

ಮೊದಲು ಒಂದು ಗೆರೆ ಎಳೆದಳು. ಪ್ರಭು ಅವಳ ಬಳಿ ಕೂತು ಮತ್ತೊಂದು ಗೆರೆ ಎಳೆಸಿದ. ಎರಡು ಗೆರೆಗಳು ವಿಭಿನ್ನವಾಗಿ ಒಂದು ಪಾಯಿಂಟ್‌ನಲ್ಲಿ ಸಂಧಿಸುವಂತೆ ಹೇಳಿಕೊಟ್ಟ. ಪದ್ಮದ ರೇಖಾ ಚಿತ್ರ 'ಹುತ್ರಿ....' ಎಂದು ಅವಳಿಗೆ ಕೂಗುವಂತಾಯಿತು.

''ಹೇಗಿದೆ...'' ಎಂದಳು ಕಣ್ಣಲ್ಲಿ ಮಿಂಚನ್ನು ಹರಿಸುತ್ತ ''ಗುಡ್, ನೀನು ಹೀಗೆ ಟ್ರೈ ಮಾಡಿದ್ರೆ ನ್ಯಾಷನಲ್ ರಂಗೋಲಿ ಸ್ಪರ್ಧೆಯಲ್ಲಿ ಕಾಂಪಿಟ್ ಮಾಡ್ಬಹುದ್ದು. ಆಗ ನಾನು ಆಯ್ಕೆ ಸಮಿತಿಯಲ್ಲಿದ್ರೆ.... ನಿಂಗೆ ಬಹುಮಾನ ಇಲ್ಲ!''

ಮೇಲೆದ್ದವರು ಮುಖ ಊದಿಸಿಕೊಂಡು ಒಳಗೆ ಹೋದವಳು ಸೌಭಾಗ್ಯ, ಚಿದಂಬರಯ್ಯನನ್ನು ಜೊತೆಯಲ್ಲಿ ಕರೆದುಕೊಂಡು ಬಂದಳು.

''ನನ್ನ ರಂಗೋಲಿ ಹೇಗಿದೆ?'' ಮುಖ ಪಕ್ಕಕ್ಕೆ ತಿರುಗಿಸಿಕೊಂಡ ಪ್ರಭು. ಚಿದಂಬರಯ್ಯನವರು ಅವಳ ಶ್ರದ್ಧೆಯನ್ನು ಮೆಚ್ಚಿಕೊಂಡರು. ''ತುಂಬ ಚೆನ್ನಾಗಿದೆ. ಸೌಭಾಗ್ಯ ನಮ್ಮದ್ವೆಯಾಗಿ ಬಂದ ಹೊಸದರಲ್ಲಿ ಇನ್ನು ಕೆಟ್ಟದಾಗಿ ರಂಗೋಲಿ ಬರೆಯುತ್ತಿದ್ದಳು'' ಹೆಂಡತಿಯ ಕಡೆ ನೋಡದೇ ಹೇಳಿದರು. ಆಕೆಯೇನು ಕೋಪಗೊಳ್ಳಲಿಲ್ಲ. ''ನಿನ್ನಷ್ಟು ಬುದ್ಧಿವಂತೆ ನಾನಾಗಿರ್ಲಿಲ್ಲ ಸವಿತಾ'' ಅದು ಉತ್ಪ್ರೇಕ್ಷೆಯ ಮಾತಾಗಿರಲಿಲ್ಲ. ಸತ್ಯವನ್ನು ಒಪ್ಪಿಕೊಳ್ಳುವ ಒಳ್ಳೆಯ ಗುಣ ಆಕೆಯಲ್ಲಿತ್ತು.

ಇಂಥ ಮಧುರವಾದ ವಾತಾವರಣ ಆಗಾಗ ಸೃಷ್ಟಿಯಾಗುತ್ತಿತ್ತು. ಅವಳು ಪ್ರಭು ಅಂತಃಪುರದ ಅರಗಿಣಿಯಾಗಿರಲಿಲ್ಲ. ಆ ಮನೆಯ ಜವಾಬ್ದಾರಿಯರಿತ ಉತ್ತಮ ಗೃಹಿಣಿ.

ಕಾರು ಬಂದು ಮನೆಯ ಮುಂದೆ ನಿಂತಿತು. ದೈತೋಟ ಕೆಲವು ಫೈಲುಗಳನ್ನು ಹಿಡಿದು ಬಂದು ಮುಂದಿನ ಕೋಣೆಯಲ್ಲಿ ಕಾದು ಕೂತರು.

ಅರಿತ ಚಿದಂಬರಯ್ಯ ಬಂದು ಮಾತಾಡುತ್ತಿರಲಿಲ್ಲ. ಎದುರಾದರೇ ವಿಶ್ ಮಾಡಿದನ್ನು ಸ್ವೀಕರಿಸಿ ವಿಶ್ ಮಾಡುತ್ತಿದ್ದ ಪ್ರಭು. ಅದು ಬಿಟ್ಟು ಸವಿತಾ ಫ್ಯಾಕ್ಟರಿ ಆಫೀಸ್‌ನ ವಿಷಯದಲ್ಲಿ ಯಾರು ತಲೆ ತೂರಿಸುತ್ತಿರಲಿಲ್ಲ.

''ಅಮ್ಮ, ಕಣ್ಣೆಲ್ಲ ಉರಿ'' ಸೌಭಾಗ್ಯ ಕೈಯಲ್ಲಿ ತಲೆಗೆ ಹರಳೆಣ್ಣೆ ತಿಕ್ಕಿಸಿಕೊಳ್ಳುತ್ತಿದ್ದವಳಿಗೆ ಪ್ರಭು ಹೇಳಿದ ''ದೈತೋಟ.... ಬಂದಿದ್ದಾರೆ''

ಮರುನುಡಿಯಲ್ಲಿಲ್ಲ ಸವಿತಾ. ಪ್ರತಿಕ್ರಿಯೆಗೆ ಕಾಯಲಿಲ್ಲ ಪ್ರಭು. ಅವರಿಬ್ಬರ ಮಧ್ಯದ ಅಂಡರ್‌ಸ್ಟಾಂಡಿಂಗ್ ಹಾಗಿತ್ತು. ಆಸಕ್ತಿ ಇಲ್ಲದ, ಅರ್ಥವಾಗದ ವಿಷಯಗಳಲ್ಲಿ ಪ್ರವೇಶಿಸುವುದು

ತೀರಾ ಅನಾಗರಿಕವೆಂದು ಪ್ರಭುಗೆ ಗೊತ್ತು.

ಪೂರ್ತಿ ಎಣ್ಣೆ ಹಚ್ಚಿಸಿಕೊಂಡ ಮೇಲೆಯೇ ಸವಿತಾ ಎದ್ದು ಹೋಗಿದ್ದು. ಕೋಣೆ ಪ್ರವೇಶಿಸುತ್ತಿದ್ದ ಅವಳ ಮುಖದ ಭಾವಗಳೇ ಬದಲಾಗುತ್ತಿತ್ತು. ಅವಳು ಹರಿಹರನ್ ಸಿಮೆಂಟ್ಸ್ ಭಾವಿ ಎಂ. ಡಿ. ಅದಕ್ಕೆ ಬೇಕಾದ ಗತ್ತು, ಗಾಂಭೀರ್ಯ, ತಿಳಿವಳಿಕೆ ಅವಳಲ್ಲಿತ್ತು.

ಅರ್ಧ ಗಂಟೆ ಮಾತಾಡಿದ ನಂತರವೇ ಅವಳು ಬಂದಿದ್ದು, ದೈತೋಟ ಹೋಗಿದ್ದು.

''ತುಂಬ ನೆನೆದರೆ ಶೀತವಾಗುತ್ತೆ, ಸವಿತಾ. ನೀರು ಹಾಕ್ತೀನಿ ನಡೀ'' ತುರಿಯುವ ಕಾಯಿಮಣೆಯನ್ನು ಪಕ್ಕಕ್ಕಿಟ್ಟು ಬಂದರು ಸೌಭಾಗ್ಯ.

ಆಧುನಿಕ ಸಲಕರಣೆಗಳುಳ್ಳ ಬಾತ್ ರೂಂನಲ್ಲಿ ಟಬ್ ಬಾತ್, ಷವರ್ ಬಾತ್ ಮಾಡುತ್ತಿದ್ದ ಸವಿತಾ ಎಷ್ಟು ಇಲ್ಲಿನ ಬಾತ್ ರೂಂಗೆ ಹೊಂದಿಕೊಂಡಿದ್ದಳೂಂದ್ರೆ, ಮಧ್ಯಾಹ್ನ ಆ ಮನೆಗೆ ಹೋದರೂ ಅಲ್ಲಿನ ಬಾತ್ ರೂಮ್ ಅಪರಿಚಿತ ತಾಣವೆಂದು ಭ್ರಮಿಸುತ್ತಿದ್ದಳು.

ಬಿಸಿ ಬಿಸಿ ನೀರು ಹಾಕಿಕೊಂಡ ಸವಿತಾ ಸುಸ್ತಾದವಳಂತೆ ಕೋಣೆಗೆ ಹೋಗಿ ಮಂಚದ ಮೇಲೆ ಉರುಳಿಕೊಂಡಳು. ಆಯಾಸ ಪರಿಹಾರವಾದಂಥ ನಿದ್ದೆ ಅವಳನ್ನು ಕವಿದುಕೊಂಡು ಬರುತ್ತಿತ್ತು.

''ಈ ಕಾಫಿ ಕೊಡೋ, ಪ್ರಭು'' ಮಗನ ಕೈಗಿತ್ತರು.

ತಾಯಿಯ ಕಣ್ಣುಗಳನ್ನು ನಿಟ್ಟಿಸಲಾರದಷ್ಟು ಸಂಕೋಚ ಅವನಿಗೆ. ಎದ್ದು ಹೋದ ಸವಿತಾಗೆ ಅತ್ತೆಗೆ ಸಹಾಯ ಮಾಡಲು ಪುರುಸತ್ತೆಲ್ಲಿ?

ಅಚ್ಚ ಬಿಳುಪಿನ ಮುಖಕ್ಕೆ ಕೆಂಪು ಬೆರೆತು ಗುಲಾಬಿ ಬಣ್ಣಕ್ಕೆ ತಿರುಗಿತ್ತು ಸವಿತಾ ಮುಖ. ದುಂಡು ಕೆನ್ನೆಗಳ ಮೇಲೆ ಮಲಗಿದ್ದ ನೀಳವಾದ ರೆಪ್ಪೆಗಳು, ಮುದ್ದಾದ ತುಟಿಗಳು.

ಅವನಿಗೆ ಇಂದಿಗೂ ಅರ್ಥವಾಗಿರಲಿಲ್ಲ. ಸವಿತಾ ಯಾಕೆ ತನ್ನನ್ನು ಮೆಚ್ಚಿಕೊಂಡಳು? ಆ ಪ್ರಶ್ನೆಗೆ ಉತ್ತರ ಹೇಳಲು ಅವಳು ಕೂಡ ಅಸಮರ್ಥಳೇನೋ.

''ಸವೀ....'' ಕೆನ್ನೆಯ ಸನಿಹಕ್ಕೆ ಬಗ್ಗಿದ. ಬಲವಂತದಿಂದ ಕಣ್ ತೆರೆದವಳು ಎದ್ದು ಅವನ ತೊಡೆಯ ಮೇಲೆ ಮಲಗಿದಳು ''ಡೋಂಟ್ ಡಿಸ್ಟರ್ಬ್ ಮಿ....'' ಕೆನ್ನೆ ತಟ್ಟಿದ.

ಅಷ್ಟರಲ್ಲಿ ಫೋನ್ ಸದ್ದಾಯಿತು. ಅದು ಸದ್ದು ಮಾಡುತ್ತಲೇ ಇತ್ತು. ''ಡ್ಯಾಮ್ ದಿಸ್ ಫೋನ್....'' ರೇಗುತ್ತಲೇ ಹೋಗಿ ರಿಸೀವರ್ ಎತ್ತಿ ಕೊಂಡವಳ ಮುಖ ಅರಳಿತು. ಮತ್ತಷ್ಟು ಕೆಂಪಾಯಿತು ''ಆಹಾ.... ಹಾ.... ಬನ್ನಿ ಡ್ಯಾಡಿ'' ತೊದಲಿದಂತೆ ಮಾತಾಡುತ್ತಿದ್ದಳು.

''ಡ್ಯಾಡಿ, ಅರ್ಧ ಗಂಟೆ ಮೊದಲೇ ಬರ್ತಾರಂತೆ'' ಪುಟ್ಟ ಮಗುವಿನಂತೆ ಚಪ್ಪಾಳೆ ತಟ್ಟಿ ಅವನ ಕುತ್ತಿಗೆಗೆ ಕೈಗಳಿಂದ ಹಾರ ಹಾಕಿದಳು ''ಐ ಲೈಕ್ ಯು...'' ಮುಗುಳ್ನಕ್ಕ. ''ಸವಿತಾ, ನನ್ನ ಒಂದು ಪ್ರಶ್ನೆಗೆ ಯಾವತ್ತಾದ್ರೂ ಉತ್ತರ ಹೇಳು. ನಿನ್ನ ಜೀವನದ ಪಾರ್ಟನರಾಗಿ ಆಯ್ಕೆ ಮಾಡಿಕೊಳ್ಳುವುದರ ಗುಟ್ಟೇನು? ಪ್ರೀತಿ ಒಂದು ರೀತಿ ಕುರುಡು'' ಕೈಯಿಂದ ಅವನ ಬಾಯಿ

ಮುಚ್ಚಿದಳು. ''ಮ್ಯಾರೇಜಸ್ ಹ್ಯಾವ್ ಬೀನ್ ಮೇಡ್ ಇನ್ ಹೆವನ್'' ಎಂದವನು ಕಣ್ಣಲ್ಲಿಯೇ ಪ್ರಶ್ನಿಸಿದ. ಕಳಚಿಕೊಂಡು ಪರಾರಿಯಾದಳು.

ಬಿಂಕ, ಬಿಗುಮಾನ ತೋರದ ಹರಿಹರನ್ ಆ ಮನೆಯವರೊಡನೆ ಸರಳವಾಗಿ ಬೆರತುಹೋದರು. ನಗುನಗುತ್ತಾ ಸೀರೆಯುಟ್ಟು ಲಕ್ಷಣವಾಗಿ ಓಡಾಡುತ್ತಿದ್ದ ಸವಿತಾ ಹೊಸ ಪ್ರಪಂಚವನ್ನು ತೋರಿಸಿದಂತಾಯಿತು. ಅವರುಗಳ ಮಧ್ಯದ ಪ್ರೀತಿಯ ಸರಪಣಿಯ ನಡುವೆ ತಾವು ಬಂಧಿಯಾಗಿ ಸುಖಿಸಿದರು.

''ನನ್ನ ಆಯಸ್ಸು ಇನ್ನು ಹತ್ತು ವರ್ಷ ಹೆಚ್ಚು ಆಗೋ ಹಾಗೆ ಕಾಣಿಸುತ್ತೆ'' ತೃಪ್ತಿಯಿಂದ ಹರಿಹರನ್ ನುಡಿದಾಗ ಚಿದಂಬರಯ್ಯ ಆರಾಮಾಗಿ ನಕ್ಕರು ''ಹತ್ತಲ್ಲ, ಇಪ್ಪತ್ತು ವರ್ಷ ಜಾಸ್ತಿಯಾಗ್ಲಿ. ಇನ್ನಷ್ಟು ಜನಕ್ಕೆ ಅನ್ನಕ್ಕೆ ದಾರಿ ಮಾಡಿ'' ವ್ಯಂಗ್ಯವಲ್ಲ, ಅಭಿಮಾನದಿಂದ ಹೇಳಿದ ಮಾತುಗಳು.

ಹೊರಡುವ ಮುನ್ನ ಚಿದಂಬರಯ್ಯನವರಲ್ಲಿ ಒಂದು ಮಾತು ಕೇಳಿದರು ''ಅಳಿಯ ಹಬ್ಬ, ಮುಂತಾದ ಸಮಾರಂಭಗಳಿಗೆ ಮಾನವ ಮನೆಗೆ ಬರೋಪದ್ಧತಿ ಇದೆಯಲ್ಲ?'' ಮಗನತ್ತ ನೋಡಿದ ಚಿದಂಬರಯ್ಯ ನಕ್ಕುಬಿಟ್ಟರು.

''ಯಾಕಿಲ್ಲ, ಖಂಡಿತ ಇದೆ. ನಿಮ್ಮ ಮನೆಯ ಸಂತೋಷಸಮಾರಂಭಗಳಿಗೆ ಅಳಿಯನನ್ನು ಕರೆಸ್ಕೋಬಹ್ದು. ಮಗಳ ಜೊತೆ ಕೆಲವು ದಿನ ಇರೋ ಅವಕಾಶಗಳು ಇದೆ.''

ಹರಿಹರನ್ ದೊಡ್ಡನಗೆ ಹಾರಿಸುತ್ತ ಚಿದಂಬರಯ್ಯನವರ ಕೈ ಕುಲುಕಿದರು.

''ಥ್ಯಾಂಕ್ಯೂ, ಥ್ಯಾಂಕ್ಯೂ ವೆರಿ ಮಚ್....'' ಕಾರಿನವರೆಗೂ ಎಲ್ಲರೂ ಬಂದು ಬಿಳ್ಕೊಟ್ಟರು.

* * *

ಮಾಧವನಿಗೆ ಒಂದು ಸೆಕೆಂಡ್ ಹ್ಯಾಂಡ್ ಸ್ಕೂಟರ್ ಕೊಡಿಸಿದ ಪ್ರಭು. ಆಗ ಒಂದು ವಿಷಯ ಪ್ರಸ್ತಾಪಿಸಿದರು ಚಿದಂಬರಯ್ಯ ''ನೀನು ಯಾಕೆ ಒಂದು ವೆಹಿಕಲ್ ತಗೋಬಾರ್ದು'' ಪ್ರಭು ಕೂಡ ಕ್ಷಣ ಯೋಚಿಸಿದ ''ಅಂಥ ಅಗತ್ಯ ಕಾಣ್ಲಿಲ್ಲ, ಅಪ್ಪ. ಕಾಲೇಜು ಲೈಬ್ರೆರಿ ಒಂದು ದೂರವಿಲ್ಲ. ತೀರಾ ಅಗತ್ಯ ಓಡಾಟಕ್ಕೆ ಬಸ್ಸು, ಆಟೋ, ಟ್ಯಾಕ್ಸಿ ಸಿಕ್ಕುತ್ತೆ. ಅಂಥದ್ದರಲ್ಲಿ ವೆಹಿಕಲ್‌ನ ಅಗತ್ಯವೇನು?'' ಅವರಿಗೂ ಅದು ಸರಿಯೆನಿಸಿತು.

ಸೊಸೆಯನ್ನು ಹಿಂದೆ ಕೂಡಿಸಿಕೊಂಡು ತಿರುಗಾಡಲಿಯೆಂದು ಹೇಳಲು ಸಾಧ್ಯವಿರಲಿಲ್ಲ. ಅವಳ ಸ್ವಂತ ಉಪಯೋಗಕ್ಕಾಗಿಯೇ ಎರಡು ಕಾರುಗಳಿದ್ದವು. ಇಲ್ಲಿ ಗ್ಯಾರೇಜ್‌ನ ಅನುಕೂಲವಿರಲಿಲ್ಲ. ಫೋನ್ ಹಚ್ಚಿದ ಕೂಡಲೇ ಕಾರು ಸವಿತಾಳ ಸೇವೆಗೆ ಸಿದ್ಧವಾಗಿರುತ್ತಿತ್ತು.

''ಏನೋ ಹಾಗೆ ಅನ್ನಿಸ್ತು, ಹೇಳ್ದೆ.'' ತೀರ್ಮಾನ ಮಗನಿಗೆ ಬಿಟ್ಟರು.

ಒಂದಿಷ್ಟು ಯೋಚಿಸಿದ ಪ್ರಭು. ತೀರಾ ಸಾಧಾರಣ, ಸಾಮಾನ್ಯ ಹೆಣ್ಣಿನಲ್ಲಿರಬೇಕಾದ ಆಸೆ, ಆಕಾಂಕ್ಷೆಗಳು ಸವಿತಾಳಲ್ಲಿ ಇರಬಾರದೆಂದೇನು ಅಲ್ಲ. ಅದಕ್ಕೆಲ್ಲ ತಲೆ ಕೆಡಿಸಿಕೊಳ್ಳುವಷ್ಟು ಪುರಸತ್ತು

ಇರಲಿಲ್ಲ ಅಷ್ಟೆ.

ತಿಂಗಳಿಂದ ಹಳ್ಳಿಯಲ್ಲಿದ್ದ ಶಾಂತಿ ಅಂದೇ ಮಕ್ಕಳೊಂದಿಗೆ ಹಿಂದಿರುಗಿದ್ದು. ತರಕಾರಿಯ ಜೊತೆ ಹಣ್ಣು ತಿಂಡಿಗಳನ್ನು ಹೊತ್ತು ತಂದಾಗ ಸವಿತಾ ಆಗತಾನೇ ಮನೆಗೆ ಬಂದಳು.

ಪ್ಯಾಕಿಂಗ್ ಸೆಕ್ಷನ್‌ನಲ್ಲಿ ಕೆಲಸ ಮಾಡುತ್ತಿದ್ದ ಹತ್ತು ಜನ ಕಾರ್ಮಿಕರು ಕಳ್ಳಭಟ್ಟಿ ಕುಡಿದು ಆಸ್ಪತ್ರೆ ಸೇರಿದ್ದರು. ಅಲ್ಲಿಗೆ ತಂದೆಯ ಜೊತೆಗೆ ಹೋಗಿ ಆಗತಾನೇ ಹಿಂದಿರುಗಿದ್ದಳು.

ಮಾಮೂಲಿನ ಉತ್ಸಾಹದ ಬುಗ್ಗೆಯಾಗಿರಲಿಲ್ಲ. ಅವರ ಹೆಂಡಿರು ಮಕ್ಕಳ ಗೋಳಾಟ, ಸ್ಥಿತಿ ಇಂದೇಕೋ ಕಣ್ಮುಂದೆ ಕಟ್ಟಿದಂತಿತ್ತು.

ಎಂದಿನಂತೆ ಇಂದು ಹೊರಗೆ ಬರದೇ ರೂಮಿನಲ್ಲಿಯೇ ಉಳಿದಳು. ಬಂದ ಸೌಭಾಗ್ಯ ಮಂಕಾಗಿ ಕೂತವಳನ್ನು ನೋಡಿ ಗಾಬರಿಯಾದರು.

''ಯಾಕೆ, ಸವಿತಾ ಹುಷಾರಿಲ್ವಾ?'' ಅವಳ ಕತ್ತು ಮುಟ್ಟಿ ನೋಡಿದರು ''ಏನಿಲ್ಲ, ಯಾಕೋ ಸುಸ್ತು ಅಷ್ಟೆ'' ನಿರುತ್ಸಾಹದಿಂದಲೇ ಹೇಳಿದಳು.

ಹಾರ್ಲಿಕ್ಸ್ ಬೆರೆಸಿಕೊಂಡು ಬಂದು ಕೊಟ್ಟ ಸೌಭಾಗ್ಯ ''ಕುಡ್ದು, ಸ್ವಲ್ಪ ಹೊತ್ತು ಮಲಕ್ಕೋ. ಸರಿಹೋಗುತ್ತೆ'' ಬಾಗಿಲನ್ನು ಮುಂದೆ ಹಾಕಿಕೊಂಡು ಹೋದರು.

ಅಂದು ಕಾಲೇಜಿನ ಮೀಟಿಂಗ್ ಇದ್ದುದ್ದರಿಂದ ಪ್ರಭು ಕೂಡ ತಡವಾಗಿಯೇ ಬಂದ. ಅವನ ಕಣ್ಣುಗಳು ಅರಸಿದ ವ್ಯಕ್ತಿ ಕಾಣಲಿಲ್ಲ.

''ಅಮ್ಮ, ಸವಿತಾ ಇನ್ನು ಬಂದಿಲ್ವಾ?'' ಕೇಳಿದ.

''ಬಂದಿದ್ದಾಳೆ, ಯಾಕೋ ಸುಸ್ತು ಅಂದಳು. ಹಾರ್ಲಿಕ್ಸ್ ಬೆರೆಸಿ ಕೊಟ್ಟೆ. ಸ್ವಲ್ಪ ವಿಚಾರಿಸ್ಕೋ'' ಎಂದರು ಸ್ವಪ್ನಳ ಕೆನ್ನೆಯೊರೆಸುತ್ತ.

ಶಾಂತಿಯ ಕಡೆ ನೋಟ ಹರಿಸಿದ '' ಊರಲ್ಲೆಲ್ಲ ಹೇಗಿದ್ದಾರೆ? ಅದೇನು ಇಷ್ಟು ದಿನ ನಿಂತಿದ್ದು? ಇಲ್ಲಿ ಮಾಧವನ ಪರದಾಟ ನೋಡೋಕ್ಕಾಗ್ಲಿಲ್ಲ'' ಆಕ್ಷೇಪಿಸುತ್ತಲೇ ಛೇಡಿಸಿದ.

ಬೇರೆಯವರೊಂದಿಗೆ ಚುಟುಕಾಗಿ ಮಾತಾಡುತ್ತಿದ್ದ ಪ್ರಭು ಶಾಂತಿಯೊಂದಿಗೆ ಸ್ವಲ್ಪ ದೀರ್ಘವಾಗಿ ಮಾತಾಡುತ್ತಿದುದ್ದು ಸವಿತಾಳ ಗಮನಕ್ಕೆ ಬಂದಿತ್ತು. ಅವಳಿದ್ದ ಬಿಜಿಯಲ್ಲಿ ಇದು ಗಮನಿಸುವಂಥದೇನು ಅಲ್ಲ.

''ಅಮ್ಮನೇ ನಿಲ್ಲಿಸಿಕೊಂಡ್ಲು. ಆಗಾಗ ಜ್ವರ ಬೇರೆ. ಪಥ್ಯ, ಔಷಧಿ ಅದೂ ಇದೂಂತ ಕೊಳೆ ಹಾಕ್ಬಿಟ್ರು, ನಂಗೆ ಯಾವಾಗ ಬಂದೆನೋ ಅನ್ನಿಸಿ ಬಿಟ್ಟಿತ್ತು.''

ಈ ಮಾತುಕತೆಗಳಾದ ಐದು ನಿಮಿಷದ ನಂತರವೇ ಪ್ರಭು ರೂಮಿನೊಳಕ್ಕೆ ಬಂದಿದ್ದು. ಸವಿತಾ ಸೆಕೆಂಡ್ ಸೆಕೆಂಡ್ ಲೆಕ್ಕ ಹಾಕಿಬಿಟ್ಟಿದ್ದಳು.

ಕಣ್ಮುಚ್ಚಿ ಮಲಗಿದ್ದವಳನ್ನು ಹತ್ತು ಕ್ಷಣ ದಿಟ್ಟಿಸಿದ. ಇದು ನಿದ್ದೆಯಲ್ಲವೆನಿಸಿತು. ಬಟ್ಟೆ ಬದಲಾಯಿಸಿ ಬಾಗಿಲತ್ತ ನಡೆದವನು ಸರಕ್ಕನೇ ತಿರುಗಿದ. ಸಿಕ್ಕಿಬಿದ್ದಳು ಸವಿತಾ.

ಅಲ್ಲೇ ಕುಡಿಯದೇ ಇದ್ದ ಹಾರ್ಲಿಕ್ಸ್ ಲೋಟ ಗಮನಿಸಿದ. ಹರಿಹರನ್ ಸಿಮೆಂಟ್ಸ್ ಪ್ಯಾಕಿಂಗ್ ಸೆಕ್ಷನ್ ಕೂಲಿಗಳು ಕಳ್ಳಭಟ್ಟಿ ಕುಡಿದು ಆಸ್ಪತ್ರೆ ಸೇರಿರುವ ಸುದ್ದಿ ದೊಡ್ಡದಾಗಿ ಪೇಪರ್‌ನಲ್ಲಿ ಪ್ರಕಟವಾಗಿತ್ತು.

ಹತ್ತಿರ ಹೋಗಿ ಕೂತು ಅವಳ ಮುಂಗುರುಳನ್ನು ಸವರಿದ ''ಯಾಕೆ ತೀರಾ ಡಲ್ಲಾಗಿ ಕಾಣ್ತೇಯಾ? ಎನೀ... ಪ್ರಾಬ್ಲಮ್....'' ಆ ನುಡಿಗಳು ಆವಳೆದೆಯ ಭಾರವನ್ನು ಎಷ್ಟೋ ಕಮ್ಮಿ ಮಾಡಿತು. ಅವನ ತೊಡೆಯ ಮೇಲೆ ತಲೆ ಇಟ್ಟು ಕಣ್ಮುಚ್ಚಿಯೇ, ಅಲ್ಲಿನ ದೃಶ್ಯವನ್ನು ವಿವರಿಸಿದಳು.

''ಇಂಥ ಪ್ರಕರಣಗಳು ಆಗಾಗ ಆಗ್ತಾ ಇರುತ್ತೆ. ನಡೆದಾಗ ದೊಡ್ಡ ಸುದ್ದಿಯಾದರೂ ಆಮೇಲೆ ಏನು ಇಲ್ಲವಾಗುತ್ತೆ. ನಿರುದ್ಯೋಗ, ಬೆಲೆ ಏರಿಕೆ, ಭ್ರಷ್ಟಾಚಾರ ಈ ಸಾಲಿನಲ್ಲಿ ಬರುವಂಥ ಸಮಸ್ಯೆಯೇ. ನೊಂದ ಕುಟುಂಬಗಳಿಗೆ ಸಹಾಯ ಮಾಡ್ಬಹ್ದು'' ಅತ್ಯಂತ ಸ್ಪಷ್ಟವಾಗಿ ಉಸುರಿದ.

ತನ್ನ ಮನಸ್ಸಿನ ಭಾವನೆಗಳನ್ನು ಅವನೊಂದಿಗೆ ತೋಡಿಕೊಂಡು ಸಾಂತ್ವನ ಪಡೆದಳು. ಪ್ರಭು ಒಂದೊಂದು ಮಾತು ಅಷ್ಟೇ ತೂಕವಾಗಿರುತ್ತಿತ್ತು.

ಬೆನ್ನು ತಟ್ಟಿ ಎಬ್ಬಿಸಿದ ''ನೀನು ಮಲ್ಗಿ ಬಿಟ್ಟೇಂತ ಅಮ್ಮ ಗಾಬ್ರಿಯಾಗಿದ್ದಾಳೆ'' ತಾನೇ ಹಾರ್ಲಿಕ್ಸ್ ಕುಡಿಸಿದ. ಅವಳ ಕಣ್ಣಲ್ಲಿ ನೋಟ ನೆಟ್ಟ.

ಇಬ್ಬರು ಹೊರಗೆ ಬಂದಾಗ ಶಾಂತಿ ಇನ್ನು ಕೂತೇ ಇದ್ದಳು. ಅವಳಿಗೆ ಪ್ರಭುವಲ್ಲಿ ಒಂದಿಷ್ಟು ಮಾತಾಡುವುದಿತ್ತು. ಆ ವೇಳೆಗೆ ಒಂದು ಸಲ ಮನೆಗೆ ಹೋಗಿ ಬಂದಿದ್ದಳು.

''ಪ್ರಭು, ಈ ಹಣನ ಸ್ಕೂಟರ್‌ನೋರಿಗೆ ಕೊಟ್ಟುಬಿಡು. ಈ ಸಲ ಚೆನ್ನಾಗಿ ಕಬ್ಬಿನ ಫಸಲು ಬಂದಿದ್ದರಿಂದ ಅಮ್ಮ ಬಳೆ ಮಾಡಿಸ್ಕೋಂತ ಕೊಟ್ಟು. ಇರೋದೇ ಸಾಕು, ಅಪ್ಪ ಸಾಲವಾದ್ರೂ ತೀರಲಿ'' ಮಡಚಿದ ನೋಟುಗಳನ್ನು ಟೇಬಲ್ಲಿನ ಮೇಲಿಟ್ಟಳು.

ಪ್ರಭು ಅವಳ ಕೈಗಳನ್ನು, ನೋಟುಗಳನ್ನು ಬದಲಾಯಿಸಿ ನೋಡಿದ. ಸ್ವಪ್ನಗೆ ಟೈಫಾಯಿಡ್ ಬಂದಾಗ ಮಾರಿ ಬಂದಿದ್ದಳು ಕೈಯಲ್ಲಿನ ಬಳೆಗಳನ್ನು.

''ಸ್ಕೂಟರ್‌ನೋರಿಗೆ ಕಂತು ಹೇಳಿಯಾಗಿದೆ. ಈ ಹಣದಲ್ಲಿ ಬಳೆನೇ ಮಾಡಿಸ್ಕೋ. ಚಿನ್ನದಂಥ ಹೆಣ್ಣಿಗೆ ಚಿನ್ನ ಬೇಡದಿದ್ರೂ ನಿಮ್ಮಮ್ಮನಿಗೆ ಆಸೆ ಇದೆಯಲ್ಲ, ಅದ್ನ ಅರ್ಥ ಮಾಡ್ಕೋ'' ಬುದ್ಧಿ ಹೇಳಿದ.

ತಕ್ಷಣ ಸವಿತಾ ಮಿದುಳು ಚುರುಕಾಯಿತು. 'ಚಿನ್ನದಂಥ ಹೆಣ್ಣು' ಕಣ್ಣರಳಿಸಿ ಶಾಂತಿಯನ್ನೇ ನೋಡಿದಳು. ಕೇದಿಗೆಯ ಬಣ್ಣ, ಮೂರು ಹೆತ್ತರು ಮುಖದ ಮೇಲಿನ ಮುಗ್ಧತೆ ಹೋಗಿರಲಿಲ್ಲ. ಒತ್ತಾದ ಕೂದಲನ್ನು ಬಾಚಿ ಹಾಕಿದ ಒಂದು ಜಡೆ. ಮುಡಿಯಲ್ಲಿ ಹೂ, ಹಣೆಯಲ್ಲಿ ಅಗಲವಾದ ಬೊಟ್ಟು. ಒಂದಿಷ್ಟು ಪೌಡರ್ ಹಚ್ಚಿದ್ದಾಳೆನ್ನುವುದನ್ನು ಬಿಟ್ಟರೆ ಮತ್ತೆ ಯಾವ ಮೇಕಪ್ ಇರಲಿಲ್ಲ.

''ಬೇಡ ಪ್ರಭು....'' ಎಂದಳು ಶಾಂತಿ.

ಆ ಹಣವನ್ನು ಪ್ರಭು ತಂದೆಯ ಕೈಗೆ ಕೊಟ್ಟ. ''ನೀವೇ ಇವಳನ್ನ ಕರ್ಕೊಂಡ್ಹೋಗಿ ಬಳೆ

ಮಾಡಿಸೋಕೆ ಹಾಕಿ. ಕಂತುನಲ್ಲಿ ಸ್ಕೂಟರ್ ಹಣ ತೀರುತ್ತೆ.'' ಅಧಿಕಾರದಿಂದ ಹೇಳಿದ.

ಸವಿತಾ ಬೊಂಬೆಯಂತೆ ಕೂತಳು. ಶಾಂತಿ ತಾನು ಹಳ್ಳಿಯಿಂದ ತಂದ ತಿಂಡಿಯನ್ನು ತಟ್ಟೆಯಲ್ಲಿ ಹಾಕಿ ಪ್ರಭು, ಸವಿತಾಗೆ ಕೊಟ್ಟಳು.

''ನಾಳಿದ್ದು ಭಾನುವಾರ ಇಬ್ರೂ ನಮ್ಮ ಮನೆಗೆ ಊಟಕ್ಕೆ ಬರ್ಬೇಕು'' ಒತ್ತಾಯದಿಂದ ಹೇಳಿದಳು.

ಅಂದು ಅವನಿಗೇನೋ ಬಿಡುವು. ಆದರೆ ಸವಿತಾಳ ಬಗ್ಗೆ ಭರವಸೆ ಕೊಡಲಾರ. ಮಡದಿಯ ಕಡೆ ನೋಟ ಹರಿಸಿದ. ಅವಳು ಯಾವುದೋ ಗುಂಗಿನಲ್ಲಿದ್ದಳು.

''ನಾಳಿದ್ದು ತಾನೇ! ನಾಳೆಯೊಂದು ದಿನ ಮಧ್ಯದಲ್ಲಿ ಇದೆಯಲ್ಲ.'' ಅಡ್ಡಗೋಡೆಯ ಮೇಲೆ ದೀಪವಿಟ್ಟ. ಶಾಂತಿ ಒಪ್ಪಲು ತಯಾರಿರಲಿಲ್ಲ. ''ಪ್ಲೀಸ್, ಸತಾಯಿಸ್ಬೇಡ. ನಾಳಿದ್ದು ಖಂಡಿತ ಬರ್ಬೇಕು. ಸವಿತಾ ನೀವು ಸ್ವಲ್ಪ ಹೇಳಿ'' ಎಂದಾಗಲೇ ಅವಳು ಈ ಪ್ರಪಂಚಕ್ಕೆ ಮರಳಿದ್ದು.

''.... ಹೇಳಿದ್ದು?'' ಗಲಿಬಿಲಿಗೊಂಡಳು.

ಮತ್ತೆ ವಿವರಿಸಿದಳು ಶಾಂತಿ ''ನಾನು ಹಳ್ಳಿಗೆ ಹೋಗ್ಬಿಟ್ಟೆ. ಭಾನುವಾರ ಖಂಡಿತ ನೀವಿಬ್ರೂ ನಮ್ಮ ಮನೆಗೆ ಊಟಕ್ಕೆ ಬರ್ಬೇಕು.''

ಯೋಚನೆಗೊಳಗಾದಳು ಸವಿತಾ. ಇಡೀ ಭಾನುವಾರ ತಂದೆಯ ಮನೆಯಲ್ಲಿ ಪ್ರಭುವಿನ ಜೊತೆ ಇರಲು ನಿರ್ಧರಿಸಿದ್ದಳು. ಅದು ಅವಳ ತಂದೆಯ ಆಹ್ವಾನ.

''ಈ ಭಾನುವಾರ ಆಗೋಲ್ಲ. ಡ್ಯಾಡಿ ಅಲ್ಲಿಗೆ ಬರೋಕ್ಹೇಳಿದ್ದಾರೆ'' ತನ್ನ ನಿಸ್ಸಹಾಯಕತೆ ವ್ಯಕ್ತಪಡಿಸಿದಳು.

ಶಾಂತಿಯ ಉತ್ಸಾಹ ಜರ್ರನೆ ಇಳಿದುಹೋಯಿತು. ಎಂದಿನ ಹಾಗೆ ತಂಟೆ ತಕರಾರು ಜಗಳ ತೆಗೆಯಲಿಲ್ಲ.

''ನಿಮ್ಗೆ ಪುರಸತ್ತು ಇರೋ ದಿನ ತಿಳ್ಸಿ. ಆವೊತ್ತು ಕರೀತೀನಿ. ಇಬ್ಬರನ್ನ ಜೊತೆಯಾಗಿ ಕೂಡ್ಸಿ ಊಟ ಹಾಕ್ಬೇಕೂನ್ನೋದು ನನ್ನ ಆಸೆ.'' ಅವಳ ಸ್ವರದಲ್ಲಿ ಕಂಬನಿ ಹರಿದಂತೆ ಭಾಸವಾಯಿತು ಅವನಿಗೆ. ''ಹೇಗೂ, ರಾತ್ರಿ ಜೊತೆಯಲ್ಲಿ ಎಲ್ಲರೂ ಒಟ್ಟಿಗೆ ಊಟ ಮಾಡೋಣ ಬಿಡು'' ಸಂತೈಯಿಸಿದಂತಿತ್ತು ಅವನ ಸ್ವರ.

ಯಾಕೋ ತಕ್ಷಣ ಮನಸ್ಸು ಬದಲಾಯಿಸಿದಳು ಸವಿತಾ. ''ಓಕೇ, ಡ್ಯಾಡಿಗೆ ಏನಾದ್ರೂ ಹೇಳ್ತೀನಿ. ಮಧ್ಯಾಹ್ನದ ಲಂಚ್ ನಿಮ್ಮ ಮನೆಯಲ್ಲಿ. ರಾತ್ರಿಯ ಡಿನ್ನರ್ ಅಲ್ಲಿ. ಬೆಳಗಿನ ಬ್ರೇಕ್‌ಫಾಸ್ಟ್ ಮಾತ್ರ ನಮ್ಮ ಮನೆಯಲ್ಲಿ'' ನಗುತ್ತ ಹೇಳಿದಳು.

ಅಂದು ಹೊಸ ಸೀರೆಯುಡಿಸಿ ಶಾಂತಿ ತೋರಿದ ಆತ್ಮೀಯತೆಯನ್ನು ಅವಳು ಮರೆಯಳು. ಆದರೆ ಒಂದು ಎಳೆಯ ಅಸೂಯೆ ಅವಳನ್ನ ಕಾಡುತ್ತಿತ್ತು.

ಅದಕ್ಕೆ ಪೂರಕವೆನ್ನುವಂತೆ ಮೇಲೆದ್ದ ಶಾಂತಿ ''ನಾನು ಕಾಫೀ ಮಾಡ್ಕೊಂಡ್ಬರ್ತೀನಿ'' ಒಳಗೆ ಹೋದವಳು ಎರಡೇ ನಿಮಿಷದಲ್ಲಿ ಚೀರಿದಳು. ಕುದಿಯುವ ನೀರನ್ನ ಕಾಲುಗಳ ಮೇಲೆ ಸುರಿದುಕೊಂಡಿದ್ದಳು.

''ಛಿ, ನಿಂಗೆ ಪ್ರತಿಯೊಂದರಲ್ಲು ಆತುರನಮ್ಮ!'' ತಣ್ಣೀರು ಸುರಿದು ಬರ್ನಾಲ್ ಹಚ್ಚಿದ ಪ್ರಭು. ''ಆಟೋ ತಗೊಂಡ್ಬರ್ತೀನಿ'' ಹೋದವನು ಐದೇ ನಿಮಿಷದಲ್ಲಿ ಸ್ಕೂಟರ್ ತಂದ ''ಆಟೋ ಸಿಕ್ಲಿಲ್ಲ ಹತ್ತು....'' ಅವಳನ್ನ ಕರೆದೊಯ್ದ.

''ಒಂದಿಷ್ಟು ಉರಿ ಇರುತ್ತೆ. ಆಮೇಲೆ ಸರಿ ಹೋಗುತ್ತೆ'' ಹೋಗುವ ಮುನ್ನ ಶಾಂತಿ ಎರಡು ಸಲ ಅಂದಿದ್ದಳು. ಪ್ರಭು ಗದರಿಕೊಂಡಿದ್ದ ''ಬಾಯಿ ಮುಚ್ಕೊಂಡ್ ತೆಪ್ಪಗಿರು. ಬೊಬ್ಬೆಗಳು ಒಡೆದು ಕೀವಾಗ್ಲಿ, ಗೊತ್ತಾಗುತ್ತೆ.''

ಸವಿತಾ ಅವನ ಗಾಬರಿಯನ್ನ ಗಮನಿಸಿದ್ದಳು.

''ಹುಚ್ಚು ಹುಡ್ಗೀ! ಪ್ರತಿಯೊಂದರಲ್ಲೂ ಆತುರ. ತನಗೆ ಏನಾಗುತ್ತೆ ಅನ್ನೋ ಪರಿಜ್ಞಾನವೇ ಇಲ್ಲ'' ಪ್ರೀತಿಯಿಂದ ಅಂದರು ಅವಳ ಮಗುವನ್ನೆತ್ತಿ ಕೊಳ್ಳುತ್ತ.

ಸವಿತ ತಲೆಯಲ್ಲಿ ಭತ್ತ ಕುಟ್ಟತೊಡಗಿತು. ಆ ಕ್ಷಣ ಎಷ್ಟು ಅವಿವೇಕದಿಂದ ಯೋಚಿಸಿದಳೆಂದರೇ, ಆ ಬಿಸಿ ನೀರು ತನ್ನ ಕಾಲುಗಳ ಮೇಲೆ ಸುರಿದಿದ್ದರೇ ಚೆನ್ನಾಗಿತ್ತು ಎನ್ನುವ ಮಟ್ಟಿಗಿತ್ತು ಅವಳ ಮನಸ್ಥಿತಿ.

ಶಾಂತಿಯನ್ನು ಕಂಡರೆ ಪ್ರಭುಗೆ ಪ್ರೀತಿ! ಇಷ್ಟವಾಗಲಿಲ್ಲ. ಅದನ್ನು ತಳ್ಳಿಹಾಕಿದಳು.

''ಸವಿತಾ, ಇಲ್ಲಿನೋಡಿ'' ಅವಳ ಬಳಿಗೆ ಬಂದ ಸ್ವಪ್ನ ತನ್ನ ಕೈಗಳನ್ನು ತೋರಿಸಿದಳು ''ಇದೆಲ್ಲ ಅಮ್ಮ ಹಚ್ಚಿದ್ದು....'' ಗೋರಂಟಿ ಹಚ್ಚಿದ ಅವಳ ಕೈಗಳಿಗೆ ಮುತ್ತಿಡಬೇಕೆನಿಸಿತು ಸವಿತಾಗೆ. ''ತುಂಬ ಚೆನ್ನಾಗಿದೆ.'' ಮನದ ಆಸೆಯನ್ನು ತೋರಿಸದೇ ಕೆನ್ನೆಯನ್ನು ಸವರಿದಳು.

ಮನೆಗೆ ಪ್ರಭು ಬರುವ ವೇಳೆಗೆ ಒಂದು ಗಂಟೆಯೇ ಆಯಿತು. ಇಂಜಕ್ಷನ್ ಕೊಟ್ಟು ಮುಲಾಮು ಸವರಿದ್ದರಷ್ಟೆ.

ಇಡೀ ಸಂಸಾರದ ಊಟ ಅಲ್ಲೇ ಆಯಿತು. ಸೌಭಾಗ್ಯ ಚಿದಂಬರಯ್ಯ ನವರಿಗೂ ಶಾಂತಿ, ಅವಳ ಕುಟುಂಬದ ಬಗ್ಗೆ ವಿಪರೀತ ಅಂತಃಕರಣ. ಇದೆಲ್ಲ ಸವಿತಾಗೆ ಒಮ್ಮೊಮ್ಮೆ ಆಶ್ಚರ್ಯ ತರಿಸುತ್ತಿತ್ತು.

ಆದರೆ ಸವಿತಾ ಭಾನುವಾರ ಹತ್ತರವರೆಗೂ ಸುಮ್ಮನಿದ್ದವಳು ದಿಢೀರನೇ ತನ್ನ ತೀರ್ಮಾನ ಬದಲಾಯಿಸಿದಳು. ಮರೆತಂತೆ ನಟಿಸಿದಳು ಕೂಡ.

''ಹೋಗೋಣ'' ರೆಡಿಯಾಗಿ ಅವನ ಮುಂದೆ ಬಂದು ನಿಂತಳು. ಅದಕ್ಕೆ ಹತ್ತು ನಿಮಿಷದ ಮುನ್ನ ಹಾಲ್‌ನಲ್ಲಿದ್ದವನಿಗೆ ಸವಿತಾ ಫೋನ್ ಮಾಡಿದ್ದು ಕೇಳಿಸಿತು ''ಕಾರು ಕಳ್ಸಿ, ನಾನು, ಪ್ರಭು ಬರ್‍ತಾ ಇದ್ದೀವಿ''

ಓದುತ್ತಿದ್ದವನು ''ಎಲ್ಲಿಗೆ?'' ಅರಿವಾಗದಂತೆ ಅವನ ಹುಬ್ಬುಗಳು ಬೆಸೆದುಕೊಂಡವು ''ಆ

ಮನೆಗೆ...'' ಸವಿತಾ ಮರೆತಿರಬಹುದೆಂದುಕೊಂಡವನು ಜ್ಞಾಪಿಸಿದ ''ಊಟ ಮಾಡಿಕೊಂಡು ಹೋಗೋಣ. ಶಾಂತಿ ಬೆಳಿಗ್ಗೇನೇ ಅಮ್ಮನ್ನು ಕರ್ಕೊಂಡ್ಹೋಗಿದ್ದಾಳೆ. ಅವ್ಳ ಪ್ರೀತಿಯ ತಯಾರಿ ಬೊಂಬಾಟ್ ಆಗಿರುತ್ತೆ.''

ಪ್ರಭು ಕ್ರಾಪ್ ಕೆದರುತ್ತ ''ಸಾರಿ, ನಾನು ಮರೆತಿದ್ದೆ. ಈಗ ಫೋನ್ ಮಾಡಿ ಆಯ್ತು. ಡ್ಯಾಡಿ, ನಮ್ಮ ಕಂಪನಿಗೋಸ್ಕರ ಕಾಯ್ತಾ ಇರ್ತಾರೆ'' ಎಂದಾಗ ಕೈಯಲ್ಲಿನ ಪುಸ್ತಕ ತೆಗೆದಿಟ್ಟು ಮೇಲೆದ್ದ.

''ಇನ್ನೊಂದು ರಿಂಗ್ ಮಾಡಿ ವಿಷ್ಯ ತಿಳ್ಸು. ಒಂದೆರಡು ಗಂಟೆ ತಡವಾಗ್ಬಹ್ದು ಅಷ್ಟೆ. ಶಾಂತಿ ಮನೆ ಊಟ ಫಿಕ್ಸ್ ಆದ ಪ್ರೋಗ್ರಾಮ್ ಅಲ್ವಾ!'' ಎಂದ.

ಮುಖ ದಪ್ಪಗೆ ಮಾಡಿಕೊಂಡು ಹಾಸಿಗೆಯ ಮೇಲೆ ಹೋಗಿ ಬಿದ್ದುಕೊಂಡಳು. ಆ ವೇಳೆಗೆ ಶಾಂತಿಯ ಸ್ವರ.

''ಬನ್ನಿ... ಸವಿತಾ'' ರೂಮಿನೊಳಕ್ಕೆ ಬಂದುಬಿಟ್ಟಳು. ''ನಾನು ಅವ್ರನ್ನ ಕರ್ಕೊಂಡ್ಹೋಗ್ತೀನಿ. ನೀನು ಆಮೇಲೆ ಬಾ ಪ್ರಭು'' ಸಲಿಗೆಯಿಂದ ಅಂದವಳು ಅವಳನ್ನ ಜೊತೆಯಲ್ಲಿ ಎಳೆದೊಯ್ದಳು.

ಡಯಲ್ ತಿರುಗಿಸಿ ಹರಿಹರನ್‌ಗೆ ತಾನೇ ವಿಷಯ ಮುಟ್ಟಿಸಿ ''ಸಂಜೆ ಟೀಗೆ ಅಲ್ಲಿ ಗ್ಯಾರಂಟಿ. ರಾತ್ರಿ ಡಿನ್ನರ್ ಅಲ್ಲೇಂತ ಶ್ರೀಮತಿಯವ್ರ ಅಪ್ಪಣೆ'' ಹರಿಹರನ್ ಜೋರು ನಗೆ ತೋರಿದವರು ''ದಟ್ಸ್ ಓಕೇ, ಒಂದಿಷ್ಟು.... ರಾತ್ರಿ ಡಿನ್ನರ್‌ಗೆ ಚಿದಂಬರಯ್ಯ ಸೌಭಾಗ್ಯ ಅವ್ರು ಯಾಕೆ ಬರಬಾರ್ದು! ರಾತ್ರಿ ಊಟದ ಬಗ್ಗೆ ಯಾವುದಾದ್ರೂ ಫಾರ್ಮಾಲಿಟೀಸ್ ಇಟ್ಕೊಂಡಿದ್ದಾರ?'' ಅವನನ್ನು ಪ್ರಶ್ನಿಸಿದಳು.

''ಅಂಥದೇನಿಲ್ಲ, ಮಧ್ಯಾಹ್ನದ ಊಟ ಭರ್ಜರಿಯಾದ್ರೆ ರಾತ್ರಿ ನಮ್ಮಪ್ಪ ಶುಂಠಿ, ಇಂಗು ಹಾಕಿದ ಮಜ್ಜಿಗೆ ಕುಡಿಯೋದು. ಅಮ್ಮನ ಬಗ್ಗೆ ಏನು ಹೇಳೋಕ್ಕಾಗೊಲ್ಲ'' ಎಂದ.

ಅವರ ಕೈಗೆ ಫೋನ್ ಕೊಡುವಂತೆ ಹರಿಹರನ್ ತಿಳಿಸಿದಾಗ ಕೊಟ್ಟು ಸುಮ್ಮನಾದ. ಮೂರು ನಿಮಿಷದಷ್ಟು ದೀರ್ಘವಾಗಿ ಮಾತಾಡಿದರು. ಅಂತು ರಾತ್ರಿಯ ಡಿನ್ನರ್‌ಗೆ ಅವರುಗಳು ಬರೋಲ್ಲ.

ಮಗ ಒಂಟಿಯಾಗಿ ಸಿಕ್ಕಿದಾಗ ಚಿದಂಬರಯ್ಯ ಒಂದು ಮಾತು ಹೇಳಿದರು ''ಹರಿಹರನ್ ತುಂಬ ಒಳ್ಳೆ ವ್ಯಕ್ತಿ. ಸವಿತಾ ಅವ್ರ ಸರ್ವಸ್ವ. ಎಂದೂ ಅವ್ರುಗಳ ಮನಸ್ಸು ನೋಯಿಸೋದ್ಬೇಡ''

ತಂದೆಯ ಮಾತುಗಳಿಗೆ ಅವನ ಮುಖ ವಿವರ್ಣವಾಯಿತು. ಆಮೇಲೆ ಹಗುರವಾಗಿ ನಕ್ಕುಬಿಟ್ಟ.

''ನಂಗೆ ಅರ್ಥವಾಗಿಲ್ಲ, ಅಪ್ಪ. ಅಂತೂ ಮಗನ್ಗಿಂತ ಸೊಸೆಯ ಮೇಲೆ ಹೆಚ್ಚಿನ ಅಕ್ಕರೆ'' ಆ ಮಾತುಗಳಿಗೆ ಹೆಚ್ಚು ಒತ್ತು ಕೊಡದೇ ಜಾರಿಸಿಬಿಟ್ಟ.

ಸ್ವಪ್ನ ಬಂದು ಅವರಿಬ್ಬರನ್ನು ಕರೆದೊಯ್ದಳು. ಅಳ್ಳಕವಾಗಿ ಜಡೆ ಹೆಣೆದು ಸವಿತಾಳ

ಮುಡಿಯ ತುಂಬ ದುಂಡು ಮಲ್ಲಿಗೆ ಬೀರಿದ ಮೊಗ್ಗುಗಳನ್ನು ಮುಡಿಸಿದ್ದಳು ಶಾಂತಿ. ಏನೋ ಸಂಭ್ರಮ, ಸಂತೋಷ ಅವಳಿಗೆ.

ಪಂಚೆಯುಟ್ಟ ಮಾಧವ ಪ್ರಭು ಕೈ ಹಿಡಿದು ಕರೆದೊಯ್ದ. ಸ್ವಲ್ಪ ಸಂಕೋಚಗೊಂಡ ಅವನು ''ಇಂಥ ಉಪಚಾರವೆಲ್ಲ, ನಮಗ್ಯಾಕೆ? ನಮಗೇನು ಇದು ಬೇರೆ ಮನೇನಾ''

ಸವಿತಾಳತ್ತ ನೋಡಿ ಕಣ್ಣಲ್ಲಿ ಮಿಂಚು ಹಾಯಿಸಿದ.

ನಮ್ಮ ಪ್ರಭುಗೆ ಅದು ಇಷ್ಟ, ಇದೂ ಇಷ್ಟಾಂತ ಶಾಂತಿ ಬಡಿಸುವಾಗ ಸವಿತಾಗೆ ಕಸಿವಿಸಿ. ಇಂಥ ಕಸಿವಿಸಿ ಆತ್ಮೀಯ ವಾತಾವರಣಕ್ಕೆ ಆಗಾಗ ಬಿರುಗಾಳಿಯಾಗಿ ಮಾರ್ಪಡುತ್ತಿತ್ತು.

ಅಂದು ಸವಿತಾಗೆ ಉಡಿಸಿದ ಸೀರೆಯ ಜೊತೆ ಇನ್ನೊಂದು ಸೀರೆಯನ್ನ ಉಡುಗೊರೆಯಾಗಿ ಕೊಟ್ಟಳು ಶಾಂತಿ. ಸವಿತಾ ಇದ್ದ ಸ್ಥಿತಿಯಲ್ಲಿ ಇದು ಸರಿ ಬರಲಿಲ್ಲ.

''ನನ್ನತ್ರ ನೂರಾರು ಸೀರೆಗಳು ಇವೆ. ಇವು ನನಗ್ಯಾಕೆ?'' ಸವಿತಾ ಒಂದು ತರಹ ಮುಖ ಮಾಡಿದಳು. ಶಾಂತಿ ಅದನ್ನು ಹೆಚ್ಚಾಗಿ ಭಾವಿಸಲಿಲ್ಲ ''ಇರಲೀ ಸವಿತಾ, ಇದು ನಮ್ಮ ಪ್ರಭು ಹೆಂಡ್ತಿಗೆಂದೇ ಆರಿಸಿ ತಂದಿದ್ದು. ಈ ಬಣ್ಣಗಳು ಅವ್ನಿಗೂ ಇಷ್ಟವೇ. ಉಡಾಫೆಗೆ ಏನೇನೋ ಮಾತಾಡ್ತಾನೆ'' ಸಲಿಗೆಯಿಂದ ಹೇಳಿದಳು.

ಆದರೆ ಅದು ಮಡದಿಗೆ ಇಷ್ಟವಾಗಲಿಲ್ಲವೆಂದು ಪ್ರಭುಗೆ ಅರಿವಾದರೂ ಒಂದು ಮಾತು ಕೂಡ ಹೇಳಲು ಹೋಗಲಿಲ್ಲ. ಅದೇನು ತಪ್ಪೆನ್ನಲಾರ. ಶಾಂತಿಗೆ ಹೇಳಲು ಹೋದರೆ ಗಂಗಾಭವಾನಿ ಹರಿಯುತ್ತದೆಯೆಂದು ಅವನಿಗೆ ಗೊತ್ತು.

ಮನೆಗೆ ಬಂದ ಸವಿತಾ ರೂಮಿನಲ್ಲಿ ಮಂಕಾಗಿ ಕೂತುಬಿಟ್ಟಳು.

ಅವಳ ಭುಜದ ಮೇಲೆ ಗದ್ದವನ್ನೂರಿದ ಪ್ರಭು ''ಎನಿ ಥಿಂಗ್ ರಾಂಗ್? ನಿನಗೆ ಆ ಸೀರೆಗಳು ಇಷ್ಟವಾಗದಿದ್ರೆ ಬೇಡ ಬಿಡು. ನೊಂದು ಕೊಳ್ಳೋದ್ಬೇಡ. ಇನ್ನೊಸೆಂಟ್ ಗರ್ಲ್, ಅವ್ರು ಅತ್ತರೇ ನನ್ನಿಂದ ತಡೆದು ಕೊಳ್ಳೋಕಾಗೋಲ್ಲ'' ಸಹಜವಾಗಿಯೇ ಹೇಳಿ ರಮಿಸಿದ.

ಇಂದೇಕೊ! ಸವಿತಾ ಎದೆಯಲ್ಲಿ ಕ್ರೋಧ ಹೊಗೆಯಾಡಿತು. ಸೀರೆಯನ್ನೆತ್ತಿ ರೊಯ್ಯನೆ ಗೋಡೆಗೆ ಎಸೆದಳು. ಕೋಪ ಅವಳ ವಿವೇಕವನ್ನು ಮರೆಸಿತು.

''ಇಂಥ ಸೀರೆಗಳ್ನ ನಮ್ಮ ಮನೆ ಕೆಲ್ಸದವ್ರಿಗೆ ಕೊಡ್ತಾ ಇದ್ವಿ'' ಬಾಯಿ ತಪ್ಪಿ ಆಡಿಬಿಟ್ಟಳು. ಅವಳ ತೋಳಿಡಿದ ಕೈ ಹಿಂದಕ್ಕೆ ಸರಿಯಿತು.

ಇನ್ನೊಂದು ಮಾತಾಡಲಿಲ್ಲ ಪ್ರಭು. ಹೊರಗೆ ಬಂದವನು ಬಾಗಿಲಿಗೆ ಹೋಗಿ ನಿಂತ. ಚಿದಂಬರಯ್ಯ, ಸೌಭಾಗ್ಯ ಬಂದರು.

''ಆ ಮನೆಗೆ ಹೋಗ್ತೀವಿ ಅಂದಳಲ್ಲ, ಸವಿತಾ'' ಮಗನನ್ನು ಕೇಳಿದರು. ''ಊಟ ಜಾಸ್ತಿ ಆಯ್ತು, ನೋಡು. ಅದ್ಕೇ ರೆಸ್ಟ್ ತಗೋತಾ ಇದ್ದಾಳೆ'' ಎಂದು ಉಸುರಿದ.

ಹತ್ತು ನಿಮಿಷ ನೋಡಿದವನು ಕೋಣೆಗೆ ಹೋದ. ಅದೇ ಸ್ಥಿತಿಯಲ್ಲಿ ಮಲಗಿದ್ದಳು. ಬಟ್ಟೆ

ಬದಲಾಯಿಸಿ ಬಂದವನು ಕಂಪೌಂಡ್‌ನಲ್ಲಿದ್ದ ಗಿಡಗಳಿಗೆಲ್ಲ ಗೊಬ್ಬರ ಹಾಕತೊಡಗಿದ.

ಇದೆಲ್ಲ ಮೊದಲೇ ಅವನು ಯೋಚಿಸಿದ್ದ. ವ್ಯವಹಾರಿಕ ಅಂತಸ್ತಿನಲ್ಲಿ ಇವರ, ಹರಿಹರನ್ ಮಧ್ಯೆ ದೊಡ್ಡ ವ್ಯತ್ಯಾಸವಿತ್ತು. ವಿವರಿಸಿದ್ದ, ಬುದ್ಧಿ ಹೇಳಿದ್ದ. ವಿವೇಚಿಸಿದ್ದ. ಮೊಂಡು ಹಠದಿಂದ ತಮ್ಮ ಕುಟುಂಬದ ನೆಮ್ಮದಿ ಹಾಳಾಗಬಾರದೆಂಬ ನಿಲುವನ್ನು ಅವಳ ಹುಚ್ಚು ಪ್ರೇಮ ದಾರಿ ತಪ್ಪಿಸಿತ್ತು.

ಅಷ್ಟರಲ್ಲಿ ಹರಿಹರನ್ ಫೋನ್ ಬಂದಿರಬೇಕು. ಹೊರಗೆ ಬಂದಳು.

''ಹೋಗೋಣ....' ಎಂದವಳು ಗೋಡೆಗೊರಗಿ ಮತ್ತೆ ಯಾಕೋ ಮಿಡುಕಿದಳು ''ನಾನೊಬ್ಬೆ.... ಹೋಗ್ಲಾ?'' ಅವಳದೇ ರಾಗ ''ಓಕೇ....'' ಎಂದ.

ಕಾರು ಬಂದು ನಿಂತು ಸಾಕಷ್ಟು ಹೊತ್ತಾಗಿತ್ತು.

ಹೊರಗೆ ಬಂದವಳು ಎಂದಿನಂತೆ ತಲೆಯೆತ್ತದೆ ''ನಾನು ಹೋಗ್ಬರ್ತೀನಿ'' ಚಿದಂಬರಯ್ಯ ನಸುನಗೆಯಿಂದ ತಲೆಯಾಡಿಸಿದವರು ''ನಿಮ್ಮ ಡ್ಯಾಡಿಗೆ ಮತ್ತೆ ಯಾವಾಗ ಪುರಸತ್ತು ಇದ್ಯೋ ವಿಚಾರ್‍ಸಿಕೊಂಡ್ಬಾ. ಯಾಕೇಂದ್ರೆ.... ಅವ್ರು ಶತಾಯುಷಿಗಳಾಗಲೀ ಎಂಬುದು ನಮ್ಮ ಅಪೇಕ್ಷೆ'' ಜೋರಾಗಿ ನಕ್ಕಳು. ಅವಳ ನಗುವು ಸೇರಿತು.

ಒಂದು ಬಾಟಲು ಮಿಕ್ಸ್ ಉಪ್ಪಿನಕಾಯಿ ತಂದು ಅವಳ ಮುಂದಿಡಿದ ಸೌಭಾಗ್ಯ ''ನಿಮ್ತಂದೆ ಇಷ್ಟಪಟ್ಟು ಹಾಕ್ಸಿಕೊಂಡ್ರು, ಅಪರೂಪಕ್ಕೆ ಉಪಯೋಗ್ಸಿಕೊಳ್ಳಿ'' ಅವರ ಪ್ರೀತಿಯ ಮುಂದೆ ಕರಗಿ ನೀರಾಗುತ್ತಿದ್ದಳು.

ಯಾವುದೇ ಬೇಸರ ವ್ಯಕ್ತಪಡಿಸದೇ ಗೇಟಿನವರೆಗೂ ಬಂದು ಬೀಳ್ಕೊಟ್ಟ ಪ್ರಭು. ಆದರೆ ಅವಳಿಗೆ ಒಂದು ರೀತಿಯ ಕಸಿವಿಸಿ. ಅವನ ಕಣ್ಣುಗಳನ್ನ ನಿಟ್ಟಿಸಲಾರದೆ ಹೋದಳು. ಪ್ರಭು ವ್ಯಕ್ತಿತ್ವ ಬಹಳ ಉನ್ನತವಾಗಿ ಕಾಣುತ್ತಿತ್ತು. ಅವಳನ್ನು ಹುಚ್ಚೆಬ್ಬಿಸುತ್ತಿದ್ದುದು ಶಾಂತಿಯ ಬಗೆಗಿನ ಅವನ ಕಾಳಜಿ.

ಮಗಳನ್ನು ನಿಟ್ಟಿಸಿದ ಹರಿಹರನ್ ''ಪ್ರಭು ಎಲ್ಲಿ? ಇಬ್ಬರಿಗೂ ಕೊಟ್ಟಿದ್ದು ಆಹ್ವಾನ'' ಚುಡಾಯಿಸಿದರು. ''ಅವ್ರ ಫ್ರೆಂಡ್ ಯಾರೋ ಬಂದು ಕೂತಿದ್ರು, ಡ್ಯಾಡಿ'' ಸುಳ್ಳು ಹೇಳಲು ಸಮರ್ಥಳಾದಳು.

ಫ್ಯಾಕ್ಟರಿಯ ಪರ್ಸನಲ್ ಮ್ಯಾನೇಜರ್, ಅಕೌಂಟೆಂಟ್ ಅವರುಗಳೆಲ್ಲ ನೋಡಲು ಬಂದಿದ್ದರಿಂದ ಎರಡು ಗಂಟೆ ಕಳೆದುಹೋಯಿತು.

ಬೆಡ್ ರೂಂಗೆ ಹೋಗಿ ಮಲಗಿಬಿಟ್ಟಳು. ಇನ್ನು ಕೆಲವೇ ದಿನಗಳಲ್ಲಿ ನ್ಯೂ ಮೆಷಿನ್‌ಗಳು ಬರಲಿದ್ದವು. ಅದರ ವಿಶೇಷ ತರಬೇತಿಗಾಗಿ ಕೆಲವರನ್ನು ಅಲ್ಲಿಗೆ ಕಳುಹಿಸಬೇಕಾಗಿತ್ತು. ಇವೆಲ್ಲ ವಿಷಯಗಳ ಚೌಕಟ್ಟಿನ ಮಧ್ಯೆ ಇತ್ತು ಅವಳ ಮನಸ್ಸು.

ಫೋನ್ ಕೈಗೆತ್ತಿಕೊಂಡಳು. ಎರಡು ನಂಬರ್ ತಿರುವಿ ಹಾಗೆಯೇ ಇಟ್ಟಳು. ಮತ್ತೆ ಎತ್ತಿಕೊಳ್ಳುವುದು, ಡಯಲ್ ತಿರುಗಿಸುವುದು ಹಾಗೆಯೇ ಇಡುವುದು ನಡೆದೇ ಇತ್ತು. ಅಂದ

ಮಾತು ಅಪರಾಧವಾಗಿ ಅವಳನ್ನು ಚುಚ್ಚುತ್ತಿತ್ತು.

ಅರ್ಧ ಗಂಟೆ ಮಲಗಿದ್ದವಳು ಎದ್ದು ಫೋನ್ ಮಾಡಿದಳು. ಎತ್ತಿದ್ದು ಚಿದಂಬರಯ್ಯ ''ಹಲೋ....'' ಅಂದರೆ ಕೋಣೆಯಲ್ಲಿ ಪ್ರಭು ಇಲ್ಲವೆಂದು ಅವಳಿಗೆ ಅರ್ಥವಾಯಿತು. ''ಹಲೋ, ಅಪ್ಪ.. ನಾನು ಸವಿತಾ, ಅವ್ರು... ಇಲ್ವಾ?'' ಕೇಳಿದಳು. ''ಹೊರ್ಗಡೆ ಹೋದ. ಬಹುಶಃ ಅಲ್ಲಿಗೆ ಬರಬಹುದೇನೋ....'' ಎಂದರು.

ನೇರವಾಗಿ ಪ್ರಭು ಹೋಗಿದ್ದು ಸೇತುವೆಯ ಕೆಳಗಿನ ಹಿಂಭಾಗಕ್ಕೆ ಹೋಗಿ ಮರಗಳ ಬಳಿ ಕುಳಿತ. ಅದೊಂದು ಪ್ರಶಾಂತವಾದ ಸ್ಥಳ. ಹೆಚ್ಚು ಏಕಾಂತ ಇಷ್ಟಪಡುವವರು ಅಲ್ಲಿ ಬಂದು ಕೂಡಿತ್ತಿದ್ದರು.

''ಹಲೋ.... ಸರ್.... ಹೃದಯದ ಕೂಗು ಮಾರ್ದನಿಸಿದಂತಾಯಿತು ''ಹಲೋ ಡಿಯರ್ ಸ್ಟೂಡೆಂಟ್....'' ಗಂಭೀರ ಹರ್ಷ ಅವನ ದನಿಯಲ್ಲಿ ಚಿಮ್ಮಿತು.

ಅಂಟಿಕೊಂಡೇ ಕೂತ ಸವಿತಾ ''ನಿಮಗ್ಯಾಕೆ ಈ ಸ್ಥಳ ಇಷ್ಟ?'' ಕಣ್ಣೊಡೆದ ''ಪ್ರೇಯಸಿಯ ಮಿಲನವಾದುದು ಇಲ್ಲೇ ತಾನೇ'' ಘೊಳ್ಳನೆ ನಕ್ಕಳು.

ಆರಾಮಾಗಿ ಪೂರ್ತಿ ಕತ್ತಲಾಗುವವರೆಗೂ ಕೂತರು. ರಫಿಯ ಒಂದು ಹಾಡು ಗುನುಗುತ್ತಿದ್ದರೇ ಅವಳೂ ಆಲಿಸಿ ಎಲ್ಲವನ್ನು ಮರೆತಳು.

''ಡ್ಯಾಡಿ, ಡಿನ್ನರ್‌ಗೆ ಕಾಯ್ತ ಇರ್ತಾರೆ'' ಮೇಲೆದ್ದಳು.

''ನಾನೇ ಬರ್‍ತಾ ಇದ್ದೆ, ಸವಿತಾ'' ಎಂದ.

ಮಾತು, ನಗುವಿನಲ್ಲಿ ಊಟ ಮುಗಿದಾಗ ಹತ್ತು ಆಗಿ ಹೋಗಿತ್ತು. ಅವನ ಮನೆಯ ಬೆಡ್‌ರೂಂಗಿಂತ ಕನಿಷ್ಠ ಎಂಟು ಪಟ್ಟು ದೊಡ್ಡದಾದ ಬೆಡ್ ರೂಂ ಅಷ್ಟೆ ಸೋಫಿಸ್ಟಿಕೇಟೆಡ್ ಅನುಕೂಲಗಳು.

''ಇಲ್ಲೇ ಇರೀ...'' ಮಗಳಿಗೆ ಸೂಚಿಸಿದರು. ಅವಳೇ ಒಪ್ಪಲಿಲ್ಲ ''ಬೇಡ ಡ್ಯಾಡಿ, ಅಮ್ಮ ಅಪ್ಪ ಇಬ್ರೂ ಕಾಯ್ತ ಇರ್ತಾರೆ. ಅವ್ರು ಕೂಡ ಒಪ್ಪೋಲ್ಲ'' ಎನ್ನುವಾಗ ಅವಳ ದನಿ ಕ್ಷೀಣವಾಯಿತು. ಒಮ್ಮೊಮ್ಮೆ ಅವಳಿಗೆ ಅನ್ನಿಸುತ್ತಿದುದ್ದುಂಟು, ಆದರೆ ಮರುಕ್ಷಣವೆ ತಳ್ಳಿ ಹಾಕುತ್ತಿದ್ದಳು.

ಹರಿಹರನ್ ಸ್ತಬ್ಧರಾದರು. ಅವರಲ್ಲಿನ ದೂರದ ಆಸೆ ಒಂದು ರೀತಿಯಲ್ಲಿ ಕಮರುತ್ತಿತ್ತು. ಪ್ರಭು ಬಂದು ಅವರಲ್ಲಿ ಉಳಿಯಲಾರನೆನ್ನುವುದು ಮನದಟ್ಟಾಗತೊಡಗಿತು.

ಹತ್ತಕ್ಕೆ ಕೆಲವೊಮ್ಮೆ ಅದಕ್ಕೆಮುನ್ನ, ಒಮ್ಮೊಮ್ಮೆ ಲೇಟಾಗಿ ಕೆಲವು ದಿನಗಳು ಬಾರದೆ ಇರುತ್ತಿದ್ದಳು ಸವಿತಾ. ಆದರೆ ಬೆಳಿಗ್ಗೆ ಆಫೀಸ್‌ಗೆ ಬಂದರೆ ಮಧ್ಯಾಹ್ನದ ಲಂಚ್, ರೆಸ್ಟ್ ಎಲ್ಲಾ ಇಲ್ಲಿಯೇ.

ಒಮ್ಮೆ ಅವಳಿಗೆ ಒಂದು ಸಲಹೆ ಕೊಟ್ಟಿದ್ದರು. ''ಪ್ರಭು, ನೀನು ಇಲ್ಲೇ ಇದ್ದು ದಿನಕ್ಕೊಮ್ಮೆ ಆ ಮನೆಗೆ ಹೋಗಿ ಬರಬಹುದಲ್ಲ'' ತಲೆಯಾಡಿಸಿಬಿಟ್ಟಿದ್ದಳು. ಹಾಗೆಂದು ಪ್ರಭು ಮುಂದೆ

ಹೇಳಲು ಕೂಡ ಅವಳಿಗೆ ಧೈರ್ಯವಿಲ್ಲ.

''ದಯವಿಟ್ಟು ಅಂಥ ಯೋಚನೇನೇ ಮಾಡ್ಬೇಡಿ. ಅವ್ರು ಇಷ್ಟ ಪಡೋದು ಸರಳವಾದ ಜೀವನವೇ ಹೊರತು ಶ್ರೀಮಂತ ಬದುಕಲ್ಲ. ಕೆಲವು ಮೌಲ್ಯಗಳನ್ನು ಮೀರೋಲ್ಲ'' ಮಗಳ ಮಾತಿಗೆ ತಲೆದೂಗಿದರು.

ಇಡೀ ಅವರ ಕುಟುಂಬ ಬಂದು ನೆಲೆಸಿದರೂ ಅವರದೇನು ತಕರಾರು ಇರಲಿಲ್ಲ.

ಅವರನ್ನು ಗುಡ್ ನೈಟ್ ಹೇಳಿಬೀಳ್ಕೊಡುವಾಗ ಹರಿಹರನ್ ಗಂಟಲು ಕಟ್ಟಿದ್ದು ಅವನ ಗಮನಕ್ಕೆ ಬಂತು.

ಪ್ರಭು ಮಡದಿಯತ್ತ ತಿರುಗಿದ ''ಇವತ್ತು ಇಲ್ಲೇ ಇರು, ಸವಿತಾ. ನಿಮ್ಮ ಡ್ಯಾಡಿ ಯಾಕೋ ಡಲ್ ಆಗ್ಬಿಟ್ಟಿದ್ದಾರೆ. ನಾಳೆ ಬಂದು ಕರ್ಕೊಂಡ್ಹೋಗ್ತೀನಿ'' ಹೇಳಿದ.

ಇವೆಲ್ಲವನ್ನು ಮೀರಿ ನಿಂತಿತ್ತು ಅವಳ ಪ್ರೀತಿಯ ನೆಲೆ. ಇಲ್ಲವೆಂದು ತಡೆಯಾಡಿಸಿದಾಗ ಹರಿಹರನ್ ನಕ್ಕುಬಿಟ್ಟರು. ''ಯೂ ನಾಟಿ....'' ಮಗಳಿಗೊಂದು ಪ್ರೀತಿಯ ಏಟನ್ನು ಕೊಟ್ಟು ಮತ್ತೊಮ್ಮೆ ಗುಡ್‌ನೈಟ್ ಹೇಳಿದರು.

ಮನೆ ತಲುಪುವರೆಗೂ ಸುಮ್ಮನಿದ್ದ ಪ್ರಭು ಕಣ್ಣಲ್ಲೇ ಕೇಳಿದ 'ಈ ರಾತ್ರಿ ಅಲ್ಲಿ ಉಳಿದಿದ್ದರೇ ಏನಾಗ್ತ ಇತ್ತು' ಕಾವ್ಯಮಯ ಕಣ್ಣುಗಳು ಉಸುರಿದವು 'ನಿನ್ನ ಬಿಟ್ಟು ಕ್ಷಣ ಇರಲಾರೆ, ಯೂ ಸ್ಟೂಪಿಡ್....' ಪ್ರೀತಿಯಿಂದ ಮನದಲ್ಲಿಯೇ ಬೈಯ್ದುಕೊಂಡ.

* * *

ಅಂದು ಷೇರುದಾರರ ಮೀಟಿಂಗ್‌ನಲ್ಲಿ ಭಾಗವಹಿಸಿದ್ದ ಸವಿತಾ ತಂದೆಯ ಜೊತೆಯಲ್ಲಿ ಮುಂಬಯಿಗೆ ಹೋದಳು.

ದೂರದ ಸೋದರತ್ತೆ ಬಂದು ಎರಡು ದಿನ ಉಳಿದುಕೊಂಡಿದ್ದಳು. ನಲವತ್ತೆಂಟು ಗಂಟೆಗಳಲ್ಲಿ ಆಕೆ ಕನಿಷ್ಠ ಹತ್ತು ಸಲವಾದರೂ ಅಂದಿದ್ದರು.

''ಇದು ಯಾವ ಲಕ್ಷಣ! ದೊಡ್ಡ ಶ್ರೀಮಂತರ ಮಗ್ಳು ನಮ್ಮ ಮನೆಗೆ ಲಾಯಕ್ಕೇ ಅಂತ ಯೋಚ್ಸಿಬೇಕಿತ್ತು. ಫ್ಯಾಕ್ಟರಿ, ಮೀಟಿಂಗ್, ಫ್ಲೈಟ್‌ನಲ್ಲಿ ತಿರ್‍ಗಿಕೊಂಡಿರ್ಲಿ. ನಿನ್ನಮ್ಮಗ ಕೋಣೆಯಲ್ಲಿ ಜಪ, ನಿಂಗೆ ಅಡ್ಗೇ ಮನೆಯಲ್ಲಿ ಕೆಲ್ಸ''

ಇದು ಪ್ರಭು ಮುಂದೆ ಎರಡನೇ ಸಲ ರಿಪೀಟ್ ಆದಾಗ ಕೋಪದಿಂದ ಕಿಡಿಕಿಡಿಯಾದ.

''ಇದು ನಾವಿಬ್ರೂ, ನಮ್ಮ ಮನೆಯ ಜನ ಯೋಚ್ಸಬೇಕಿರೋದು. ಹೆಣ್ಣಿನ ಬಗ್ಗೆ ಯಾಕೆ ಇಂಥ ಭಾವನೆ. ವೈದ್ಯೆ, ವಿಜ್ಞಾನಿ, ವಕೀಲೆ, ಇತರೇ ಕ್ಷೇತ್ರದಲ್ಲಿ ದುಡಿಯುವ ಹೆಣ್ಣನ್ನು ನಾಲ್ಕು ಗೋಡೆಗಳ ಮಧ್ಯೆ ನಿರ್ಬಂಧಿಸಬೇಕಿಲ್ಲ. ಸವಿತಾ ಒಂದು ಫ್ಯಾಕ್ಟರಿಯ ಮಾಲೀಕಳು. ಅವಳಿಗೆ ಅವಳದೇ ಆದ ಜವಾಬ್ದಾರಿಗಳಿವೆ. ನಾವಿಬ್ರೂ ಸುಖವಾಗಿದ್ದೀವಿ. ಕಚ್ಚಾಡೋ ನಾಲ್ಕು ಸೊಸೆಯರನ್ನು ಮನೆಯಲ್ಲಿಟ್ಕೊಂಡ ನಿಮ್ಗಿಂತ ನಮ್ಮಮ್ಮ ಸುಖವಾಗಿದ್ದಾರೆ'' ಆಕೆಯ ಬಾಯನ್ನು

ಮುಚ್ಚಿಸಿದ್ದ. ಆಗ ಅವನ ನೆರವಿಗೆ ಸೌಭಾಗ್ಯ ಕೂಡ ಬಂದರು.

''ಹೌದು ವತ್ಸಲಾ, ತಾನು ಶ್ರೀಮಂತರ ಮನೆ ಹುಡ್ಗೀ ಅನ್ನೋ ಬಿಗುಮಾನವಿಲ್ಲ. ಕೂಡ್ಲಿ ಬಡುಸ್ತಾಳೆ. ಕೈಯಲ್ಲಿನ ಕೆಲ್ಸ ಕಿತ್ಕೋತಾಳೆ. ಶಾಂತಿ ಹತ್ರ ರಂಗೋಲಿ ಕಲ್ತು ಕೆಲ್ಸದವಳು ಹೊರಗೆ ನೀರು ಹಾಕಿದರು, ರಂಗೋಲಿ ಬಿಡಿಸೋದು ನಮ್ಮ ಸವಿತಾನೇ, ಪುಣ್ಯ ಮಾಡಿದ್ದಿ.''

ಆಕೆ ಒಳಗೊಳಗೆ ಗೊಣಗಿಕೊಂಡರು, ಆಮೇಲೆ ಅನ್ನಲು ಹೋಗಲಿಲ್ಲ.

ಇಂಥದನ್ನ ಸಾಕಷ್ಟು ಎದರಿಸಿದ್ದ. ಮದುವೆಯಾದ ಹೊಸದರಲ್ಲಿ ಕೆಲವರು ಇವನು ಸಿಟಿ ಬಸ್‌ನಲ್ಲಿ ಹೋದರೇ ಹುಬ್ಬೇರಿಸಿದ್ದರು ''ವ್ಹಾಟ್, ನಿಮ್ಮ ಮಾವನ ಹತ್ರ ಒಂದೇಳೆಂಟು ಕಾರುಗಳು ಇರ್ಬಹ್ದು. ನಿಮಗ್ಯಾಕೆ ನಡ್ದು ಬರೋ ಕರ್ಮ''

ಅವರ ಭುಜದ ಮೇಲೆ ಕೈ ಹಾಕಿ ತೀರಾ ಆತ್ಮೀಯತೆಯಿಂದಲೇ ಹೇಳಿದ್ದ- ಆಫ್ ಕೋರ್ಸ್, ಅವ್ರು ನನ್ನ ಮಾವನೇ, ನಾನು ಧಾರೆಯೆರೆಸಿ ಕೊಂಡಿದ್ದು ಅವ್ರ ಮಗಳನ್ನೆ ವಿನಾ ಅವ್ರ ಏಳೆಂಟು ಕಾರುಗಳನ್ನಲ್ಲ.''

''ಅದೇ ಮನೆಯಲ್ಲಿದ್ದೀರಾ?'' ಕೆಲವರ ಪ್ರಶ್ನೆ.

''ವ್ಹಾಟ್ ಎ ಲಕ್! ಎಂಥ ಅದೃಷ್ಟ. ಇನ್ಮೇಲೆ ಈ ಗಂಟ್ಲು ನೋಯಿಸ್ಕೊಳ್ಳೋ ಕೆಲ್ಸ ಬಿಟ್ಟು ವಿದೇಶಿ ಕಾರಿನಲ್ಲಿ ಓಡಾಡ್ಬಹ್ದು'' ಕೆಲವು ಸ್ನೇಹಿತರು ಅಸೂಯೆ ವ್ಯಕ್ತಪಡಿಸಿದ್ದರು.

''ಪಾಠ ಹೇಳಿ ಹುಡ್ಗೀನ ಬಲೆಗೆ ಹಾಕ್ಕೊಂಡೆ, ನಾವು ಏನೋ ಅಂದ್ಕೊಡ್ವಿ'' ಅವನ ಜೊತೆಯಲ್ಲಿ ಓದಿದ ಕೆಲವು ಮಿತ್ರರ ಉದ್ಗಾರವಿದು.

ಸ್ನಾತಕೋತ್ತರ ಕಡೇ ವರ್ಷದಲ್ಲಿ ಅವನ ರೂಮುಮೇಟ್ ಆಗಿದ್ದ ಕುಲಕರ್ಣಿ ಗಡ್ಡ ಬೆಳೆಸೆ ಬುದ್ಧಿ ಜೀವಿಯೆಂದು ಹೆಸರಾದವನು. ಒಂದು ತೀರ್ಮಾನಕ್ಕೆ ಬಂದಂತೆ ನುಡಿದಿದ್ದ.

''ನಿನ್ನ ಮ್ಯಾರೇಜ್ ಸಕ್ಸೆಸ್ ಆಗೋಲ್ಲ. ಇದ್ರ ಆಯಸ್ಸು ಆರು ತಿಂಗ್ಳು.... ವರ್ಷದೊಳ್ಗೇ. ಅಷ್ಟರಲ್ಲಿ ಅವ್ಳ ಪ್ರೇಮದ ಹುಚ್ಚು ಬಿಟ್ಟು ಹೋಗುತ್ತೆ. ಡೈವೋರ್ಸ್ ತಗೊಂಡ್ ಬೇರೆಯವನನ್ನು ಮದ್ವೆ ಆಗ್ತಾಳೆ.''

ಇಂಥ ಶುಭಾಶಯಗಳನ್ನು ಕೇಳಿದ್ದ. ಅಷ್ಟಾಗಿ ಯಾವುದನ್ನೂ ತಲೆಗೆ ಹಚ್ಚಿಕೊಂಡಿರಲಿಲ್ಲ. ಆದರೆ ಸೀರೆಯ ವಿಷಯದಲ್ಲಿ ಶಾಂತಿಯನ್ನು ಅಂದ ಮಾತಿನಿಂದ ಶ್ರೀಮಂತಿಕೆ ಸೊಕ್ಕಿನ ಜೊತೆ ಸಾಮಾನ್ಯ ಜನರ ಬಗ್ಗೆ ತಿರಸ್ಕಾರವು ಇದೆಯೆಂದುಕೊಂಡಿದ್ದ.

ಪ್ರತಿ ರಾತ್ರಿ ಮುಂಬೈಯಿಂದ ಅವನಿಗೆ ಫೋನ್ ಮಾಡಿದರೆ ಬೆಳಗಿನ ಹೊತ್ತು ಚಿದಂಬರಯ್ಯ, ಸೌಭಾಗ್ಯ ಅವರ ಬಳಿ ಫೋನ್‌ನಲ್ಲಿ ಮಾತಾಡುತ್ತಿದ್ದಳು.

''ಅಮ್ಮ, ಇಲ್ಲಿನ ಡಿಪಾರ್ಟ್‌ಮೆಂಟಲ್ ಸ್ಟೋರ್‌ನಿಂದ ಏನಾದ್ರೂ ತರ್ಬೇಕಾ?'' ಕೇಳುತ್ತಿದ್ದಳು ನಗುತ್ತಾ. ''ಅಪ್ಪ, ನಿಮ್ಗೆ ಒಂದ್ಜೊತೆ ಚಪ್ಪಲಿ ಖರೀದಿಸಿದ್ದೀನಿ. ಓಡಾಡುವಾಗ ಒಂದು ತರಹ ಸೌಂಡ್'' ತಮಾಷೆ ಮಾಡುತ್ತಿದ್ದಳು.

''ಹೇಗಿದ್ದೀರಾ? ಕಾಡೋ ಹೆಣ್ಣಿಲ್ಲದ ಆರಾಮದ ರಾತ್ರಿಗಳು: ಖಂಡಿತ ಮುಂದೆ ಸಿಗದು. ನೀವು ಬರ್ಬೇಕಾಗಿತ್ತು. ನನ್ನ ಅಪ್‌ಸೆಟ್.... ಮಾಡ್ಬಿಟ್ರಿ'' ಫೋನ್‌ನಲ್ಲಿಯೇ ಪ್ರಭುವನ್ನು ಗೋಳು ಹುಯ್ದುಕೊಳ್ಳುತ್ತಿದ್ದಳು.

''ನಿಮ್ಗೇನು.... ತರಲಿ? ತರಲೆ ಪ್ರಶ್ನೆ. ಗಂಭೀರ ಸ್ವರದಲ್ಲಿ ಹೇಳುತ್ತಿದ್ದ ''ನಿನ್ನ ಬಿಟ್ಟು ಎಲ್ಲಾ ಇದೆ. ಆದಷ್ಟು ಬೇಗ್ಬಾ.'' ಎಂದಾಗ ''ನಂಗೆ ನಿದ್ದೆನೇ ಬರೋಲ್ಲ. ನಾನು ಇಲ್ದ ಸಮಯದಲ್ಲಿ ಯಾವ ಹೆಣ್ಣಾದ್ರೂ ಬಂದು ಕನಸ್ಸಿನಲ್ಲಿ ಕಾಡಿದರೆ'' ಅವಳು ಕಂಪಿಸಿದ್ದು ಪ್ರಭುವಿನ ಅರಿವಿಗೆ ಬರುತ್ತಿತ್ತು. ಮನದಲ್ಲೇ ನಕ್ಕು ಸುಮ್ಮನಾಗುತ್ತಿದ್ದ.

ಹಿಂದಿನ ರಾತ್ರಿ ಫೋನ್ ಮಾಡಿದವಳು ''ನಾಳೆ ಪೂರ್ತಿ ಬಿಜಿ. ನನ್ನ ಅಂಕಲ್ ಬರ್‍ತಾ ಇದ್ದಾರೆ. ಮದ್ವೆಗೂ ಬಂದಿರ್‍ಲಿಲ್ಲ. ನಮ್ತಂದೆ ಫ್ರೆಂಡ್ ಚೌಧರಿ ಮನೆಯಲ್ಲಿ ಊಟ. ಅಲ್ಲಿ ನಮ್ಮ ಮನೆಯ ಹಾಗೆ ಅಲ್ಲ.'' ಖುಷಿಯಿಂದ ಬಡಬಡಿಸಿದಳು.

''ಯಾವಾಗ ಬರೋದು?'' ಪ್ರಶ್ನಿಸಿದ.

''ನಾಳೆ ತಿಳಿಸ್ತೀನಿ....'' ಫೋನಿಟ್ಟಳು.

ಮೂರು ದಿನ ಕಳೆದರೂ ಫೋನಿಲ್ಲ. ಚಿದಂಬರಯ್ಯ ಸೌಭಾಗ್ಯ, ನಾಲ್ಕು ಸಲ ಕೇಳಿದರು. ಅವರು ಉಳಿದುಕೊಂಡಿದ್ದ ಹೋಟೆಲ್‌ಗೆ ಎರಡು ಸಲ ಫೋನ್ ಮಾಡಿದ್ದ. ಮೂರನೆಯ ರಾತ್ರಿ ಫೋನ್ ಮಾಡಿದಾಗ ಖಾಲಿ ಮಾಡಿರುವ ವಿಷಯ ರಿಸೆಪ್ಷನಿಸ್ಟ್ ಮೂಲಕ ತಿಳಿಯಿತು. ಇಲ್ಲಿ ವಿಚಾರಿಸಲಿಲ್ಲ.

ಬೇರೆ ಯಾರನ್ನ ಸಂಪರ್ಕಿಸಲೂ ಇಷ್ಟಪಡಲಿಲ್ಲ. ಯಾವುದೋ ಪ್ರೀತಿ, ಸಂಬಂಧಗಳು ಬೇಡಿಯಾಗಬಾರದು ಮನುಷ್ಯರ ಜೀವನದಲ್ಲಿ. ಇದಕ್ಕೆ ಲಿಂಗಭೇದವಿಲ್ಲವೆಂಬುದು ಅವನ ಅಭಿಪ್ರಾಯ.

ಸವಿತಾಳ ಪ್ರಬುದ್ಧತೆ, ಜವಾಬ್ದಾರಿಗಳನ್ನು ಅರಿತವನು. ಅನಾವಶ್ಯಕವಾದ ಸಲಹೆ, ನಿರ್ಬಂಧಗಳು ಅವರುಗಳ ಮಧ್ಯದ ಪ್ರೀತಿಯ ಬೇರನ್ನೇ ಅಲ್ಲಾಡಿಸುವುದೆಂದು ಅವನಿಗೆ ಗೊತ್ತು. ಸಾಮರಸ್ಯವೇ ಸಮರಸ ಬಾಳ್ವೆಯ ಗುಟ್ಟೆಂಬ ನಂಬಿಕೆ ಅವನದು.

* * *

ಕಾಲೇಜಿಗೆ ಬರುವಾಗಲೇ ಒಂದಿಷ್ಟು ಭಿನ್ನನಾಗಿದ್ದ ಪ್ರಭು. ಎಷ್ಟೋ ಸಮಾಧಾನ ಮಾಡಿಕೊಂಡರೂ ಏನೋ ಅರ್ಥವಾಗದ ತಳಮಳ.

ಪ್ರಿನ್ಸಿಪಾಲರ ಛೇಂಬರ್‌ಗೆ ಹೋಗುತ್ತಿದ್ದಂಗೆ ಫೋನ್ ಅವನಿಗೆ ಕೊಟ್ಟರು ''ದಿಸ್ ಈಸ್ ಯುವರ್ಸ್....'' ತಮ್ಮ ಸೀಟು ಬಿಟ್ಟು ಎದ್ದು ಹೋದರು. ಅವನಿಗೆ ಅರ್ಥವಾಯಿತು. ''ಹಲೋ....'' ಎಂದ. ಅರಿವಾಗದಂತೆ ಅವನ ಸ್ವರ ಗಡುಸಾಯಿತು.

''ಹಲೋ....'' ಸವಿತಾ ದನಿ ತಬ್ಬಿದಂತಾಯಿತು. ''ಹಲೋ.... ಮನೆಗೆ ಫೋನ್ ಮಾಡಿ

ಸಾಕಾಯ್ತು.'' ಅದಕ್ಕೆ ಅವನು ಪ್ರತಿಕ್ರಿಯೆ ವ್ಯಕ್ತಪಡಿಸಲು ಹೋಗಲಿಲ್ಲ. ''ನಂಗೆ ಈಗ ಕ್ಲಾಸಿದೆ. ಈಗ ಫೋನ್ ಮಾಡಿದ ವಿಷ್ಯವೇನು?'' ಏನೇನೋ ಪುರಾಣ ಹೇಳಿದಳು. ಯಾಕೋ ಅವನ ಮನ ಆಲಿಸುವ ಸ್ಥಿತಿಯಲ್ಲಿಲ್ಲ. ''ಥ್ಯಾಂಕ್ಯೂ, ಥ್ಯಾಂಕ್ಯೂ ವೆರಿಮಚ್....'' ಫೋನ್ ಇಟ್ಟು ಹೊರಗೆ ನಡೆದ.

ಆದರೆ ಕ್ಲಾಸಿಗೆ ಬಂದು ವಿದ್ಯಾರ್ಥಿಗಳನ್ನು ನೋಡಿದ ಕೂಡಲೇ, ಎಲ್ಲಾ ಮರೆತು ಪೂರ್ತಿ ಮಗ್ನನಾದ.

ಒಂದು ರೀತಿಯ ಇರಸುನಿಂದ ಒದ್ದಾಡಿದ. ವಿವೇಕ ಸ್ವಲ್ಪ ಮರೆಯಾಯಿತು. ಮಾಮೂಲಾಗಿ ಸವಿತಾಳ ಬಗ್ಗೆ ಕೋಪಗೊಂಡ.

'ವರ್ಷ ತುಂಬುವ ಮುನ್ನ ವಿಚ್ಛೇದನ ಅದೇ ಪರಿಹಾರವಾಗಿಬಿಡುತ್ತೆ' ಒಬ್ಬ ಹಿರಿಯರು ಇಂಥ ಅನುಭವದ ಮಾತಿನ ಜೊತೆ ಬುದ್ಧಿಯ ಮಾತನ್ನು ಹೇಳಿದರು. ''ನೀನು ಹೊಂದುಕೊಂಡ್ಹೋದ್ರೆ.... ನಿಮ್ದು ಒಂದು ಸಂಸಾರಾಂತ ಆಗುತ್ತೆ'' ಅದು ನೆನಪಾದ ಕೂಡಲೇ ಮುಷ್ಟಿ ಬಿಗಿಯಾಯಿತು. 'ನೆವರ್....' ಮುಷ್ಟಿಯನ್ನು ಗಾಳಿಯಲ್ಲಿ ಗುದ್ದಿದ.

ಮನೆಗೆ ಬರುವ ವೇಳೆಗೆ ಶಾಂತಿ ಹೊರ ಬಾಗಿಲಲ್ಲಿ ಕೂತು ಮಗುವನ್ನಾಡಿಸುತ್ತಿದ್ದವಳು ಮೇಲೆದ್ದಳು. ''ನಿನಗೋಸ್ಕರನೇ ಕಾಯ್ತ ಇದ್ದೆ ಮಹರಾಯ. ನಿಮ್ಮಮ್ಮ ಅಪ್ಪ ಹಿಂದಿನ ಬೀದಿಯ ಶರ್ಮ ಮನೆಗೆ ಹೋಗಿದ್ದಾರೆ'' ಮಾತಾಡದೇ ಒಳಗೆ ಹೋದ.

ಡಿಕಾಕ್ಷನ್‌ಗೆ ನೀರಿಟ್ಟು ಬಾತ್ ರೂಂನಿಂದ ಬರುವ ವೇಳೆಗೆ ದೋಸೆ ಹಾಕಿಕೊಂಡು ಬಂದಳು. ಇದು ಅಪರೂಪವು ಅಲ್ಲ. ಅತಿಶಯವು ಅಲ್ಲ.

''ಪ್ರಭು, ನೆನ್ನೆನ್ನೇ ಸ್ಕೂಟರ್ ಕಂತನ್ನು ಕೊಟ್ರು. ನಾನೇ ಮರೆತಿದ್ದೆ. ನಿನ್ನ ಡ್ರಾಯರ್‌ನಲ್ಲಿ ಹಾಕಿದ್ದೀನಿ. ಏನೋ ಅಪ್ರಿಗೆ ಓಡಾಡೋಕೆ ಅನ್ಕೂಲವಾಯ್ತು'' ಎನ್ನುತ್ತಲೇ ತುಪ್ಪ ತಂದು ದೋಸೆಯ ಮೇಲೆ ಹಾಕಿದಳು.

ಮೃದು ನಗೆ ಬೀರಿದ ''ಬರೀ ಅಷ್ಟಕ್ಕೆ ಅಲ್ಲ, ನೀನು, ಮಾಧವ ಜೊತೆಯಲ್ಲಿ ತಿರುಗಾಡ್ಲೀ ಅನ್ನೋ ಪ್ಲಾನ್ ಅಮ್ಮನದು.'' ರೇಗಿಸುತ್ತಲೇ ತಿನ್ನ ತೊಡಗಿದ.

ಮತ್ತೆರಡು ದೋಸೆ ಬಲವಂತ ಮಾಡಿ ಹಾಕಿದಳು. ಎಷ್ಟೋ ಮರೆಮಾಚಬೇಕೆಂದರೂ ಅವನ ಮುಖದ ಖಿನ್ನತೆ ಇಂದು ಮಾಯವಾಗಿರಲಿಲ್ಲ. ಅದನ್ನು ಶಾಂತಿ ಸುಲಭವಾಗಿ ಗುರ್ತಿಸಿದಳು.

''ಪ್ರಭು, ಯಾಕೋ ಒಂದು ತರಹ ಇದ್ದೀಯಾ! ವಿರಹವೇದನೆನಾ'' ಸ್ವರದಲ್ಲೇನು ತಮಾಷೆ ಇರಲಿಲ್ಲ. ''ನೋಡು, ನಿಂಗೆ ಹೇಳೋಷ್ಟು ಬುದ್ಧಿವಂತಳಲ್ಲ, ನಾನು. ಅಷ್ಟೊಂದು ಫ್ಯಾಕ್ಟರಿಯ ಜವಾಬ್ದಾರಿ ಹೊತ್ತ ಸವಿತಾ ನನ್ನ ಹಾಗೇ ಅಡಿಗೆ ಮಾಡಿಕೊಂಡ್, ದೋಸೆ ಹಾಕ್ಕೊಂಡ್ ಕೊಡೋಕ್ಕಾಗುತ್ತೆ! ಅದಕ್ಕೋಸ್ಕರ ನೀನು ಬೇರೆಯವ್ರು ಮಾತಾಡೋ ಮಾತುಗಳಿಗೆ ತಲೆ ಕೆಡಿಸ್ಕೋಬೇಡ'' ಎಂದಾಗ ಮುಕ್ತವಾಗಿ ನಕ್ಕುಬಿಟ್ಟ.

‘‘ಇದು ನಗೋಂಥ ವಿಷ್ಯವಲ್ಲಬಿಡು’’ ತಟ್ಟೆ ತಗೊಂಡು ಒಳಗೆ ಹೋದವಳು ಬಾಗಿಲಲ್ಲಿ ನಿಂತು ‘‘ಫಿಲ್ಟರ್ ಕಾಫೀನಾ, ಬ್ರೂನಾ’’ ಕೇಳಿದಳು.

‘‘ಯಾವುದಾದ್ರೂ....ಸರಿ!’’

ಕಿಟಕಿಯ ಬಳಿಯಲ್ಲಿ ನಿಂತ. ಹೈಸ್ಕೂಲು ಕೂಡ ದಾಟದ ವಿದ್ಯಾಭ್ಯಾಸ ಶಾಂತಿಯದು. ಆದರೂ ಸರಳತೆ, ಪ್ರಬುದ್ಧತೆ ಅವಳಿಗಿರುವಷ್ಟು ಬೇರೆಯವರಿಗೆ ಇದೆಯಾ?

ಎರಡು ಲೋಟ ಕಾಫೀ ಹಿಡಿದುಕೊಂಡು ಬಂದಳು. ಕೆಲವೊಮ್ಮೆ ಶಾಂತಿಗೆ ತನ್ನ ಮನದ ಭಾವನೆಗಳನ್ನು ತೋಡಿಕೊಳ್ಳಲು ಗಂಡ, ತಾಯ್ತಂದೆಯರಿಗಿಂತ ಆತ್ಮೀಯ ವ್ಯಕ್ತಿ ಪ್ರಭು.

ಅವನ ಎದುರಿನಲ್ಲಿಯೇ ಕೂತ ಶಾಂತಿ ತುಸು ಸಂಕೋಚಿಸುತ್ತಲೇ ‘‘ನಂಗೆ ಎಲ್ಲಾದ್ರೂ ಒಂದು ಕೆಲ್ಸ ಸಿಕ್ಕುತ್ತಾ?’’ ಅವಳ ಕೇಳಿಕೆಗೆ ಬೆಚ್ಚಿಬಿದ್ದ. ಕುಡಿಯುತ್ತಿದ್ದ ಕಾಫಿಯನ್ನು ಕೆಳಗಿಟ್ಟು ಸೀರಿಯಸ್ಸಾಗಿ ನೋಡಿದ ‘‘ತಮಾಷೇನಾ?’’ ಅವನ ಸ್ವರವೇರಿತ್ತು.

ಎರಡು ಕ್ಷಣ ಮೌನವಾಗಿದ್ದಳು ‘‘ತಮಾಷೆ ಅಲ್ಲ ಕಣೋ, ಈ ಸಲ ಅಮ್ಮ ಬಯ್ದು ಕಳಿಸಿದ್ರು. ಛಾಲೆಂಜ್ ಹಾಕ್ಬಂದಿದ್ದೀನಿ. ಬರೀ ಅವ್ರ ಸಂಬಳದಲ್ಲೇ ಸಂಸಾರ ಮಾಡೋಕಾಗುತ್ತ?’’ ಅರ್ಥಮಾಡಿಕೊಂಡು ಅವಳನ್ನ ಕರುಣೆಯಿಂದ ನೋಡಿದ.

ನಾಲ್ಕು ಲೀಟರ್ ಹಾಲಿನ ಪ್ಯಾಕೆಟ್‌ಗಳು ಹಾಲಿನ ಹುಡುಗ ಅವರ ಮನೆಯ ಬಾಗಿಲಲ್ಲಿ ಹಾಕಿ ಹೋಗುತ್ತಿದ್ದ. ಯಾರೇ ಬರಲೀ ಕಾಫೀ, ರೆಡಿಯಾಗಿರುತ್ತಿತ್ತು. ಹಾರ್ಲಿಕ್ಸ್ ಬೋರ್ನ್‌ವಿಟಾ ಬಾಟಲುಗಳನ್ನು ತಂದು ಅವರ ಮುಂದೆಯೇ ಇಟ್ಟು ಬಿಡುತ್ತಿದ್ದಳು.

‘‘ಯಾವ್ದು ಬೇಕೋ ಬೆರೆಸಿಕೊಳ್ಳಿ’’ ಇದರ ಉಪಯೋಗವನ್ನು ಮಾಧವನ ಸ್ನೇಹಿತರು, ಪರಿಚಿತರು, ದೂರದ, ಹತ್ತಿರದ ಬಂಧುಗಳ ಜೊತೆ ಅಕ್ಕ ಪಕ್ಕದವರು ಪಡೆದುಕೊಳ್ಳುತ್ತಿದ್ದರು.

ಸೌಟು ಹಿಡಿದು ನಿಂತರೇ ಸಾಕ್ಷಾತ್ ಅನ್ನಪೂರ್ಣೆಯೇ. ಮಕ್ಕಳಿಗೆ ಇಲ್ಲದಿದ್ದರೂ ಬಂದವರಿಗೆ ಧಾರಾಳವಾಗಿ ಹಾಲು, ಮೊಸರು, ತುಪ್ಪ ಬಡಿಸುವಂಥ ಧಾರಾಳಿ. ಇದರ ಬಗ್ಗೆ ಪ್ರಭುಗೂ ಬೇಸರ.

‘‘ಯಾಕಾಗೋಲ್ಲ, ನಿನ್ನ ಬೇಜವಾಬ್ದಾರಿತನ ಬಿಡ್ಬೇಕು. ನಿಂಗೇನು ತಲೆ ಕೆಟ್ಟಿದ್ಯಾ? ಫ್ರೀಯಾಗಿರೋರಿಗೆ ಕೆಲ್ಸ, ಸಂಪಾದನೆ. ಇಡೀ ದಿನ ಪೂರ್ತಿ ಸಂಸಾರದಲ್ಲೇ ಬಿಜಿಯಾಗಿರ್ತೀಯೆ. ಸ್ವಲ್ಪ ಹಿಡಿತವಾಗಿ ಸಂಸಾರ ನಡ್ಸು ಸರಿಹೋಗುತ್ತೆ’’ ರೇಗಿದ. ಕೆಳಗಿಟ್ಟ ಕಾಫೀ ಲೋಟ ಎತ್ತಿ ಅವನ ಕೈಗೆ ಕೊಟ್ಟಳು ಶಾಂತಿ.

ಸುಮ್ಮನೆ ಕೂತಿದ್ದವಳು ಅಳಲು ಶುರು ಮಾಡಿದಾಗ ಕಣ್ಣೀರು ತೊಡೆದು ಸಂತೈಸಿದ.

‘‘ಅಳೋಕೇನಾಯ್ತು, ಸ್ವಲ್ಪ ನೀನು ಮಾಧವ ಹೇಳೋ ಹಾಗೇ ಕೇಳು. ಅದು ಸುಖವಿಲ್ಲ! ಸಂಬಳ ಅಮ್ಮನ ಕೈಗೆ ಕೊಡು. ಅವ್ರು ಹೇಳಿದಂತೆ ಕೇಳು. ಯಾಕೆ ಆಗೋಲ್ಲೋ ನಾನು ನೋಡ್ತೀನಿ’’ ಭುಜ ನೇವರಿಸಿದ.

ಹಠಾತ್ತನೆ ಬಂದ ಸವಿತಾ ನೇರವಾಗಿ ಕೋಣೆಗೆ ಹೋಗಿಬಿಟ್ಟಳು.

''ದೋಸೆ ಹಾಕಿ ಕೊಡಲೇನೋ, ಕೇಳು'' ಶಾಂತಿ ಎದ್ದಳು. ''ಬೇಡ.... ಬಿಡು'' ಎಂದ. ಅರ್ಥ ಮಾಡಿಕೊಂಡವಳಂತೆ ಶಾಂತಿ ರೂಮಿನ ಬಾಗಿಲಿಗೆ ಬಂದು ''ಯಾವಾಗ್ಬಂದಿದ್ದೆ?'' ಮಾಮೂಲು ಕೇಳಿಕೆಗೂ ಅವಳ್ನ ಉತ್ತರಿಸಲಿಲ್ಲ. ಕೋಪದಿಂದ ಟೇಬಲ್ಲುಮೇಲಿನ ಒಂದೊಂದೇ ಸಾಮಾನನ್ನು ಎತ್ತಿ ಎತ್ತಿ ಎಸೆದಾಡುತ್ತಿದ್ದಳು.

''ಬರ್ತೀನಿ, ಪ್ರಭು'' ಶಾಂತಿ ಹೊರಟಳು.

ಪ್ರಭು ರೂಮಿನೊಳಕ್ಕೆ ಬಂದ. ಎಸೆದಾಟ ತಕ್ಷಣ ನಿಂತಿತ್ತು. ಅವನತ್ತ ರೋಷದಿಂದ ತಿರುಗಿದ ಕಣ್ಣುಗಳು ಶಾಂತವಾದವು, ತಟಸ್ಥಗೊಂಡವು. ಅವೆರಡಕ್ಕೂ ಮೀರಿ ಸಂಕೋಚಿಸಿದವು.

''ಎನೀ.... ಪ್ರಾಬ್ಲಮ್?'' ಕೇಳಿದ.

ದೊಪ್ಪನೆ ಮಂಚದ ಮೇಲೆ ಕೂತು ಅಳತೊಡಗಿದಳು. ಪ್ರಭುಗೆ ನಗು ಬಂತು.

ತೋರು ಬೆರಳಿನಿಂದ ಗದ್ದವನ್ನಿಡಿದೆತ್ತಿ, ''ಆಲೋಕೆನಾಯ್ತು?'' ಎಂದ ಕೂಡಲೇ ಅವನಿಗೆ ಜೋತುಬಿದ್ದು ಬಿಕ್ಕಳಿಸತೊಡಗಿದಳು ''ಸವೀ, ನೀನು ನಾಟಕ ನೋಡಿದ್ದೀಯ? ನವರಸಗಳಲ್ಲಿ ಶೋಕ ರಸಕ್ಕೂ ವಿಶೇಷ ಆದ್ಯತೆ ಇದೆ'' ಎಂದ ಕೂಡಲೇ ಅವನೆದೆಗೆ ಗುದ್ದತೊಡಗಿದಳು.

''ವೈ ನಾಟ್....'' ಅವಳ ಕೈ ಹಿಡಿದುಕೊಂಡ. ''ಅಂತು ನೀನು ಬಾಕ್ಸಿಂಗ್ ಪ್ರಾಕ್ಟೀಸ್‌ಗೆ ಹೋಗೋ ವಿಷ್ಯ ನಂಗೆ ಗೊತ್ತಿರಲಿಲ್ಲ'' ರಮಿಸಿದ. ಮುಖದ ತುಂಬ ಮುತ್ತಿನ ಮಳೆಗರೆದ.

ಸಮಾಧಾನಕ್ಕೆ ಬಂದವಳು ಹೋಗಿ ಮುಖ ತೊಳೆದು ಬಂದಳು ''ನನ್ನ ಅಂಕಲ್.... ಬಂದಿದ್ದಾರೆ. ನಿಮ್ಮನ್ನು ನೋಡ್ಬೇಕಂತೆ....'' ಕೆಂಪು ಕೆಂಪಗಾದ ಮುಖದಲ್ಲಿ ಮುದ್ದಾಗಿ ಉಸುರಿದಳು.

''ಬೈ ಆಲ್ ಮೀನ್ಸ್, ನನ್ನ ನೋಡೋಕೆ ಯಾರ ಪರ್ಮಿಷನ್ ಬೇಕು? ಯಾವ ಅಪಾಯಿಂಟ್‌ಮೆಂಟ್ ಬೇಕಿಲ್ಲ. ಯಾವಾಗ ಬರ್ತಾರೆ?'' ಮುಂಗುರುಳನ್ನು ಸರಿಸಿದ.

ಡಯಲ್ ತಿರುಗಿಸಿದಳು ಉತ್ಸಾಹದಿಂದ. ಮೌತ್ ಪೀಸ್‌ಗೆ ಕೈ ಅಡ್ಡ ಇಟ್ಟ ''ರಾತ್ರಿ ಊಟಕ್ಕೆ ಇಲ್ಲಿಗೆ ಬರಲೀ. ಹಾಗಂತ ನೀನು ಆಹ್ವಾನ ಕೊಡ್ಬಹ್ದು.'' ಕೈ ತೆಗೆದ.

''ಇಲ್ಲಿಗ್ಗೆ ಕರ್ಕೊಂಡ್ಬಾ'' ಅಧಿಕಾರದಿಂದ ಆಣತಿ ಇತ್ತರು. ಅವಳ ಮುಖ ಒಂದು ತರಹ ಆಯಿತು. ''ಅಲ್ಲಿಗೆ ಅವ್ರು ಬರೋಕೆ ಯಾಕೆ ಆಹ್ವಾನ ಬೇಕು? ನೀವು ರಾತ್ರಿ ಡಿನ್ನರ್‌ಗೆ ಎಲ್ಲಾ ಇಲ್ಲಿಗೆ ಬನ್ನಿ'' ಜೋರಾಗಿಯೇ ಹೇಳಿದಳು.

''ನೋ, ಅಂಥ ಉದ್ದೇಶವೇ ಇಲ್ಲ, ನಿನ್ನ ಹಸ್ಬೆಂಡ್‌ನ ನೋಡೋ ಕ್ಯೂರಿಯಾಸಿಟಿ.'' ಅವಳ ಮಾತಿನಿಂದ ಅವಳಿಗೆ ತುಸು ಇರುಸು ಮುರುಸಾಯಿತು ''ನೋಡೋಣ....'' ಫೋನಿಟ್ಟು ಬಿಟ್ಟಳು.

ಪ್ರಶ್ನಿಸಬೇಕಾಗಿರಲಿಲ್ಲ, ಪ್ರಭುಗೆ ಎಲ್ಲಾ ಅರ್ಥವಾಗಿತ್ತು.

''ಅಮ್ಮ, ದೋಸೆ ಹಿಟ್ಟು ಪಲ್ಯ, ಚಟ್ನಿ ಎಲ್ಲಾ ರೆಡಿ ಮಾಡಿಟ್ಟಿದ್ದಾರೆ. ನನ್ನೈ ದೋಸೆ ರುಚಿ

ನೋಡ್ಬಾ'' ಬಳಸಿ ಕರೆದೊಯ್ದ.

ಅವನಿಗೆ ಅಡಿಗೆಯ ಮನೆಯ ಅವಕಾಶಗಳು ಕಡಿಮೆ. ಆಕಸ್ಮಿಕ ಸಂದರ್ಭಗಳಲ್ಲಿ ಶಾಂತಿ ಇಲ್ಲದಿದ್ದಾಗ ಮುಲಾಜಿಲ್ಲದೆ ಚಿದಂಬರಯ್ಯನವರು ವಹಿಸಿಕೊಳ್ಳುತ್ತಿದ್ದರು.

ಎರಡು ದೋಸೆ ಕಿತ್ತು ಹೋದರೂ ಮೂರನೆಯ ದೋಸೆ ಸರಿಯಾಗಿಯೇ ಬಂತು. ತುಪ್ಪ, ಚಟ್ನಿ, ಪಲ್ಯ ಹಾಕಿ ಅವಳ ಮುಂದಿಟ್ಟ.

''ಎಲ್ಲಿ ಹೋದ್ರು ಅಮ್ಮ, ಅಪ್ಪ?'' ಈಗ ವಾಸ್ತವಕ್ಕೆ ಮರಳಿದ್ದಳು. ''ಮೈ ಗಾಡ್....'' ಎಂದವನು ಅರ್ಥಪೂರ್ಣ ನಗೆ ಬೀರಿದ ''ಶರ್ಮ ಮನೆಗೆ ಹೋಗಿದ್ದಾರೆ. ಒಂಬತ್ತರ ವೇಳೆಗೆ ಹಾಜರ್.....'' ತಾನೇ ತಿನ್ನಿಸಿದ, ಕಾಡಿಸಿದ, ರಸಪೂರ್ಣ ನಿಮಿಷಗಳಾದವು.

ಅವನೆದೆಯ ಮೇಲೆ ತಲೆ ಇಟ್ಟು ಕಣ್ಮುಚ್ಚಿದಳು. ಹಾಯೆನಿಸಿತು ಆ ಕ್ಷಣ. ತಮ್ಮ ತಂದೆಗೆ ಇನ್ನೊಬ್ಬ ಮಗನೋ ಮಗಳೋ ಇದ್ದಿದ್ದರೇ- ಮರು ಕ್ಷಣವೇ ಪಲಾಯನವಾದ ಇಷ್ಟವಾಗಲಿಲ್ಲ.

''ಸ್ವಲ್ಪ ಪ್ರಾಬ್ಲಮ್ಸ್'' ಎಂದಳು ಕಣ್ಮುಚ್ಚಿಯೇ.

''ನಿಮ್ಮ ಪ್ರಾಡಕ್ಟ್ ಮೂವಿಂಗ್ ಕಮ್ಮಿ ಆಗಿದೆ. ಮಾರಾಟ ಕುಸಿದಿರೋದ್ರಿಂದ ಏಜೆಂಟರು ಸಿಮೆಂಟ್ ಸರ್‍ಯಾಗಿ ತರಿಸ್ಕೋತಾ ಇಲ್ಲ. ಇವೆಲ್ಲ ಮಾಮೂಲೇ. ಒಂದಿಷ್ಟು ರಿಸ್ಕ್ ಯಾರ್‍ಗೂ ಹೊಸದಲ್ಲ.''

ತಟ್ಟನೇ ಎದ್ದು ಕೂತಳು. ಆ ಬಗ್ಗೆ ಚರ್ಚಿಸಿದಳು. ಆ ವೇಳಗೆ ಮತ್ತ ಫೋನ್.

''ಯಾಕೆ.... ಬರ್ಲಿಲ್ಲ?'' ಹರಿಹರನ್ ಕೇಳಿದರು.

''ಇಲ್ಲ ಡ್ಯಾಡ್, ಎಲ್ಲಿಗೂ ಬರೋಲ್ಲ. ಆರಾಮಾಗಿ ಮನೆಯಲ್ಲಿ ಇರ್ತೀನಿ'' ಎಂದಾಗ ಅವರೇನು ಪ್ರತಿರೋಧ ವ್ಯಕ್ತಪಡಿಸಲಿಲ್ಲ. ''ಓಕೇ... ಓಕೇ... ಪ್ರಭುಗೆ ಕೊಡು ಫೋನ್'' ಐದು ನಿಮಿಷದಷ್ಟು ದೀರ್ಘ ವೇಳೆ ಮಾತಾಡಿದರು.

ಅವನ ವ್ಯಕ್ತಿತ್ವ ದಿನ ಕಳೆದಂತೆ ಅವರಿಗೆ ಪ್ರಿಯವಾಗಿತ್ತು.

ತಟ್ಟನೇ ಅವನ ಕೈಯಲ್ಲಿನ ಫೋನ್ ಕಸಿದುಕೊಂಡು ''ಡೋಂಟ್ ಡಿಸ್ಟಬ್ ಮಿ.'' ರಿಸೀವರ್ ಇಟ್ಟು ಕೈ ಮುಗಿದಳು.

ಎಂಟೂವರೆಯ ವೇಳೆಗೆ ಶಾಂತಿ ಬಂದಳು. ಬಿಸಿ ಹುಳಿ, ಪಲ್ಯದ ಪಾತ್ರೆಗಳಿದ್ದವು ಅವಳ ಕೈಯಲ್ಲಿ.

''ಇನ್ನು ಬರಲ್ಲಿಲ್ವಾ, ಪ್ರಭು. ಒಂದಿಷ್ಟು ಅನ್ನ ಮಾಡಲಾ?'' ಎಂದು ಕೇಳಿದ ಕೂಡಲೇ 'ನಾನೇ ಮಾಡ್ತೀನಿ, ನಂಗೇನು ಅನ್ನ ಮಾಡೋಕೆ ಬರೋಲ್ವಾ!'' ಒರಟೆನ್ನುವಂಥ ಉತ್ತರ.

ಶಾಂತಿ ನಿಷ್ಕಲ್ಮಷ ಮನಸ್ಸಿನಿಂದ ಧಾರಾಳವಾಗಿ ನಕ್ಕುಬಿಟ್ಟಳು. ''ನಿಮಗ್ಯಾಕೆ ಬರೋಲ್ಲ! ನಿಮ್ಗೆ ತೊಂದರೆ ಆಗ್ಬಾರ್ದೂಂತ ಅಷ್ಟೆ'' ಬಟ್ಟಲುಗಳನ್ನು ಒಳಗಿಟ್ಟು ಹೋದಳು.

ಪೆಚ್ಚು ಆದುದ್ದು ಪ್ರಭು ಮುಖ. ಮೊದಲ ಮಡದಿಗೆ ಒಂದು ಮಾತು ಹೇಳಿದ. ''ಶಾಂತಿ,

ತುಂಬ ಸೆನ್ಸಿಟಿವ್, ಒರಟು ಮಾತುಗಳು ಅವಳಂಥವ್ರಿಗಲ್ಲ'' ನೇರವಾಗಿ, ತೀಕ್ಷ್ಣವಾಗಿ ಅವನನ್ನು ದಿಟ್ಟಿಸಿದಳು. ''ಅಂದರೇ, ನಾನು ತುಂಬ ಒರಟು ಅಂತಾನಾ....''

ಪ್ರಭು ಎದ್ದು ಹೋಗಿ ನಿಂತ. ಅವನು ಕಂಡ ಹೆಣ್ಣುಗಳಲ್ಲಿ ಹೂವಂಥ ಮನಸ್ಸಿನವಳು ಶಾಂತಿಯೊಬ್ಬಳೇ. ಅವಳ ವಿಷಯದಲ್ಲಿ ಸವಿತಾ ಈ ತರಹ ವರ್ತಿಸುವುದು ಅವನಿಗೆ ಸರಿ ಹೋಗಲಿಲ್ಲ.

ಅಷ್ಟರಲ್ಲಿ ಆಟೋ ಬಂದು ನಿಂತಿತು. ಚಿದಂಬರಯ್ಯ ಸೌಭಾಗ್ಯ ಇಳಿದು ಬಂದರು.

''ಅಪರೂಪಕ್ಕೆ ಹೋದ್ವಿಂತ ಶರ್ಮ ಮನೆಯವ್ರು ಬಿಡಲೇ ಇಲ್ಲ'' ಎಂದ. ಸೌಭಾಗ್ಯ ಕಣ್ಣಿಗೆ ಸವಿತಾ ಮೊದಲು ಕಂಡಳು ''ಸವಿತಾ.... ಬಂದಿದ್ದಾಳೆ'' ಉದ್ಗರಿಸಿದರು.

ಒಂದೇ ಹಾರಿಗೆ ಬಂದವಳು ಅವರನ್ನು ಅಪ್ಪಿಕೊಂಡುಬಿಟ್ಟಳು. ಸೊಸೆಯ ಬಗ್ಗೆ ಅವರಿಗಿದ್ದ ಒಂದಿಷ್ಟು ಅಸಮಾಧಾನ ಹಾರಿಹೋಯಿತು.

ಚಿದಂಬರಯ್ಯನವರಿಗಾಗಿ ತಂದಿದ್ದ ಶಾಲು, ಟೇಪ್ ರೆಕಾರ್ಡರ್, ಸೌಭಾಗ್ಯಗಾಗಿ ಕಾದಿದ್ದ ವಿದೇಶಿಯ ಸಣ್ಣ ಮಿಕ್ಸಿ ಮತ್ತು ರೇಶಿಮೆಯ ಸೀರೆಗಳು- ಎಲ್ಲವನ್ನು ಅವರುಗಳ ಮುಂದೆ ಹರಡಿದಳು.

ಇದೆಲ್ಲ ಅವರ ನಿರೀಕ್ಷೆಯೇ ಅಲ್ಲ. ಇಂಥ ಯಾವ ಆಸೆಯೂ ಅವರಿಗೆ ಇಲ್ಲ. ಅದನ್ನ ಮಾತಿನಲ್ಲಿ ಹೇಳಲು ಮರೆಯಲಿಲ್ಲ.

''ಸವಿತಾ, ಇವೆಲ್ಲದರ ಅಗತ್ಯವೇ ಇಲ್ಲ. ನೀವಿಬ್ರೂ ಸುಖವಾಗಿದ್ದರೇ ನಮಗೇ ಅಷ್ಟೇ ಸಾಕು. ನಿನ್ನಪ್ರೀತಿಯ ಮುಂದೆ ಇವೆಲ್ಲ ನಮ್ಗೆ ದೊಡ್ಡದಾಗಿ ಕಾಣೋಲ್ಲ'' ಪರೋಕ್ಷವಾಗಿ ಅವೆಲ್ಲ ತಮಗೆ ಇಷ್ಟವಿಲ್ಲವೆಂದು ನೊಂದುಕೊಳ್ಳದಂತೆ ಹೇಳಿದರು.

ಅವಳದೇ ಈ ಮನೆ. ಏನೇ ತರಲು, ಕೊಡಲು ಅವಳಿಗೆ ಅಧಿಕಾರವಿತ್ತು. ಆ ಬಗ್ಗೆ ಚಕಾರವೆತ್ತಲಾರದಷ್ಟು ಸೌಜನ್ಯ ಅವರದು.

ಒಂದು ಅತ್ಯಂತ ಬೆಲೆ ಬಾಳುವ ಸೀರೆಯ ಪ್ಯಾಕೆಟ್‌ನ ತೆಗೆದು ಪ್ರಭು ಮುಂದೆ ಹಿಡಿದಳು. ''ಇದು ಶಾಂತಿಗೋಸ್ಕರ ತಂದೆ'' ಅವನೇನು ಮಾತಾಡಲಿಲ್ಲ. ತಂದಿದ್ದು, ತೋರಿಸಿದ್ದು ಯಾವುದೂ ಅವನಿಗೆ ಹೆಚ್ಚೆನಿಸಲಿಲ್ಲ, ಯಾವುದೇ ಸಲಹೆ ಕೊಡಲು ಹೋಗಲಿಲ್ಲ.

ಮರುದಿನ ಬೆಳಿಗ್ಗೆ ಇವನು ಏಳುವ ವೇಳೆಗೆ ಕಾಫೀ ಹಿಡಿದು ನಿಂತು ಅವನಿಗೆ ಸರ್‌ಪ್ರೈಜ್ ಮಾಡಿದಳು ''ಗುಡ್ ಮಾರ್ನಿಂಗ್, ಎರಡು ದಿನಎಲ್ಲೂ ಹೋಗೊಲ್ಲ. ಆರಾಮಾಗಿ ಮನೆಯಲ್ಲಿ ಇರ್ತೀನಿ. ನೋಡ್ದೋ ಫೈಲ್‌ಗಳ್ನ ಇಲ್ಲೇ ತಗೊಂಡ್ಬಾಂತ ನಮ್ಮ ದೈತೋಟಗೆ ತಿಳ್ಸಿದ್ದೀನಿ'' ಉಲ್ಲಾಸದಿಂದ ಹೇಳಿದಳು.

ಅವಳೆರಡು ಭುಜಗಳನ್ನು ಹಿಡಿದು ಮಂಚದ ಮೇಲೆ ಕೂಡಿಸಿ ''ಒಂದಿಷ್ಟು ಬಾತ್ ರೂಂಗೆ ಹೋಗ್ಬರ್ತೀನಿ'' ಟವಲೆತ್ತಿಕೊಂಡು ಹೊರಟ.

ಮಡದಿಯ ಹ್ಯಾಪಿ ಮೂಡ್ ನೋಡಿ ಅವನಿಗೆ ಹೆಚ್ಚು ಸಂತಸವಾಯಿತು. ಅವಳಿಗೆ ಕಾಫೀ ಕುಡಿಸಲು ಹೋದಾಗ ಹಿಂದಕ್ಕೆ ಸರಿದಳು.

''ನೋ, ತುಳಸಿ ಪೂಜೆ, ಗೌರಿ ಪೂಜೆ ಆದ ನಂತರವೇ ಎಲ್ಲಾ. ನಂಗೆ ಅತ್ತೆ ಮಾಡೋ ಹಾಗೇ ಮಾಡಬೇಕೂಂತ ಅನ್ನಿಸಿದೆ. ನೀವು ಕೋ- ಆಪ್‌ರೇಟ್ ಮಾಡ್ಬೇಕು. ಈಗ ಫುಲ್ ಮಡಿಯಲ್ಲಿದ್ದೀನಿ. ಏನು ಸಿಕ್ಕೋಹಾಗಿಲ್ಲ!'' ಕಣ್ಣೊಡೆದಳು. ನೋಡಿದರೂ ನೋಡದಂತೆ ಹೊರಗೆ ಬಂದು ಕಾಫೀ ಕುಡಿದ.

ಹೊರಟು ನಿಂತಾಗ ಗೇಟಿನವರೆಗೂ ಬಂದಳು. ಒಂದೇ ಜಡೆ, ಮುಡಿಯಲ್ಲಿ ಮಲ್ಲಿಗೆಯ ದಂಡೆ. ಅಚ್ಚ ಹಸುರಿನ ಎರಡಿಂಚು ಜರಿಯ ಸೀರೆಯುಟ್ಟು, ಅದೇ ಕಲರ್‌ನ ಬ್ಲೌಸ್, ಬಳೆಗಳು, ಸಸ್ಯಶ್ಯಾಮಲೆಯಂತೆ ಗೋಚರಿಸಿದಳು.

ತೀರಾ ಅವಳ ಪಕ್ಕಕ್ಕೆ ಬಂದು ಉಸುರಿದ ''ಇಡೀ ದಿನ ನಿನ್ನ ಮೂಡೇ! ಪಾಠ ಸರ್ಯಾಗಿ ಮಾಡೋಕ್ಕಾಗೋಲ್ಲ. ಇವೊತ್ತಿನ ಸಂಬಳ ದಂಡ'' ಕಣ್ಣಲ್ಲೇ ಅವಳ ಸೌಂದರ್ಯ ಹೀರುವಂತೆ ನೋಡಿದ

ಸ್ವಪ್ನ ಓಡೋಡಿ ಬಂದಳು ''ಅಮ್ಮ, ಕರೀತಾಳೆ'' ಇವಳಿಗೆ ಕೈ ಬೀಸಿ ಅವಳ ಜೊತೆ ತೋರಿಸದಿದ್ದಕ್ಕೆ ಶಾಂತಿ ಕಾರಣವಿರಬಹುದೇ?

ಎದ್ದಾಗಿನಿಂದ ಉತ್ಸಾಹದಿಂದ ಇದ್ದ ಸೊಸೆಯ ಮುಖ ಮಂಕಾಗಿದ್ದು ನೋಡಿ ಸೌಭಾಗ್ಯ ಚಕಿತರಾದರು.

''ಯಾಕಮ್ಮ ಸವಿತಾ? ಪ್ರಭು ಕೆಲವು ವಿಷಯಗಳಲ್ಲಿ ತೀರಾ ಪಟ್ಟು. ಶರ್ಮ ತಮ್ಮ ಆಫೀಸಿನಲ್ಲಿ ಮ್ಯಾನೇಜರ್ ಹುದ್ದೆ ಕೊಡ್ತೀನೀಂದ್ರು, ಎಷ್ಟೋ ಕಾಡಿಬಿಟ್ಟರು. ಜಪ್ಪಯ್ಯ ಅಂದ್ರು ಕೇಳ್ಲಿಲ್ಲ. ಅವ್ನಿಗೆ ಪಾಠ ಮಾಡೋದೇ ಇಷ್ಟ'' ಮಗನ ಬಗ್ಗೆ ಹೇಳಿದರು.

''ಅದೆಲ್ಲ ಏನಿಲ್ಲಮ್ಮ, ತುಂಬ ತಲೆ ನೋವಷ್ಟೆ'' ಎಂದಳು.

ತುಂಬ ಲಕ್ಷಣವಾಗಿ ಕಾಣುವ ಸೊಸೆಗೆ ದೃಷ್ಟಿ ತೆಗೆದರು. ನಾಲ್ಕು ಜನ ಮುತ್ತೈದೆಯರನ್ನು ಕರೆದು ಶುಕ್ರವಾರವಾದುದ್ದರಿಂದ ಅರಿಶಿನ ಕುಂಕುಮ ಕೊಡಿಸಿದರು.

ಶಾಂತಿ ಬಂದಾಗ ಜ್ಞಾಪಿಸಿದರು, ''ಹೇಗೂ, ಅವ್ಳಿಗೋಸ್ಕರ ಸೀರೆ ತಂದಿದ್ದೀಯಲ್ಲ. ಎಲೆಯಡಿಕೆಯಲ್ಲಿಟ್ಟು ಕೊಟ್ಟುಬಿಡು.''

ತೀರಾ ಮೃದುವಾಗಿದ್ದ ಸವಿತಾ ಮುಖ ಗಡುಸಾಯಿತು.

ರಭಸದಿಂದ ಕೋಣೆಗೆ ಹೋದಳು. ಸೀರೆಯನ್ನು ಕೈಯಲ್ಲಿಡಿದಾಗ ಅವಳ ಮೈ ಬಿಸಿಯಾಯಿತು. ಕೆಳ ತುಟಿಯನ್ನು ಹಲ್ಲಿನಡಿಯಲ್ಲಿ ಕಚ್ಚಿ ಕೋಪ ನುಂಗಿದಳು.

ಕೋಣೆಯ ಬಾಗಿಲಲ್ಲಿ ಇಣುಕುತ್ತಿದ್ದ ಸ್ವಪ್ನ ''ಸವಿತಾ... ಸವಿತಾ'' ಎಂದು ಓಡಿ ಹೋದಳು.

ಬರೀ ಸೀರೆಯ ಪ್ಯಾಕೆಟ್ ಹಿಡಿದು ಬಂದ ಸೊಸೆಯನ್ನು ನೋಡಿ ''ಬರೀ ಸೀರೆ ಕೊಡ್ಬಾರ್ದು.

ಬೀರುನಲ್ಲಿ ಬ್ಲೌಸ್ ಬಟ್ಟೆಗಳು ಇವೆ. ಇದಕ್ಕೆ ಮ್ಯಾಚಾಗೋಂಥದ್ದು ಆರಿಸಿಕೊಂಡ್ಬಾ'' ಎಂದರು.

ಅರೆಮನಸ್ಸಿನಿಂದಲೇ ತಂದುಕೊಟ್ಟಳು.

ಹಣ್ಣು, ಹೂವಿನ ಜೊತೆ ಸೀರೆ, ರವಿಕೆಯನ್ನು ತಟ್ಟೆಯಲ್ಲಿಟ್ಟು ಸವಿತಾಗೆ ಕೊಟ್ಟರು. ''ಶಾಂತಿಗೆ ಕೊಡು. ಹುಚ್ಚು ಹುಡ್ಗೀ ಅವಳಿಗಾಗಿ ಏನು ತಗೋಳ್ಳೋದಿಲ್ಲ. ದೆಹಲಿಗೆ ಹೋದಾಗ ಪ್ರಭು ಎರಡು ಸೀರೆಗಳ್ನ ತಂದು ಕೊಟ್ಟಿದ್ದ. ಎಷ್ಟು ಜೋಪಾನವಾಗಿಟ್ಟುಕೊಂಡಿದ್ದಾಳೆ, ಗೊತ್ತಾ'' ಆಕೆ ಸ್ವಾಭಾವಿಕವಾಗಿ ನುಡಿದರು.

ಬೆಂಕಿ ಹರಿದಾಡಿದಂತಾಯಿತು ಸವಿತಾಳ ಮೈಮೇಲೆಲ್ಲ ''ಅಂತೂ, ಅವ್ರಿಗೆ ಸೀರೆ ಆರಿಸೋದು ಗೊತ್ತು'' ಎಂದಳು. ಆಕೆ ನಕ್ಕು ಬಿಟ್ಟರು. ''ನಂಗೆ ಸೀರೆ ತರೋನೇ ಅವ್ನು''

ಕುಂಕುಮದ ಜೊತೆ ಶಾಂತಿಗೇನೋ ಕೊಟ್ಟಳು. ಆದರೆ ಸರಿಯಾಗಿ ಮುಖ ಕೊಟ್ಟು ಮಾತಾಡಿಸಲಿಲ್ಲ. ಅವಳಿಗೆ ಒಂದು ತರಹ ಆಯಿತು. ವಿಭಿನ್ನ ಪರಿಸರಗಳಲ್ಲಿ ಬೆಳೆದ ವ್ಯಕ್ತಿಗಳ ನಡವಳಿಕೆಯಲ್ಲಿ ಬದಲಾವಣೆ ಇರುತ್ತದೆಯೆಂದು ಅವಳಿಗೆ ಗೊತ್ತು.

''ಬರ್ತೀನಿ...'' ಎಂದು ಎದ್ದವಳು ''ನನಗ್ಯಾಕೆ ಬೇಕಿತ್ತು ಸೀರೆ, ಸವಿತಾ! ನಾನು ಈ ಮನೆಯ ಬೇರೆಯವಳು ಅಲ್ಲ. ಅಂಥ ಭಾವನೆನೇ ನಂಗೆ ಬರೋಲ್ಲ. ಸೀರೆ ತುಂಬ ಚೆನ್ನಾಗಿದೆ'' ತುಂಬ ಮನಸ್ಸಿನಿಂದ ಹೇಳಿದಳು. ಅದಕ್ಕೆ ಸವಿತಾಳ ಬದಲು ಮಾತೇ ಇಲ್ಲ.

ಸೌಭಾಗ್ಯ ಮುಖ ಒಂದು ತರಹ ಆಯಿತು. ಸೊಸೆಯೆಂಬ ಪ್ರೀತಿಯೇ ವಿನಾಃ ಅವಳು ಶ್ರೀಮಂತರ ಮನೆಯ ಹುಡುಗಿಯೆಂದು ಪ್ರತ್ಯೇಕವಾದ ಅಭಿಮಾನವೇನು ತೋರಲಾರರು.

ಶಾಂತಿಯನ್ನ ನಿಲ್ಲಿಸಿಕೊಂಡ ಅವಳಿಗೆ ಬಡಿಸಿಯೇ ಕಳಿಸಿದ್ದು. ಅಷ್ಟೊತ್ತು ಕೋಣೆ ಸೇರಿಬಿಟ್ಟಿದ್ದಳು ಸವಿತಾ.

ಕಾಲೇಜಿನ ಕಟ್ಟಡದ ದಾನಿಗಳು ಸತ್ತಿದ್ದರಿಂದ ಕಾಲೇಜಿಗೆ ರಜೆಯ ಘೋಷಣೆಯಾದುದ್ದರಿಂದ ಬೇಗನೇ ಹಿಂದಿರುಗಿದ ಪ್ರಭು.

''ನಿಮ್ಮಪ್ಪ ಬೆಳಿಗ್ಗೆ ಶರ್ಮ ಮನೆಗೆ ಹೋದವರು ಇನ್ನೂ ಬರಲಿಲ್ಲ. ಇಸ್ಪೀಟು ಎಲೆಗಳು ಹಿಡಿದು ಕೂತರೇ ಇಬ್ಬರಿಗೂ ಹೊತ್ತು ಹೋಗೊಲ್ಲ. ಹತ್ತು ರೂಪಾಯಿ ಹಿಂದಿರುಗೋವರ್ಗೂ ಏಳೋ ಜಾಯಾಮಾನವಲ್ಲ ಅವರದು'' ಮಗನ ಮುಂದೆ ಸೌಭಾಗ್ಯ ಹೇಳಿಕೊಂಡಾಗ ನಕ್ಕುಬಿಟ್ಟ.

ಬರೀ ಹತ್ತು ರೂಪಾಯಿ ಚಿಲ್ಲರೆ ಹಿಡಿದು ಶರ್ಮ ಮುಂದೆ ಇಸ್ಪೀಟು ಎಲೆ ಕಲೆಸುತ್ತ ಕೂಡುವ ಚಿದಂಬರಯ್ಯ ಹತ್ತುಪೈಸಾ ಕಡಿಮೆಯಾದರೂ ಏಳೊಲ್ಲ, ಅದು ಗೆಲ್ಲುವವರೆಗೂ ಕೂಡುತ್ತಿದ್ದರು. ಗೆದ್ದೇ ಬರುತ್ತಿದ್ದರು ಕೂಡ.

''ಇನ್ನು ಸವಿತಾ ಕೂಡ ಊಟ ಮಾಡಿಲ್ಲ, ಒಂದಿಷ್ಟು ಎಬ್ಬು'' ಮಗನಿಗೆ ಹೇಳಿದರು.

ಬೆಳಗಿನಿಂದ ಏನು ತಿಂದಿರಲಿಲ್ಲ. ಶಾಂತಿಯ ಜೊತೆಯಲ್ಲೇ ತಟ್ಟೆ ಹಾಕಿದಾಗ ಬೇಡವೆಂದು ಹೋಗಿ ಮಲಗಿದವಳು ಇನ್ನೂ ಎದ್ದು ಬಂದಿರಲಿಲ್ಲ.

ಪ್ರಭು ಬಟ್ಟೆ ಬದಲಾಯಿಸಿ ಮಗುವಿನಂತೆ ಮಲಗಿದ್ದ ಸವಿತಾಳ ಬಳಿ ಬಂದ. ಕಾಲೇಜಿಗೆ ಬರುವಾಗ ಅತ್ಯಂತ ಬೆಲೆ ಬಾಳುವ ಸೆಲ್ವಾರ್ ಕಮೀಜ್ ತೊಟ್ಟು ಬರುತ್ತಿದ್ದಳು. ಅಪರೂಪದ ವಿನ್ಯಾಸಗಳ ಉಡುಪುಗಳು ಅವಳ ಮಾಟವಾದ ದೇಹ ಸಿರಿಯನ್ನ ಅಲಂಕರಿಸುತ್ತಿತ್ತು.

ಇಂದು ತೀರಾ ದಕ್ಷಿಣ ಭಾರತೀಯ ಉಡುಗೆ. ಅಚ್ಚ ಸಂಪ್ರದಾಯಸ್ಥ ಅಲಂಕಾರ ಕಂಚಿಯ ಸೀರೆಗೆ ಕಾವೇರಿಯ ಮಿಂಚು.

ಬಗ್ಗಿ ಅತ್ಯಂತ ಮೃದುವಾಗಿ ಅವಳ ಹಣೆಗೆ ಚುಂಬಿಸಿದಾಗ ಕೊರಳಿಗೆ ಹಾರ ಹಾಕಿದಳು ಕೈಗಳಿಂದ ''ನಂಗೆ ಗೊತ್ತಿತ್ತು, ನಿನ್ನ ನಿದ್ದೆ ಸಹಜವಲ್ಲ, ನಟನೆಯೆಂದು. ತುಳಸಿ ಪೂಜೆ, ಗೌರಿ ಪೂಜೆಗೆ ಊಟವೇನು ನಿಷೇದವಿಲ್ಲ. ಹೇಗೂ ಬಂದಿದ್ದೀನಿ. ಹೊರಗಡೆ.... ಹೋಗ್ಬರೋಣ. ಬಿ ಕ್ವಿಕ್ ....'' ಕೆನ್ನೆತಟ್ಟಿದ.

ಮೇಲೆದ್ದವಳು ಫೋನ್ ತೆಗೆದಿಟ್ಟಳು. ''ನಮ್ಮ ಪ್ರೋಗ್ರಾಂ ಕ್ಯಾನ್ಸಲ್ ಆಗುವಂಥ ಫೋನ್‌ಗಳ ಹಾವಳಿ ಬೇಡ.''

ಸವಿತಾ ಊಟಕ್ಕೆ ಕೂತಾಗ ಅವಳ ಜೊತೆ ಕೂತು ಸಿಹಿ ಕಡಬು, ಪೊಂಗಲ್ ತಿಂದ ಪ್ರಭು.

ನಾಲ್ಕಕ್ಕೆ ಸರಿಯಾಗಿ ಮನೆ ಬಿಟ್ಟರು. ಹತ್ತಿದ್ದು ಆಟೋ, ಇಳಿದಿದ್ದು ಒಂದು ಸ್ಯಾರಿ ಸೆಂಟರ್ ಮುಂಭಾಗ. ತಾನೇ ಬಹಳ ಮುತುವರ್ಜಿಯಿಂದ ಎರಡು ಸೀರೆಗಳ ಆಯ್ಕೆ ಮಾಡಿ ಅವಳನ್ನು ಒಂದು ಸೀರೆಯ ಸೆಲೆಕ್ಷನ್‌ಗೆ ಬಿಟ್ಟ ಅಮ್ಮನಿಗಾಗಿ ಒಂದು ಸೀರೆ ಪ್ಯಾಕ್ ಮಾಡಿಸಿದ.

ಬಿಲ್ ಕೊಡಲು ಬಂದಾಗ ಕೌಂಟರ್ ಮೇಲೆ ಕೂತಿದ್ದ ಚಂದನ್ ಮೇಲೆದ್ದು ವಿಶ್ ಮಾಡಿದ. ''ನಾನು ನಿಮ್ಮ ಸ್ಟೂಡೆಂಟ್....'' ಎಂದ. ಪ್ರಭು ನಕ್ಕು ತೋಳಿಡಿದು ಅವನನ್ನು ಕೂಡಿಸಿದ. ''ಅದು ಕಾಲೇಜಿನಲ್ಲಿ. ಇಲ್ಲಿ ನೀನು ಕೂಡಬೇಕಾದ್ದು ನಾನು ನಿಲ್ಲಬೇಕಾದ್ದು ಸಹಜ'' ಬಿಲ್ ಹಣವನ್ನು ಅವನ ಮುಂದೆ ತಳ್ಳಿದ.

ಅತಿ ನಮ್ರತೆಯಿಂದ ಹಾಲು ತರಿಸಿಕೊಟ್ಟು ಬಾಗಿಲವರೆಗೂ ಬಂದು ಬೀಳ್ಕೊಟ್ಟವನು ಪಕ್ಕದಲ್ಲಿದ್ದ ಸ್ನೇಹಿತನಿಗೆ ಹೇಳಿದ.

''ಹುಡ್ಗಿಯರ ಮನಸ್ಸಿನ ಸೈಕಾಲಜಿನೆ ಅರ್ಥವಾಗೋಲ್ಲ. ನಮ್ಮ ಲೆಕ್ಚರರ್ ಪ್ರಭುಪ್ರಸಾದ್ ಬಹಳ ಸ್ಟ್ರಿಕ್ಟಾದ ಅಧ್ಯಾಪಕರು. ಕೆಲವೊಮ್ಮೆ ಅವ್ರ ಮುಖ ನೋಡಿ ಮಾತಾಡೋದೇ ಕಷ್ಟವಾಗ್ತ ಇತ್ತು. ಇನ್ನು ಸವಿತಾ ಹರಿಹರನ್ ಸಿಮೆಂಟ್ಸ್ ಮಾಲೀಕರ ಮಗ್ಳು. ಕೋಟಿಗಳ ಒಡತಿ. ಪಟ್ಟು ಹಿಡಿದು ಇವರನ್ನ ಮದ್ವೆ ಆಗಿದ್ದು. ಎಂಟು ಕಾರು ಇರೋ ಮಾಲೀಕರ ಮಗ್ಳು ಆಟೋದಲ್ಲಿ ಬಂದಿದ್ದಾಳೆ, ಗಂಡನ ಜೊತೆ ಷಾಪಿಂಗ್‌ಗೆ'' ಹೇಳಿಕೊಂಡ. ಇದು ಹತ್ತು ಹಲವರ ಮನಸ್ಸಿನ ಪ್ರಶ್ನೆಗಳು.

ಒಂದು ಮೂವೀ ನೋಡಿ ಹೋಟಲಲ್ಲಿ ಊಟ ಮುಗಿಸಿ ಮನೆಗೆ ಬಂದಾಗ ಹತ್ತು ದಾಟಿ ಹೋಗಿತ್ತು. ಆ ವೇಳೆಗೆ ನಾಲ್ಕು ಸಲ ಫೋನ್ ಬಂದಿತ್ತು.

ಬಂದ ಕೂಡಲೇ ಸೌಭಾಗ್ಯ ವಿಷಯ ತಿಳಿಸಿದರು. ''ನಿನ್ನ ಚಿಕ್ಕಪ್ಪ ಫೋನ್ ಮಾಡಿದ್ರು''

ಅವಳಿದ್ದ ಮೂಡಿನಲ್ಲಿ ಯಾವುದು ಬೇಕಿರಲಿಲ್ಲ. ''ಡ್ಯಾಮಿಟ್....'' ಫೋನನ್ನ ಬೈಯ್ದಳು.

ಬಟ್ಟೆ ಬದಲಾಯಿಸುವ ವೇಳೆಗೆ ಮತ್ತೊಮ್ಮೆ ರಿಂಗಾಯಿತು. ''ಕಾರು ಬರ್ತಾ ಇದೆ. ತಕ್ಷಣ....ಬಾ'' ಇಟ್ಟೇ ಬಿಟ್ಟರು.

ಪ್ರಭುಗೆ ಒಂದು ಅರ್ಥವಾಗಲಿಲ್ಲ. ಹರಿಹರನ್ ಆವೇಳೆಯಲ್ಲಿ ಫೋನ್ ಮಾಡಿ ಇಂಥ ತೊಂದರೆಗಳನ್ನು ಕೊಡುತ್ತ ಇರಲಿಲ್ಲ. 'ಏನು ವಿಷ್ಯ?' ಹುಬ್ಬುಕುಣಿಸಿ ಕಣ್ಣಲ್ಲೇ ಪ್ರಶ್ನಿಸಿದ.

''ನಮ್ಮ ಅಂಕಲ್‌ಗೆ ನನ್ನಂಡ್ರೆ ಪ್ರೀತಿ!'' ಎಂದಳು.

''ಷಟಪ್, ಅದಕ್ಕೂ ಇದಕ್ಕೂ ಏನು ಸಂಬಂಧ?'' ನೀನು ಮದ್ವೆಯಾದ ಹೆಣ್ಣೂಂತ ಅವ್ರಿಗೆ ಅರ್ಥವಾಗಬೇಡ್ವಾ! ಈಗ ಹನ್ನೊಂದು ಗಂಟೆ.... ಇಂಥ ಆವೇಳೆಯ ಓಡಾಟಗಳಿಗೆ ಪ್ರಬಲವಾದ ಕಾರಣಗಳ ಅಗತ್ಯವಿರುತ್ತೆ'' ಸಹನೆ ಕಳೆದುಕೊಂಡು ರೇಗಿಬಿಟ್ಟ.

ಇಂಥ ಗಟ್ಟಿ ಮಾತುಗಳನ್ನು ಮದುವೆಗೆ ಮುಂಚಿನಿಂದಲೇ ಕೇಳಿದ್ದಳು. ಒಂದು ಕ್ಷಣ ವಿರೋಧಿಸಬೇಕೆನಿಸಿತು ಅವಳಿಗೆ.

''ನಾನೇನು ನಡಕೊಂಡು ಹೋಗೊಲ್ವಲ್ಲ. ಕಾರು ಬರುತ್ತೆ, ಹೋಗ್ತೀನಿ'' ಎಂದಳು. ಒಂದು ಸಲ ಗಂಭೀರವಾಗಿ ಅವಳತ್ತ ನೋಡಿ ಸುಮ್ಮನಾದ.

ಡಯಲ್ ತಿರುಗಿಸಿ ಹರಿಹರನ್‌ನ ನೇರವಾಗಿ ಸಂಪರ್ಕಿಸಿದ. ಅವರು ನಕ್ಕುಬಿಟ್ಟರು. ''ಅಂಥದೇನಿಲ್ಲ, ಬೆಳಿಗ್ಗೆ ಬರಲೀ. ಗುಡ್‌ನೈಟ್....'' ಎಂದರು.

* * *

ತಂದೆಯ ಒತ್ತಡಕ್ಕೆ ಮಣಿದು ಪ್ರಭು ಚಿಕ್ಕಪ್ಪನನ್ನು ಊಟಕ್ಕೆ ಆಹ್ವಾನಿಸಲು ಕಾಲೇಜಿನಿಂದ ನೇರವಾಗಿ ಆ ಮನೆಗೆ ಹೋದ. ''ಲಂಚ್ ಟೈಮ್‌ಗೆ ಅಲ್ಲಿಗೆ ಬರ್ತೀನಿ'' ಸವಿತಾಗೆ ಹೇಳಿದ್ದ.

ಇವನು ಹೋದಾಗ ಹರಿಹರನ್, ಸವಿತಾ ಆಗಲಿ ಇರಲಿಲ್ಲ. ಅರ್ಧ ಗಂಟೆ ಕಾದ ನಂತರ ಫೋನ್ ಮಾಡಿ ಸವಿತಾಗೆ ಕನೆಕ್ಟ್ ಮಾಡಲು ಆಪರೇಟರ್‌ಗೆ ಹೇಳಿದ ''ಅವ್ರು ಲಂಚ್ ತಗೋತಾ ಇದ್ದಾರೆ. ಟೆನ್ ಮಿನಿಟ್ಸ್ ವೇಯಿಟ್ ಮಾಡ್ಬೇಕಾಗುತ್ತೆ ಸರ್'' ಎಂದಳು ವಿನಯದಿಂದ ''ಓಕೇ....'' ಬೇಸರದಿಂದಲೇ ಫೋನಿಟ್ಟ.

ಫ್ರೂಟ್ ಜ್ಯೂಸ್ ಕುಡಿದು ಇಲ್ಲಿಗೆ ಬಂದಾಗ ಉಪಯೋಗಿಸುತ್ತಿದ್ದ ಸವಿತಾಳ ಬೆಡ್ ರೂಂಗೆ ಹೋಗಿ ಮಲಗಿದ. ಇಂಥ ಶ್ರೀಮಂತರ ವಾತಾವರಣ ಅವನ ಬಯಕೆ ಆಗಿರಲಿಲ್ಲ.

ಮೂರರ ನಂತರವೇ ಸವಿತಾ ಬಂದಿದ್ದು.

''ಸಾರಿ, ಒಂದು ಡಿಸ್‌ಕಷನ್ ಇತ್ತು. ಮಧ್ಯ ಎದ್ದು ಬರೋಕೆ ಆಗ್ಲಿಲ್ಲ'' ಮೃದುವಾಗಿ ಕ್ಷಮೆ ಯಾಚಿಸಿದಳು.

ಮೈ ಮುರಿದು ಮೇಲೆದ್ದ ಪ್ರಭು ''ಅದ್ಕೆ ಸಾರಿ ಯಾಕೆ? ಎಲ್ಲಿದ್ದಾರೆ, ನಿಮ್ಮ ಅಂಕಲ್?''

ಇನ್ನು ತಾಳ್ಮೆ ವಹಿಸುವುದು ಅವನಿಂದ ಸಾಧ್ಯವಿರಲಿಲ್ಲ.

''ಸಂಜೆ ನೋಡಿದರಾಯ್ತು'' ತೋಳು ಮೇಲೆ ಹಾಕಿದ ಅವಳ ಕೈಯನ್ನು ಮೆಲ್ಲಗೆ ಸರಿಸಿದ. ''ಸಾರಿ ಸವಿತಾ, ನಂಗೂ ಸಮಯದ ಬೆಲೆ ಗೊತ್ತಿದೆ. ಒಂದಿಷ್ಟು ಅವರ ಪರಿಚಯ ಮಾಡ್ಸು'' ಅರಿವಾಗದಂತೆ ಅವನ ದನಿ ಗಡುಸಾಯಿತು.

ಸಿಟ್ಟಿಂಗ್ ರೂಮಿನಲ್ಲಿಯೇ ಕೂತು ಅಣ್ಣನ ಜೊತೆ ಮಾತಾಡುತ್ತಿದ್ದ ಪಾರ್ಥಸಾರಥಿ ಹರಿಹರನ್ ಪರಿಚಯಿಸಿದಾಗ ಯಾವುದೇ ವಿಶ್ವಾಸ, ಆತ್ಮೀಯತೆ ವ್ಯಕ್ತಪಡಿಸಲಿಲ್ಲ. ಗತ್ತಿನಿಂದ ಮುಖ ನೋಡಿದರು.

''ನೀನೇನೋ.... ಪ್ರಭು!'' ಕಪಾಳಕ್ಕೆ ಹೊಡೆದಂತಾಯಿತು. ಹರಿಹರನ್ ದೊಡ್ಡನಗೆ ಹಾರಿಸಿ ವಾತಾವರಣ ತಿಳಿ ಮಾಡಲು ಯತ್ನಿಸಿದರು. ''ಜೋಕ್ ಬೇಡವೋ, ಮಹರಾಯ.... ನಮ್ಮ ಸವಿತಾ ಲೈಫ್ ಪಾರ್ಟನರ್ ಪ್ರಭುಪ್ರಸಾದ್ ಇವರೇ'' ಅವನ ಭುಜದ ಮೇಲೆ ಕೈ ಹಾಕಿ ಪಕ್ಕದಲ್ಲಿ ಕೂಡಿಸಿಕೊಂಡರು.

ಕೆಲವು ಪ್ರಶ್ನೆ, ಮಾತುಗಳು ಸಹನೀಯವಾಗಿರಲಿಲ್ಲ. ಪ್ರಭು ಬಹಳ ಕಾಮಾಗಿ ಸಹಿಸಿಕೊಂಡ. ಮಧ್ಯೆ ಸವಿತಾ, ಹರಿಹರನ್ ಎದ್ದು ಹೋಗಿದ್ದರು.

''ಇಲ್ಲಿಗಿಂತ ಅಲ್ಲಿ ಅನ್ಕೂಲವಾಗಿದ್ರೆ ಇಲ್ಲೇ ಯಾಕೆ ಇರ್ಬಾರ್ದು?'' ಪಾರ್ಥಸಾರಥಿ ಹರಿಹರನ್ ಪ್ರಶ್ನೆಗೆ ಮೆಲುನಗೆ ಬೀರಿದ ''ನಿಮ್ಗೆ ಉತ್ತರ ಹೇಳಿದ್ರು ಅರ್ಥವಾಗೋಲ್ಲ! ಅಂಥ ಅಗತ್ಯನೂ ನಂಗಿಲ್ಲ, ಗುಡ್ ಬೈ....'' ನಡೆದುಬಿಟ್ಟ.

''ಸ್ಟುಪಿಡ್, ಎಷ್ಟೊಂದು ದುರಹಂಕಾರ!'' ಪಾರ್ಥಸಾರಥಿ ಕನಲಿದರು.

ಹುಟ್ಟಿದ್ದು ಶ್ರೀಮಂತರ ಮನೆಯಲ್ಲಿ. ವಿದ್ಯಾಭ್ಯಾಸ ಕೂಡ ಅಂಥ ಶಾಲೆಗಳಲ್ಲಿಯೇ, ಅಮೇರಿಕಾದಂಥ ರಾಷ್ಟ್ರದಲ್ಲಿ ದೊಡ್ಡ ಹುದ್ದೆ. ಸಾಮಾನ್ಯರ ಬಡವರ ಜೀವನದ ಪರಿಚಯವೇ ಇಲ್ಲದ ವ್ಯಕ್ತಿ.

ಅದನ್ನೆ ದೊಡ್ಡದನ್ನಾಗಿ ಮಾಡಿಕೊಂಡು ತಮ್ಮನ ಮುಂದೆ ಹಾರಾಡಿದರು. ''ದೊಡ್ಡ ತಪ್ಪು ಮಾಡ್ದೆ. ಈಗ್ಲೂ ಮಿಂಚಿಲ್ಲ; ಡೈವೋರ್ಸ್ ಕೊಡ್ಸಿಬಿಡು.''

ಹರಿಹರನ್ ಸಮಾಧಾನಿಸಲಾರದೆ ಹೋದರು. ಒಂದು ರೀತಿಯ ದ್ವಂದ್ವ ಅವರ ಮನದಲ್ಲಿ. ಬಂಗ್ಲೆಯಲ್ಲಿ ವಾಸಿಸುತ್ತಿದ್ದವಳು, ಸಾಧಾರಣ ಮನೆಯಲ್ಲಿ- ಅವರಿಗೆ ಒಂದು ರೀತಿಯ ಕಸಿವಿಸಿ.

''ಲೈಕ್ ಹಿಮ್, ಅಡೋರ್ ಹಿಮ್. ಪ್ರಭುನ ಈ ಮದ್ವೆಗೆ ಬಹಳ ಕಷ್ಟದಿಂದ್ಲೇ ಒಪ್ಪಿಸಿದ್ದು.'' ಇಂಥ ಮಾತುಗಳನ್ನು ಪಾರ್ಥಸಾರಥಿ ಒಪ್ಪದೇ ಹೋದರು ''ವಾಟ್ ಆರ್ ಯು ಟಾಕಿಂಗ್, ನಾನ್ಸೆನ್ಸ್.... ನಿನ್ನನಿರ್ಣಯ ಸರಿಯಾಗಿದ್ರೆ ಅವಳಿಂದ ಕಷ್ಟಪಡಬೇಕಾಗಿಲ್ಲಿಲ್ಲ'' ಹಾರಾಡಿಬಿಟ್ಟರು.

ಮಗನನ್ನು ನೋಡಿದ ಕೂಡಲೇ ಪ್ರಶ್ನಿಸಬೇಕೆಂದುಕೊಂಡಿದ್ದ ಚಿದಂಬರಯ್ಯ ಅವನ ಗಂಭೀರ ಮುಖ ನೋಡಿ ಸುಮ್ಮನಾದರು.

ಅಂದು ರಾತ್ರಿ ಸವಿತಾ ಬಂದಾಗ ರಾತ್ರಿ ಹತ್ತು ಗಂಟೆ. ಲೇಟಾಗುವ ದಿನ ಮಧ್ಯದಲ್ಲಿ ಫೋನ್ ಮಾಡಿ ತಿಳಿಸುತ್ತಿದ್ದಳು. ಇಂದು ಗಡಿಬಿಡಿಯಲ್ಲಿ, ಒಂದು ರೀತಿಯ ಸಂಭ್ರಮದಲ್ಲಿ ಮರೆತಿರಬೇಕೆಂದುಕೊಂಡ ಪ್ರಭು.

ಕೆಲವಕ್ಕೆ ಮಿತಿ ಇರಬೇಕೆಂದು ಚಿದಂಬರಯ್ಯನವರ ಅಭಿಪ್ರಾಯ. ಮಗನ ಮನಸ್ಸು ಯಾವ ಕಾರಣಕ್ಕೂ ಕೆಡುವುದು ಅವರಿಗೆ ಬೇಕಿರಲಿಲ್ಲ.

ಹೆಂಡತಿಯ ಬಳಿ ಈ ವಿಷಯ ಪ್ರಸ್ತಾಪಿಸಿದಾಗ ಸೌಭಾಗ್ಯ ಮುಖ ಕಳೆಗುಂದಿತು. ''ಆ ಹುಡ್ಗಿ ತಪ್ಪುತಾನೇ ಏನಿದೆ! ಬರೀ ಗಂಡ, ಸಂಸಾರದ ಜೊತೆ ಮತ್ತೊಂದು ಜವಾಬ್ದಾರಿ ಇದೆ. ನಾನು ಒಂದ್ಮಾತು ಹೇಳಲಾ?'' ಬೇಡವೆನ್ನುವಂತೆ ಚಿದಂಬರಯ್ಯ ತಲೆಯಾಡಿಸಿದರು.

ಓದುತ್ತಿದ್ದ ಪ್ರಭು ತಾನಾಗಿ ಅವಳನ್ನು ಮಾತಾಡಿಸಲು ಹೋಗಲಿಲ್ಲ. ಬಟ್ಟೆ ಬದಲಾಯಿಸಿ ನೈಟ್ ಗೌನ್ ತೊಟ್ಟು ಬಂದವಳು ಅವನ ಮುಂದೆ ಕೂತಳು.

''ಯಾಕೆ.... ಬಂದ್ಬಿಟ್ರಿ?'' ಕೇಳಿದಳು.

ಅಕ್ಷರಗಳ ನಡುವೆ ಇದ್ದ ನೋಟವನ್ನು ಕದಲಿಸಲಿಲ್ಲ ಪ್ರಭು. ''ಸುಮ್ನೇ....'' ಎಂದ. ಎದ್ದು ಕ್ರಾಪ್ ಕೆಡಿಸಿದಳು. ''ಅಲ್ಲೇ ಇದ್ದಿದ್ರೆ.... ಏನಾಗ್ತ ಇತ್ತು.''

''ಪ್ರಳಯವಂತು ಆಗ್ತಾ ಇರ್ಲಿಲ್ಲ, ಡೋಂಟ್ ಡಿಸ್ಟರ್ಬ್ ಮಿ'' ಕಟುವಾಗಿ ಹೇಳಿದ.

ಇಂದು ಪಾರ್ಥಸಾರಥಿ ಹರಿಹರನ್ ಮಾತುಗಳಿಂದ ಬಹಳ ನೊಂದಿದ್ದ. ಇಂಥ ಅವಮಾನ ಅವನೆಂದೂ ಸಹಿಸನು. ಎಂದೂ ಅಗತ್ಯವಾಗಿ ಕಾಣದು ಕೂಡ.

ಹತ್ತು ನಿಮಿಷಗಳ ನಂತರ ಅವನಿಗೆ ಪಶ್ಚಾತ್ತಾಪವಾಯಿತು. ಇದರಲ್ಲಿ ಸವಿತಾಳ ತಪ್ಪೇನು ಇಲ್ಲ. ಇಬ್ಬರ ಮಧ್ಯದ ಬಂಧನ ಮೂರನೆಯ ವ್ಯಕ್ತಿಯ ಪ್ರವೇಶಕ್ಕೆ ಅವಕಾಶ ಕೊಡಬಾರದೆಂದುಕೊಂಡ.

ಹತ್ತಿರ ಹೋಗಿ ಕೂತು ರಮಿಸಿದ ''ಊಟ ಆಯ್ತಾ?'' ಇಲ್ಲವೆಂದು ತಲೆಯಾಡಿಸಿದಳು, ನಕ್ಕುಬಿಟ್ಟ. ''ಇಂಥ ಸುಳ್ಳಿನ ಅಗತ್ಯವಿಲ್ಲ. ಅಮ್ಮ, ನಿಂಗೋಸ್ಕರ ಹಾಲು ತೆಗೆದಿಟ್ಟಿದ್ದಾರೆ'' ಹಣೆಯ ಮೇಲೆ ಹರಡಿದ ಕೂದಲನ್ನ ಹಿಂದಕ್ಕೆ ಸರಿಸಿದ.

ಹಾಲು ಕುಡಿದು ಸವಿತಾ ಆರಾಮಾಗಿ ಮಲಗಿದ್ದರೇ ಚೆನ್ನೆನಿಸಿತು.

''ನಮ್ಮ ಅಂಕಲ್ ಸಂಡೇ ಇಲ್ಲಿಗೆ ಬರ್ಬೇಕೂಂತ ಇದ್ದರು'' ಎಂದಳು. ಪ್ರಫುಲ್ಲಿತವಾಗಿದ್ದ ಅವನ ಮುಖ ಗಂಭೀರವಾಯಿತು ''ಅಫ್ ಕೋರ್ಸ್, ಖಂಡಿತ ಬರಲಿ'' ಆ ವಿಷಯ ಮಾತಾಡುವುದು ತನಗಿಷ್ಟವಿಲ್ಲವೆಂದು ಮಲಗಿ ಕಣ್ಮುಚ್ಚಿದ.

''ನೀವು ಅವ್ರನ್ನ ಇನ್ವೈಟ್ ಮಾಡೋಕೆ ಬರ್ತೀರಾಂತ ಹೇಳಿದ್ದ. ನೀವು ಕರೆಯಲೇ ಇಲ್ವಂತೆ'' ಆರೋಪಿಸಿದಳು.

ಕೈ ಹಿಡಿದು ಎಳೆದುಕೊಂಡ ''ಈ ಸಮಯದಲ್ಲಿ ಬೇರೆ ಮಾತುಗಳಿಗೆ ಅವಕಾಶವಿರಕೂಡ್ದು''

ಕಣ್ಣಲ್ಲಿ ಕಣ್ಣಿಟ್ಟು ನೋಡಿದ. ಮೊದಲ ಸಲ ಅವನ ಕೈಗಳನ್ನು ದೂಡಿದಳು. ''ನನ್ನ ಪ್ರಶ್ನೆಗೆ ಉತ್ತರ ಬೇಕು'' ಹಟವಿತ್ತು ಅವಳ ಸ್ವರದಲ್ಲಿ. ತಲೆ ಕೊಡವಿದ.

ಎರಡು ಕೈಗಳನ್ನು ಬೆಸೆದು ತಲೆಯ ಕೆಳಗಿಟ್ಟುಕೊಂಡು ಕಣ್ಮುಚ್ಚಿದ. ಅವರಾಡಿದ ಮಾತುಗಳನ್ನು ಸಹನೆಯಿಂದ ಸಹಿಸಿದ್ದ.

''ಯಾಕೆ ಕರೆಯಲಿಲ್ಲ?'' ಮತ್ತೆ ಅದೇ ಧಾಟಿಯಲ್ಲಿ.

ನಿಧಾನವಾಗಿ ಕಣ್ತೆರೆದ ''ಪ್ಲೀಸ್, ಮಲಕ್ಕೊ ಸವಿತಾ... ರಾತ್ರಿಯ ಸಮಯದಲ್ಲಿ ಮನಸ್ಸು ಹಾಳು ಮಾಡಿಕೊಂಡರೆ, ಮರುದಿನ ಪೂರ್ತಿ ಮೂಡ್ ಕೆಡುತ್ತದೆ'' ನಿಧಾನವಾಗಿ ಹೇಳಿದ.

ಬೋರಲು ಮಲಗಿದ್ದವಳು ಎದ್ದು ಕೂತಳು. ''ನೀವು ಹೇಳೋವರ್ಗೂ ಮಲಗೊಲ್ಲ!'' ಅವನ ಸಹನೆಯು ಸತ್ತಿತ್ತು. ''ಎಂಥವರನ್ನು ಮನೆಗೆ ಆಹ್ವಾನಿಸಬೇಕು? ಇವ್ರು ಆ ಪೈಕಿ ಅಲ್ಲ. ನನ್ನ, ನಿನ್ನ ಮಧ್ಯೆ ಅವ್ರ ವಿಷ್ಯ ಬೇಡ. ನಿಂಗೆ ಮಲಗೋಕೆ ಇಷ್ಟವಿಲ್ಲದಿದ್ರೆ.... ಎದ್ದು ಹೋಗು'' ರೇಗಿದ.

ಹಾಸಿಗೆ ಮೇಲಿನ ದಿಂಬನ್ನೆತ್ತಿ ಕೆಳಗೆಸೆದು ಬಂದು ಅಲ್ಲೇ ಮಲಗಿದಳು. ಅವಳ ಬೆಡ್ ರೂಂ ನೋಡಿದ್ದ. ಮಲಗಿದ್ದ ಕೂಡ.

''ಎದ್ದು ಬಂದು ಮಲಕ್ಕೋ. ನಂಗೆ ಇಂಥದ್ದು ಇಷ್ಟವಾಗೋಲ್ಲ'' ಅವಳೇನು ಅಲ್ಲಾಡಲಿಲ್ಲ. ಕಣ್ಣೀರು ಸುರಿಸುತ್ತ ಅಲ್ಲೇ ನಿದ್ದೆ ಮಾಡಿದಳು.

ಆದರೆ ಪ್ರಭು ನಿದ್ದೆ ಇಲ್ಲದೇ ಒದ್ದಾಡಿದ. ಎಚ್ಚರವಾಗದಂತೆ ಅವಳನ್ನೆತ್ತಿ ಮಂಚದ ಮೇಲೆ ಮಲಗಿಸಿ ತಾನು ಹೋಗಿ ನೆಲದ ಮೇಲೆ ಅದೇ ದಿಂಬಿನ ಮೇಲೆ ಮಲಗಿದ. ತಣ್ಣನೆಯ ನೆಲ ಕೂಡ ಅವನ ನಿದ್ದೆಯನ್ನು ತಡೆಯಲಾಗಲಿಲ್ಲ.

ಬೆಳಿಗ್ಗೆ ಅವಳು ಏಳುವ ಮುನ್ನ ಸ್ನಾನಕ್ಕೆ ಹೋದ. ಅವನು ಹೊರಗೆ ಬರುವ ವೇಳೆಗೆ ಮುಂಬಾಗಿಲಿನಲ್ಲಿ ರಂಗೋಲಿಯಿಡುತ್ತಿದ್ದಳು ಸವಿತಾ.

''ಗುಡ್ ಮಾರ್ನಿಂಗ್....'' ಎಂದಳು. ಬರೀ ಮುಗುಳ್ನಕ್ಕ.

ರೂಮಿಗೆ ಬಂದು ತಲೆಯೊರೆಸುತ್ತಿದ್ದಾಗ ಬಂದವಳು ಫೋನ್ ಮಾಡಿದಳು ''ಕಾರು ಕಳಿಸೀ....'' ಅವನೇನು ಅದಕ್ಕೆ ಪ್ರತಿಕ್ರಿಯೆ ತೋರಿಸದಿದ್ದರೂ ಹಿಂದಿನ ದಿನ ತಾಯಿ ಹೇಳಿದನ್ನು ನೆನಪು ಮಾಡಿಕೊಂಡು ''ಅಮ್ಮನ ಜೊತೆ ಶರ್ಮ ಅವ್ರ ಮನೆಗೆ ಹೋಗ್ಬಾ'' ಹೇಳಿದ.

ಆ ವೇಳೆಗೆ ಶಾಂತಿಯ ಸ್ವರ ಕೇಳಿಸಿತು. ಪ್ರಭು ಹೊರಗೆ ಬಂದ. ''ನನ್ನ ಸ್ವಲ್ಪ ನರ್ಸಿಂಗ್ ಹೋಂ ಹತ್ರ ಬಿಡು, ಅವ್ರನ್ನ ರಾತ್ರಿ ಅಡ್ಮಿಟ್ ಮಾಡಿದೆ'' ಎಂದಳು.

ಪ್ರಭು ನಿಸ್ತೇಜಗೊಂಡ ''ಯಾಕೆ? ಏನು? ರಾತ್ರಿನೇ ತಿಳಿಸೋಕೇನಾಗಿತ್ತು?'' ಗುಡುಗಿದ.

ಅವಕ್ಕೆಲ್ಲ ಉತ್ತರ ಹೇಳುವ ಸ್ಥಿತಿಯಲ್ಲಿರಲಿಲ್ಲ, ಸವಿತಾ ''ಈಗ್ಬಾ, ಆಮೇಲೆ ಅದನ್ನೆಲ್ಲ ಹೇಳ್ತೀನಿ'' ಕೈ ಹಿಡಿದುಕೊಂಡೇ ಎಳೆದೊಯ್ದಳು.

ಸೌಭಾಗ್ಯ ತುಂಬ ಗಾಬರಿಗೊಂಡರು ''ಏನೂಂತ ಹೇಳ್ಲಿಲ್ಲ, ಒಂದಿಷ್ಟು.... ಹೋಗ್ಬನ್ನಿ'' ಚಿದಂಬರಯ್ಯನಿಗೆ ದುಂಬಾಲು ಬಿದ್ದರು.

ಇದು ಯಾವುದು ತನಗೇ ಸಂಬಂಧವೇ ಇಲ್ಲವೆನ್ನುವಂತೆ ಸವಿತಾ ಕಾರು ಹತ್ತಿ ಹೊರಟುಹೋದರು.

* * *

ಅಂದು ಆಫೀಸ್‌ಗೆ ಬಂದ ಸವಿತಾ ಲಂಚ್‌ಗೆ ಮನೆಗೆ ಬಂದವನು ಅಲ್ಲೇ ಉಳಿಸಿದ್ದು ಹರಿಹರನ್ ಗಮನಕ್ಕೆ ಬಂದರು, ಅವರ ಬಿಜಿಯಲ್ಲಿ ಅದೊಂದು ದೊಡ್ಡ ವಿಷಯವಾಗಿ ಕಾಣಲಿಲ್ಲ.

ಕೆಲವೊಮ್ಮೆ ಪ್ರಭುಗೆ ಮೊದಲು ಬಂದು ಅವನಿಗಾಗಿ ಕಾಯುತ್ತಿದ್ದ ಸವಿತಾ, ಕೆಲವೊಮ್ಮೆ ಅತ್ತೆಗೆ ಸಹಾಯ ಮಾಡುತ್ತಿದ್ದಳು. ಪ್ರಭುಗೆ ಯಾವ ತಿಂಡಿ ಇಷ್ಟವೆಂದು ಮಾಡಿಡುತ್ತಿದ್ದಳು.

ಈಚೆಗಿನ ಹೆಚ್ಚು ಹೆಚ್ಚು ಮೌನ ದಂಪತಿಗಳನ್ನು ಗಾಬರಿಗೊಳಿಸುತ್ತಿತ್ತು. ಅಂದು ಹತ್ತು ದಾಟಿದರೂ ಬರದಿದ್ದಾಗ ಆಕೆಗೆ ಗಾಬರಿಯಾಯಿತು.

''ಪ್ರಭು, ಗಂಟೆ ಹತ್ತಾಯ್ತು....'' ತಾಯಿಯ ಆತಂಕ ಅರ್ಥಮಾಡಿಕೊಂಡು ಮುಗುಳ್ನಕ್ಕ ''ನಿನ್ನಸೊಸೆ, ನಡೆದೋ ಆಟೋದಲ್ಲೋ ಬರೋಲ್ಲ. ಕಾರುನಲ್ಲಿ ಬರ್ತಾಳೆ. ಅದಕ್ಯಾಕೆ.... ಗಾಬ್ರಿ'' ಸಮಾಧಾನ ಹೇಳಿದ.

ಹೋಗಿ ಮಲಗಿದ ಸೌಭಾಗ್ಯ ಮತ್ತೆ ಎದ್ದು ಬಂದರು ''ಫೋನ್ ಏನಾದ್ರೂ ಬಂದಿತ್ತಾ? ಯಾರಾದರೇನೋ, ಒಂದಿಷ್ಟು ವಿಚಾರ್ಸು'' ಆಕೆಯ ಸ್ವರ ನಡಗುತ್ತಿತ್ತು. ಹಿಂದೆ ನಿಂತ ಚಿದಂಬರಯ್ಯನವರ ಮುಖದಲ್ಲೂ ಅದೇ ಭಾವನೆ ಇತ್ತು.

ಪ್ರಭುಗೂ ಇದು ಸರಿಯೆನಿಸಲಿಲ್ಲ. ಆ ಕಡೆ ಪೂರ್ತಿ ಲಕ್ಷವಹಿಸುವುದಕ್ಕಾಗಲಿ, ಮಿಟಿಂಗ್‌ಗಳಲ್ಲಿ ಭಾಗವಹಿಸುವುದಕ್ಕಾಗಲಿ ಅವನ ಅಭ್ಯಂತರವಿರಲಿಲ್ಲ. ಮನೆಯ ಬಗ್ಗೆ ಇಂಥ ಹೊಣೆಗೇಡಿತನ ಕ್ಷಮಾರ್ಹವಲ್ಲ.

ಎರಡು ಸಲ ಫೋನ್ ಡಯಲ್ ತಿರುಗಿಸಿದವನು ಹಾಗೆಯೇ ಇಟ್ಟ. ಅಲ್ಲಿ ಇವನ ಫೋನ್ ಕರೆಗೆ ಕಾತರಿಸುತ್ತ ಮಲಗಿದ್ದ ಸವಿತಾಳ ಬಗ್ಗೆ ಅವನಿಗೆ ಗೊತ್ತಿಲ್ಲ.

''ವಿದೇಶದಿಂದ ಬಂದ ಪಾರ್ಥಸಾರಥಿ ಹರಿಹರನ್‌ಗೆ ಪಾರ್ಟಿಗಳು ಡಿನ್ನರ್‌ಗಳು ಮಾಮೂಲು. ಸವಿತಾ ಭಾಗವಹಿಸುವುದು ಅನಿವಾರ್ಯ. ಅದಕ್ಕಾಗಿ ತಲೆ ಕೆಡಿಸ್ಕೊಳ್ಳೋದ್ಬೇಡ ಹೋಗಿ.... ಮಲ್ಗಿ'' ಸಮಾಧಾನ ಹೇಳಿಕಳುಹಿಸಿದ.

ಇಡೀ ರಾತ್ರಿ ಫೋನ್ ಸದ್ದುಗಾಗಿಯೇ ಕಾದ. ಅವಳದು ಅದೇ ಸ್ಥಿತಿ.

ಇವನು ಸ್ನಾನಕ್ಕೆ ಹೋದಾಗ ಚಿದಂಬರಯ್ಯ ಫೋನ್ ಮಾಡಿದರು ''ಸಾರಿ, ಅಪ್ಪ... ಬರೋಕ್ಕಾಗಿಲ್ಲ. ಈಗ್ಬರ್ತೀನಿ'' ಸವಿತಾ ಹೇಳಿದಾಗ ಅವರಿಗೆ ಸಮಾಧಾನವಾಯಿತು.

ಅದನ್ನು ಊಟಕ್ಕೆ ಕೂತಾಗ ಮಗನ ಮುಂದೆ ಹೇಳಿದರು ''ಈಗ ಸವಿತಾ ಬರ್ತಾಳಂತೆ'' ಪ್ರಭು ಮುಖದ ಭಾವನೆಗಳೇನು ಬದಲಾಗಲಿಲ್ಲ'' ''ಬರಲೀ.... ಬರದೇ ಎಲ್ಲಿ ಹೋಗ್ತಾಳೆ'' ಎಂದವ ಬೇಗ ಊಟ ಮುಗಿಸಿ ರೆಡಿಯಾದ.

''ಸವಿತಾ ಬರ್ತಾಳೆ....'' ಅವನು ಹೊರಟಾಗ ಮತ್ತೆ ಹೇಳಿದರು ಸೌಭಾಗ್ಯ. ಪ್ರಭು ನಕ್ಕುಬಿಟ್ಟ. ''ಬರಲೀ, ಅವಳೇನು ಗೆಸ್ಟ್ ಅಲ್ಲವಲ್ಲ. ಸ್ಪೆಷಲ್ ಕ್ಲಾಸ್ ತಂಗೋಡಿರೋ ಸುದ್ದಿನೆನ್ನೆ ಸಂಜೆನೇ ಹೇಳಿದ್ದೆನಲ್ಲ. ಪೊರ್ಷನ್ಸ್ ಕವರ್ ಆಗಿಲ್ಲ'' ಎಂದ. ಇದು ಸುಳ್ಳು ಅಲ್ಲ. ಕೋಪ ಮಾಡಿಕೊಂಡು ಮೊದಲೇ ಹೋಗಿ ಅವಳನ್ನು ಸತಾಯಿಸಬೇಕೆಂಬ ಉದ್ದೇಶವು ಇರಲಿಲ್ಲ ಅವನಿಗೆ.

ಪ್ರಭು ಹೇಳಿದ ಹತ್ತು ನಿಮಿಷಗಳಿಗೆ ಸವಿತಾ ಬಂದಳು. ಒಂದು ಬುಟ್ಟಿ ಹೂವಿಡಿದು ಬಂದಿದ್ದಳು.

''ಅಮ್ಮ, ನೀವು ಬಂದ್ರೆ ದೇವಸ್ಥಾನಕ್ಕೆ ಹೋಗ್ಬರೋಣ'' ತುಂಬು ಖುಷಿಯಿಂದ ಹೇಳಿದಳು. ಖಾಲಿ ಕೋಣೆ ನೋಡಿದ ಕೂಡಲೇ ಸವಿತಾಳ ಉತ್ಸಾಹ ಹಾರಿ ಹೋಗಿ ಪೆಚ್ಚಾದಳು. ''ಅಮ್ಮ.... ಅವ್ರು....'' ಸೌಭಾಗ್ಯಗೂ ಬೇಸರವಾಯಿತು. ''ಸ್ಪೆಷಲ್ ಕ್ಲಾಸ್ ತಗೋಬೇಕೂಂತ ಹೋದ''

ಸವಿತಾಳ ಕಣ್ಣಲ್ಲಿ ಕಂಬನಿ ಉಕ್ಕುವುದೊಂದು ಬಾಕಿ ಇತ್ತು. ಹಾಸಿಗೆಯ ಮೇಲೆ ಬಿದ್ದುಕೊಂಡು ಬಿಕ್ಕಿ ಬಿಕ್ಕಿ ಅತ್ತಳು.

ಆಕೆಗಂತೂ ಗಾಬರಿಯೋ ಗಾಬರಿ. ದಿಕ್ಕು ತೋಚದವರಂತೆ ಕೂತುಬಿಟ್ಟರು. ಹತ್ತು ನಿಮಿಷಗಳ ನಂತರವೇ ಚೇತರಿಸಿಕೊಂಡಿದ್ದು.

''ಸವಿತಾ.... ಸವಿತಾ....'' ಪ್ರೀತಿಯಿಂದ ಅವಳ ಭುಜದ ಮೇಲೆ ಕೈಯಾಡಿಸಿದರು. . ವಾಸ್ತವಕ್ಕೆ ಮರಳಿದವಳು ನಾಚಿಕೊಂಡಳು ''ಸುಮ್ನೇ ಅಳು ಬಂತು'' ಆಕೆ ನಕ್ಕುಬಿಟ್ಟರು.

ಇದು ಸರಿಯಾದ ಸಮಯವೆನಿಸಿತು ಆಕೆಗೆ.

''ಸವಿತಾ, ನಿಂಗೆ ಎರಡು ಮಾತು ಹೇಳ್ಬೇಕೂಂತ ಅನ್ನಿಸಿದೆ. ನಿನ್ನ ಸ್ವತಂತ್ರ, ಸ್ವಂತ ಭಾವನೆ ಕೆಲಸಗಳಿಗೆ ಪ್ರಭು ಎಂದೂ ಅಡ್ಡ ಬರೋಲ್ಲ. ಆದರೆ.... ಪ್ರಭು ಹುಟ್ಟಿದ್ದು ಬೆಳೆದದ್ದು ಮಧ್ಯಮ ದರ್ಜೆಯ ಕುಟುಂಬದಲ್ಲಿ. ಇಲ್ಲಿ ಸಂಬಂಧಗಳು ತೀರಾ ಗಾಢ. ನೀನು ಹತ್ತಾರು ದಿನ ನಿಮ್ಮ ತಂದೆಯ ಜೊತೆ ಬೇರೆ ಬೇರೆ ಕಡೆ ಹೋಗೋದು. ಹೆಚ್ಚೆಚ್ಚು ಫ್ಯಾಕ್ಟರಿ, ಆ ಮನೆಯಲ್ಲೇ ಇರೋದು. ನಿಮ್ಮಗಳ ದಾಂಪತ್ಯ ಜೀವನಕ್ಕೆ ಅಷ್ಟೊಂದು ಒಳ್ಳೆದಲ್ಲ. ಬೆಸುಗೆ ಇಲ್ಲದ ಕೊಂಡಿ ಹೆಚ್ಚು ದಿನ ನಿಲ್ಲೋಲ್ಲ. ಇದೆಲ್ಲ ನೀನು ಅರ್ಥ ಮಾಡ್ಕೋಬೇಕು'' ಬುದ್ಧಿ ಹೇಳಿದರು.

ಅವಳು ಕುಳಿತಲ್ಲೇ ವಿಗ್ರಹವಾದಳು. ಯೋಚಿಸಲು ಬಿಟ್ಟು ಆಕೆ ಎದ್ದು ಹೋದರು.

ಮದುವೆಗೆ ಮುನ್ನವೇ ಕಂಡಿಷನ್ ಹಾಕಿದ್ದ ಪ್ರಭು ''ನೋಡು ಸವಿತಾ, ನೀನು ಪೂರ್ತಿ ನಮ್ಮ ಮನೆಯ ವಾತಾವರಣಕ್ಕೆ ಹೊಂದಿಕೋಬೇಕು. ನೀನು ತಂದೆಗೆ ಒಬ್ಬಳೇ ಮಗಳು

ಅನ್ನೋದು ನಂಗೆ ಗೊತ್ತು. ಅದರ ದುರುಪಯೋಗದ ಬೆಂಕಿ ನಮ್ಮಿಬ್ಬರ ಬಂಧನದ ಮಧ್ಯೆ ಚೆಲ್ಲಾಡಬಾರದು'' ಅಂದು ಎಲ್ಲಕ್ಕೂ ಒಪ್ಪಿಕೊಂಡಿದ್ದಳು.

ಬಹಳ ಹೊತ್ತಿನ ನಂತರ ಮೇಲೆದ್ದಳು. ಅವಳು ಏನನ್ನು ಬೇಕಾದ್ರೂ ಕಳೆದುಕೊಳ್ಳಬಲ್ಲಳು. ಛಲ, ಪ್ರೀತಿಯಿಂದ ಅವಳು ಪ್ರಭುನ ದಕ್ಕಿಸಿಕೊಂಡಿದ್ದಳು. ಅವನ ಪ್ರೀತಿ ಕಿಂಚಿತ್ ಕಡಿಮೆಯಾಯಿತೆಂದರೆ..... ಕ್ಷಣ ಅವಳೆದೆಯೆ ಬಡಿತವೇ ಸ್ತಬ್ಧವಾದಂತಾಯಿತು.

ಮುಖ ತೊಳೆದು ಹಣೆಗಚ್ಚಿಕೊಂಡು ಅಡಿಗೆಯ ಮನೆಗೆ ಬಂದಳು. ಮಾವಿನ ಕಾಯಿಗಳನ್ನು ಉಪ್ಪಿನಕಾಯಿ ಹಾಕುವ ಸಲುವಾಗಿ ತೊಳೆದಿಡುತ್ತಿದ್ದ ಸೌಭಾಗ್ಯ ಮುಗುಳ್ನಕ್ಕರು.

''ತಟ್ಟೆ ಹಾಕ್ಕೋ.... ಬಡುಸ್ತೀನಿ'' ಎಂದರು.

ಮರುಮಾತಾಡದೇ ತಟ್ಟೆ ಹಾಕಿಕೊಂಡು ಕೂತಳು. ಕೆಳಗೆ ಕೂತು ಈ ರೀತಿ ಊಟ ಮಾಡಿ ಅಭ್ಯಾಸವೇ ಇಲ್ಲದ ಅವಳಿಗೆ ಮೊದಲು ಕಷ್ಟವಾಗಿದ್ದರೂ, ಈಗ ಇಷ್ಟವಾಗಿತ್ತು.

ಬಹಳ ಅಕ್ಕರೆಯಿಂದ ಬಡಿಸಿದಾಗ ಹೊಟ್ಟೆ ತುಂಬ ಊಟ ಮಾಡಿದಳು. ಇಲ್ಲಿ ಅನ್ನ, ಸಾರು, ಹುಳಿ, ಉಪ್ಪಿನಕಾಯಿ, ಚಟ್ನಿಯಲ್ಲಿ ಮುಗಿದುಹೋಗುತ್ತಿತ್ತು ಊಟ. ಅಲ್ಲಿ ಪೂರಿ, ಒಂದೆರಡು ಪಲ್ಯಗಳೂ, ಸ್ವೀಟ್ಸ್ ಹಲವು ಬಗೆಯ ಸಾಸುಗಳು ಊಟದಲ್ಲಿ ಇದ್ದರೂ ಇಷ್ಟು ತಿನ್ನಲು ಸಾಧ್ಯವಾಗುತ್ತಿರಲಿಲ್ಲ.

ಕಾಲಿಂಗ್ ಬೆಲ್ ಸದ್ದಾದಾಗ ''ಶಾಂತಿ ಬಂದಳೇನೋ'' ಆಕೆ ಎದ್ದು ಹೋದರು. ಅವಳ ಮುಷ್ಟಿ ಬಿಗಿಯಾಗಿ ಹಣೆಯ ನರಗಳು ಬಿಗಿದುಕೊಂಡವು. 'ಶಾಂತಿ, ಶಾಂತಿ, ಶಾಂತಿ' ಆ ಹೆಸರು ಕೂಡ ಅವಳಿಗೆ ಸಹನೀಯವಾಗುತ್ತಿರಲಿಲ್ಲ.

''ಒಂದಿಷ್ಟು ಪ್ರಭುಗೆ ಫೋನ್ ಮಾಡ್ತೀನಿ'' ಅವಳು ರೂಮಿಗೆ ಹೋದಾಗ ಕತ್ತಿಡಿದು ಆಚೆ ತಳ್ಳಬೇಕೆನಿಸಿತು ಸವಿತಾಗೆ ''ಫೋನ್ ಡೆಡ್ ಆಗಿದೆ...'' ಎಂದಳು ತಟ್ಟನೆ. ಶಾಂತಿ ಒಂದು ಹೆಜ್ಜೆ ಮುಂದಕ್ಕೆ ಎತ್ತಿಡಲಿಲ್ಲ. ಅವಳು ನಂಬಿದಳು ಕೂಡ.

ಹಾಲ್‌ನಲ್ಲಿನ ನೆಲದ ಮೇಲೆ ಆರಾಮಾಗಿ ಕೂತಳು. ಸವಿತಾಳ ಅಕ್ಕರೆಯ ನೋಟ ಹರಿಸಿದಳು.

''ನಿಮ್ಮ ಚಿಕ್ಕಪ್ಪ ಅವರೆಲ್ಲಿ ಇದ್ದಾರೆ?''

''ಹ್ಲೂ....'' ಎಂದವಳೇ ರೂಮಿಗೆ ಹೋಗಿ ಬಾಗಿಲು ಹಾಕಿ ಕೊಂಡಳು ''ನಾನ್ಸೆನ್ಸ್, ಇವಳೊಬ್ಬಳು ಕಾಡೋಕೆ. ಶಾಂತಿ ಎಂದ ಕೂಡಲೇ ಮನೆಯವರ ಮುಖ ಮೊರದಗಲ. ಸ್ಟುಪಿಡ್....'' ಗೊಣಗಿಕೊಂಡು ದಿಂಬುಗಳನ್ನು ಒಂದರ ಮೇಲೊಂದು ಹಾಕಿಕೊಂಡು ಮಲಗಿದಳು.

ಬಹಳ ಬೇಗ ಹಿಂದಿರುಗಿದ ಪ್ರಭು. ಅವನ ಸ್ವರದಿಂದ ಪುಲಕಿತಳಾದಳು ಸವಿತಾ. ಯಾವ ಕ್ಷಣವಾದರೂ ಬರಬಹುದು. ಅವನ ತೋಳಿನಲ್ಲಿ ಕರಗಿಹೋಗಬಹುದೆಂದು ಕನಸು ಕಂಡಿದ್ದವಳಿಗೆ ನಿರಾಸೆಯಾಯಿತು.

ಹತ್ತಿಕ್ಕಲಾರದೆ ಹೊರಗೆ ಬಂದಳು. ಶಾಂತಿ, ಸೌಭಾಗ್ಯ ಮಾವಿನ ಕಾಯಿ ಹೆಚ್ಚುತ್ತಿದ್ದರು.

''ಪ್ರಭು ಬಂದಿದ್ದ. ಮಾಧವನಿಗೆ ಮಾತ್ರೆ ತರೋಕೆ ಹೋಗಿದ್ದಾನೆ'' ತಿಳಿಸಿದರು ಅವನ ತಾಯಿ.

ಯಾಕೆ, ಏನೂಂತ ಕೂಡ ಕೇಳಲಿಲ್ಲ. ಅಡಿಗೆಯ ಮನೆಗೆ ಹೋಗಿ ಬಿಟ್ಟಳು. ಈ ಶಾಂತಿಯಿಂದ ತನಗೆಂದು ಮುಕ್ತಿಯೆನಿಸಿತು. ಅವಳಿಗೆ ತಲೆ ಕೆಟ್ಟಂತಾಯಿತು.

''ಅಮ್ಮ, ನಾನು ಹೋಗ್ತೀನಿ'' ಚಪ್ಪಲಿ ಮೆಟ್ಟಿ ದಢ ದಢ ಹೊರಟಾಗ ಆಕೆಗೆ ಗಾಬರಿ ''ಸವಿತಾ ನಿಂತ್ಕೋ, ಪ್ರಭು ಬರ್ತಾನೆ. ಅಥ್ವಾ ಫೋನಾದ್ರೂ ಮಾಡಿ ಕಾರು ತರಿಸ್ಕೋ'' ಎಂದರು.

ಗೇಟು ಬಳಿಯಲ್ಲಿಯೇ ನಿಂತು ''ಟ್ಯಾಕ್ಸಿ ಮಾಡಿಕೊಂಡು ಹೋಗ್ತೀನಿ. ಒಂದಿಷ್ಟು ಅರ್ಜೆಂಟ್ ಹೋಗ್ಬೇಕಿದೆ'' ತಪ್ಪು ನಿರ್ಣಯ ಕೈಗೊಂಡಳು.

ಇನ್ನಷ್ಟು, ಮತ್ತಷ್ಟು ಜೋರಾಗಿ ಕೂಗಿ ಅವಳನ್ನು ತಡೆಯಬೇಕೆನಿಸಿದರೂ, ಸೌಭಾಗ್ಯ ಸ್ವರವೇಳಲಿಲ್ಲ. ಭಯ ಅವರನ್ನು ಮುತ್ತಿದಂತಾಯಿತು.

ಒಳಗೆ ಬಂದು ಕುಸಿದು ಕೂತರು ''ಯಾಕೋ ನಂಗೆ ಭಯ ಶಾಂತಿ'' ಆಕೆಯ ಎದೆಯ ಬಡಿತ ಎರಡು ಪಟ್ಟು ಹೆಚ್ಚಾಗಿತ್ತು.

ಶಾಂತಿಗೆ ಇದು ಆತಂಕಪಡುವ ವಿಷಯವಾಗಿ ಕಾಣಲಿಲ್ಲ. ''ಭಯ ಪಡೋಂಥದೇನಿದೆ! ಸವಿತಾ ಹೆಚ್ಚು ಓದಿಕೊಂಡಿರೋ ಬುದ್ಧಿವಂತ ಹುಡ್ಗಿ. ಅಷ್ಟೊಂದು ಜವಾಬ್ದಾರಿ ಹೊತ್ತುಹೊಂಡು ನನ್ನ ಹಾಗೇ ಮನೆಯಲ್ಲೇ ಹೇಗೆ ಇರ್ತಾಳೆ'' ಎಂದಳು. ಇದು ಆಕೆಗೆ ಸರಿಯೆನಿಸಲಿಲ್ಲ.

''ಅಲ್ಲಿಗೆ ಹೋಗೋಕೆ, ಬರೋಕೆ ಯಾರು ಬೇಡಾಂದಿದ್ದಾರೆ? ಪ್ರಭು ಬರೋವರ್ಗೂ ಇರಬೇಕಿತ್ತಷ್ಟೆ. ಅವ್ನಸ್ವಭಾವ ನಿಂಗೆ ಗೊತ್ತೇ ಇದೆ. ಕೆಲವು ವಿಷ್ಯಗಳಲ್ಲಿ ಸೋಲೊಪ್ಪಿಕೊಳ್ಳೊಲ್ಲ'' ಹೇಳಿಕೊಂಡರು.

''ಬೇರೆ ಯಾವ್ದೇ ವಿಷ್ಯಗಳಿಗೆ ಹಟ ಮಾಡ್ಬಹ್ದು. ಪ್ರಾಣಕ್ಕಿಂತ ಹೆಚ್ಚಾದ ಮಡದಿ ವಿಚಾರದಲ್ಲಿ ಹಟ ಮಾಡ್ತಾನ, ಪ್ರಭು. ನೋಡೋಕೆ ದೃಢವಾಗಿ ಕಂಡರೂ ಪ್ರಭು ಮನಸ್ಸು ಬೆಣ್ಣೆಯಷ್ಟು ಮೃದು'' ಎಂದಳು ಉದ್ವೇಗದ ಸ್ವರದಲ್ಲಿ.

ನೆನಪುಗಳನ್ನು ಆಕೆಯ ಮುಂದೆ ಹಂಚಿಕೊಂಡಳು. ಕೆಲವು ಸಲ ತಿಂಡಿಗೋಸ್ಕರ ಪ್ರಭು ಲೆಕ್ಕದ ಪುಸ್ತಕ ಹರಿದರೂ ಕ್ಷಮಿಸುವಂಥ ಧಾರಾಳತನ ಅವನದಾಗಿತ್ತು.

ಪ್ರಭು ಬಂದಾಗ ಆಕ್ಷೇಪಿಸಿದ್ದು ಶಾಂತಿಯೇ ''ಮಾತ್ರೆ ಒಂದರ್ಧ ಗಂಟೆ ನಿಧಾನವಾಗಿ ತರಬಹುದಿತ್ತು.'' ಅದನ್ನು ಅವನು ಹೊರಟಾಗಲೇ ಹೇಳಿದ್ದಳು. ''ಅದೆಲ್ಲ ಇರಲಿ, ಹೋಗಿ ಮಾಧವನಿಗೆ ಮಾತ್ರೆ ಕೊಡು'' ಎನ್ನುತ್ತ ಮೆಡಿಸಿನ್ ಪ್ಯಾಕೆಟ್ ಅಲ್ಲಿಟ್ಟು ಕೋಣೆಗೆ ಹೋದ.

ಒಂದು ರೀತಿ ಉಸಿರುಗಟ್ಟುಂತಾಗಿತ್ತು. ಇಡೀ ರಾತ್ರಿ ನಿದ್ರಿಸಿರಲಿಲ್ಲ. ಇದು ಎಂಥ ಭಯಂಕರ ವೇದನೆಯೆಂದು ಇಂದೇ ಅರಿವಿಗೆ ಬಂದಿತ್ತು.

ಹಣೆಗೆ ಕೈಯೊತ್ತಿ ಕೂತಿದ್ದ ಮಗನನ್ನು ಕಂಡು ಸೌಭಾಗ್ಯ ಅವರ ಕರುಳು ಚುರುಕ್ ಎಂದಿತು.

''ನೀನು ಮಾತಾಡಿಸ್ದೇ ಹೋದೇಂತ ಸವಿತಾಗೆ ಬೇಜಾರು ಆಗಿರಬಹ್ದು. ನಿಂತು ತ್ಪೆ'' ಮಗನನ್ನೇ ದೂಷಿಸಿದರು. ಒಂದು ತರಹ ನಕ್ಕ. ''ಮಾಧವನಿಗೆ ಸರ್‍ಯಾಗಿ ಮಾತ್ರೆ ಕೊಡದಿದ್ರೆ ಮತ್ತೆ ನೋವು ಮರುಕಳಿಸುತ್ತೆ ಅಂತ ಡಾಕ್ಟ್ರು ಹೇಳಿದ್ರು. ಆ ಶಾಂತಿಯ ಸ್ವಭಾವವೋ.... ಇಷ್ಟಕ್ಕೆಲ್ಲ ಬೇಜಾರು'' ಅದನ್ನು ಒಪ್ಪಿಕೊಳ್ಳಲಿಲ್ಲ.

ಅಂದು ಇಡೀ ದಿನ ಕಾದ. ಫೋನ್ ಇಲ್ಲ. ರಾತ್ರಿ ಹತ್ತಾದರೂ ಬರಲಿಲ್ಲ. ಬೆಳಗಿನ ವೇಳೆ ಒಂದು ತೀರ್ಮಾನಕ್ಕೆ ಬಂದ.

ನಿಧಾನವಾಗಿ ಫೋನ್‌ನ ನಂಬರ್‌ಗಳನ್ನು ತಿರುಗಿಸಿದ. ''ಹಲೋ....'' ಎತ್ತಿದ್ದು ಯಾರೋ ''ಯಾರು ಬೇಕಾಗಿತ್ತು ಸರ್'' ಪ್ರಭುಗೆ ಇಂದು ತಲೆ ಬಿಸಿಯಾಗಿತ್ತು. ''ಅಮ್ಮಾವರಿಗೆ... ಕೊಡು'' ಎಂದ ''ಬೆಳಗಿನ ವಾಕ್‌ಗೆ ಹೋಗಿದ್ದಾರೆ, ಯಜಮಾನರ ಜೊತೆ'' ರಿಸೀವರ್ ಇಟ್ಟ.

ಸ್ನಾನ, ಬ್ರೇಕ್‌ಫಾಸ್ಟ್ ಮುಗಿಸಿ ನೇರವಾಗಿ ಹರಿಹರನ್ ಗೃಹಕ್ಕೆ ಬಂದ. ಜೋರು ದನಿಯಲ್ಲಿ ದೈತೋಟರೊಂದಿಗೆ ಮಾತಾಡುತ್ತಿದ್ದ ಸವಿತಾಳ ಕಣ್ಣುಗಳು ಮಿನುಗಿದವು. ಆದರೆ ಹಿಂದಿನ ದಿನ ತನ್ನ ಬಗ್ಗೆ ತೋರಿದ ಉದಾಸೀನ ಅವಳ ಮುಖ ಬಿಗಿದುಕೊಂಡಿತ್ತು. ನೋಡಿದರೂ ನೋಡದಂತೆ ನಟಿಸಿದಳು.

''ಸವಿತಾ....'' ಕೂಗಿದ.

ಮುಂದಿದ್ದ ಫೈಲನ್ನ ಪಕ್ಕಕ್ಕೆ ಸರಿಸಿ ಎದ್ದು ಬಂದಳು ''ವಾಟ್ ಎ ಸರ್‌ಪ್ರೈಜ್, ನಂಗೆ ಅನಿರೀಕ್ಷಿತ ಕೂಡ'' ಅವಳ ಮಾತಲ್ಲಿ ವ್ಯಂಗ್ಯ ಇಣಕಿತು. ''ಮನೆಗೆ ಹೋಗೋಣ ನಡೀ....'' ಅಷ್ಟೇ ಅಂದಿದ್ದು. ಅವನ ನೋಟ ಅವಳನ್ನು ದಂಡಿಸುವಂತಿತ್ತು.

ಮಧ್ಯೆ ಪಾರ್ಥಸಾರಥಿ ಆಗಮಿಸಿಬಿಟ್ಟರು. ''ಬೈ ದಿ ಬೈ, ಹೊರಡೋಣ್ವಾ, ಸವಿತಾ'' ಹೊರಡುವ ತರಾತುರಿ ತೋರಿಸಿದರು.

ಪ್ರಭು ಇನ್ನೊಂದು ಮಾತಾಡದೇ ಹೊರಗೆ ಬಂದು ನಿಂತ. ಮನಸ್ಸು, ಪ್ರಬುದ್ಧತೆ, ಹೃದಯ ಇರುವ ಹೆಣ್ಣನ್ನು ವಸ್ತುವೆಂದು ಭಾವಿಸಲಾರ. ಅನಗತ್ಯ ಅಧಿಕಾರವನ್ನು ಅವಳ ಮುಂದೆ ಚಲಾಯಿಸಲಾರ.

ಹದಿನೈದು ನಿಮಿಷದಷ್ಟು ದೀರ್ಘ ಅವಧಿ ಕಾದೇ ಅವನು ಹೊರಟಿದ್ದು. ಅವನ ಹೃದಯದಲ್ಲಿ ಭಯಂಕರ ಶೂನ್ಯ.

ಹಿಂದಿನ ದಿನ ಅವನ ಸಹೋದ್ಯೋಗಿ ಶಂಕರ ಪಿಳ್ಳೆ ಒಂದು ಗಾಳಿ ಮಾತನ್ನು ಅವನ ಕಿವಿಯ ಮೇಲೆ ಹಾಕಿದರು. ''ಒಂದು ವಿಷ್ಯ ಕೇಳ್ದೆ. ಅದು ಸುಳ್ಳಾಗಲೀಯಂತ್ಲೇ ನನ್ನ ಹಾರೈಕೆ. ಹರಿಹರನ್ ಬ್ರದರ್ ಸವಿತಾಗೆ ಡೈವೋರ್ಸ್ ಕೊಡ್ಸಿ ಬೇರೆ ಮದ್ವೆ ಮಾಡೋ ಯೋಚ್ನೆಯಲ್ಲಿ ಇದ್ದಾರಂತಲ್ಲ'' ನಕ್ಕುಬಿಟ್ಟಿದ್ದ.

ತೀರಾ ಗಂಡ, ಹೆಂಡಿರ ಮಧ್ಯದ ವಿಷಯ ಮೂರನೆ ಬಾಯಿವರೆಗೂ ಹೋಗುವುದು

ಅವನಿಗೆ ಸುತರಾಂ ಇಷ್ಟವಿಲ್ಲ. ಪಾರ್ಥಸಾರಥಿಯವರ ನಾಲಿಗೆಗೆ ಹಿಡಿತವಿಲ್ಲವೆಂದು ಮೊದಲ ಸಲ ಅವರನ್ನು ನೋಡಿದಾಗಲೇ ತಿಳಿದಿದ್ದ. ಈ ಮಟ್ಟಕ್ಕೆ ಒಯ್ಯುತ್ತಾರೆಂದು ತಿಳಿದಿರಲಿಲ್ಲ.

ಪಬ್ಲಿಕ್ ಫೋನ್ ಬೂತ್‌ನಿಂದಲೇ ಸವಿತಾನ ಸಂಪರ್ಕಿಸಿ ''ಈಗ್ಲೇ ಮನೆಗೆ ಬಾ. ಮತ್ತೆಂದು ನಾನು ಕರೆಯೋ ತೊಂದರೆ ತಗೊಳ್ಳಲಾರೆ. ಪ್ಲೀಸ್ ಕೀಪ್ ಇಟ್ ಇನ್ ಯುವರ್ ಮೈಂಡ್'' ಫೋನಿಟ್ಟು ನಿಶ್ಚಿಂತೆಯಿಂದ ಮನೆಗೆ ನಡೆದ.

ವೈರಾಗ್ಯ ಬಂದು ದಿಢೀರನೆ ಅವನನ್ನು ಅಪ್ಪಿದಂತಾಯಿತು. ಅದು ಕೆಲವು ನಿಮಿಷಗಳು ಮಾತ್ರ. ಕೆಲವು ಯಾವಾಗಲೂ ಕ್ಷಮಾರ್ಹವಲ್ಲವೆಂದು ಅವನಿಗೆ ಗೊತ್ತು.

ಮನೆಗೆ ಬರುವ ವೇಳೆಗೆ ಅವನ ಸೋದರಮಾವ ಬಂದು ಕೂತಿದ್ದ ''ಪ್ರಭು, ಬಹಳ ಕಷ್ಟಪಟ್ಟು ನಿಮ್ಮಪ್ಪ, ಅಮ್ಮನನ್ನ ಹೊರಡಿಸಿದ್ದೀನಿ. ನೀನು ಬರೀ ಅಸ್ತು ಅನ್ನಬೇಕಷ್ಟೆ. ಹೆಂಡತಿನ ಕರೆಸ್ಕೋ. ಇದ್ದ ಊರಿನಲ್ಲಿ ಮಾವನ ಮನೆ ಇದ್ದರೆ ಇದೊಂದು ತೊಂದರೆ. ಹಗಲೆಲ್ಲ ಹೆಣ್ಣು ಮಕ್ಳು ಅಪ್ಪನ ಮನೆಗೆ ಹೋಗಿ ಕೂತ್ಕೋತಾರೆ'' ಸತ್ಯವನ್ನ ಆಡಲು ಹಿಂಜರಿಯಲಿಲ್ಲ ಅವರು.

ಆ ವೇಳೆಗೆ ಚಿದಂಬರಯ್ಯನವರು ಸೊಸೆಯನ್ನು ಕರೆತರಲು ಹೋಗಿ ಒಬ್ಬರೇ ಬಂದರು.

''ಮನೆಯಲ್ಲಿ ಯಾರು ಇರ್ಲಿಲ್ಲ. ಅವ್ರ ಪಿ.ಎ. ಕೈಯಲ್ಲಿ ಲೆಟರ್ ಕೊಟ್ಟು ಬಂದಿದ್ದೀನಿ. ನೀನು ಸಂಜೆ ಹೋಗಿ ಸವಿತಾನ ಕರ್ಕೊಂಡ್ಬಾ....'' ಮಗನಿಗೆ ಹೇಳಿದರು.

ಅವರನ್ನು ಕಳಿಸಿ ಬಂದ ಪ್ರಭು ಮನೆಯಲ್ಲಿ ಒಂಟಿಯಾಗಿ ಉಳಿದ. ದಾಂಪತ್ಯ ಜೀವನದ ಬಗ್ಗೆ ಅವನಿಗೆ ಅತ್ಯಂತ ಗೌರವ. ಹೆಣ್ಣಿನ ಮನಸ್ಸಿನ ಭಾವನೆ, ಜವಾಬ್ದಾರಿಗಳನ್ನ ಅಭಿಮಾನಿಸುವಂಥ ಉತ್ತಮ ವ್ಯಕ್ತಿತ್ವ ಅವನದು.

ಬಂದ ಸ್ವಪ್ನನ ಅಲ್ಲೇ ಕೂಡಿಸಿ ಮಾಧವವನ್ನು ನೋಡಿ ಬರಲು ಹೋದ.

''ಬಾ ಪ್ರಭು....'' ಶಾಂತಿ ಅವನನ್ನು ರೂಮಿಗೆ ಕರೆದೊಯ್ದಳು. ಮಾಧವ ಅರೆ ಮಲಗಿದ್ದವನು ಕೂಡಲು ಹೋದಾಗ ತಡೆದ ''ಏಳೋದೇನು ಬೇಡ. ಈಗ ಹೇಗಿದ್ದೀರಾ?'' ಮಂಚದ ಪಕ್ಕದಲ್ಲಿಯೇ ಕೂತ.

ಹೆಂಡತಿಯ ಕೈ ಕಡೆ ಬೊಟ್ಟು ಮಾಡಿದ. ''ಅವಳ ಕೈಯಲ್ಲಿ ಸುರಕ್ಷಿತ'' ನಸುನಕ್ಕ. ಶಾಂತಿ ಮುಖ ಒಂದುತರಹ ಮಾಡಿದಳು. ''ಇವ್ರನ್ನ ಅರ್ಥ ಮಾಡಿಕೊಳ್ಳೋಕೆ ಆಗಲ್ಲ. ನಾನು ಸ್ವಲ್ಪ ಓದಿದ್ರೆ ಚೆನ್ನಾಗಿತ್ತು'' ಅವಳ ಮಾತಿಗೆ ಪ್ರಭು ನಕ್ಕುಬಿಟ್ಟ. ಇಂಥದ್ದೇ ಮಾತುಗಳನ್ನು ಆಗಾಗ ಆಡುತ್ತಿದ್ದಳು.

''ಬೆರಳಣಿಕೆಯಷ್ಟು ವಿದ್ಯಾವಂತ ಮಹಿಳೆಯರು ಒಂದು ಮಹತ್ವದ ಗುರಿ ಇಟ್ಟುಕೊಂಡು ಅದನ್ನ ತಲುಪಲು ಎಡಬಿಡದೇ ಪ್ರಯತ್ನ ಮಾಡಿ ಸಫಲರಾಗಬಹುದು. ಮಿಕ್ಕವರು ಓದನ್ನ ಹೊರಗಿನ ದುಡಿಮೆಗೆ ಬಂಡವಾಳ ಮಾಡ್ಕೋತಾರಷ್ಟೆ. ನಿನಗ್ಯಾಕೆ, ಈ ಕಾಂಪ್ಲೆಕ್ಸ್? ಯಾವ ಪುಸ್ತಕಗಳ್ನ ಬೇಕಾದ್ರೂ ಈಗ್ಲೂ ಓದು. ಅದಕ್ಕೆ ಮೀರಿದ 'ಛಲ, ಪ್ರೀತಿ' ನಿನ್ನಲ್ಲಿದೆ. ಅದೇ ಸಮಾಜ, ದೇಶವನ್ನು ನಡೆಸೋದು'' ಎಂದ.

ಅಲ್ಸರ್ ಆಪರೇಷನ್ ಆದ ಮೇಲೆ ಮಾಧವ ತೀರಾ ನಿಶ್ಯಕ್ತನಾಗಿದ್ದ. ಆರ್ಥಿಕವಾಗೇನು ಬಳಲಬೇಕಿರಲಿಲ್ಲ. ಅಂಥ ಸಮಯದಲ್ಲಿ ಅತ್ತೆ, ಮಾವನ ನೆರವು ಇದ್ದೇ ಇರುತ್ತಿತ್ತು.

ಇವನು ಹೊರಟಾಗ ಮಾಧವ ಒಂದು ಕೆಲಸ ಒಪ್ಪಿಸಿದ. ''ನಾಳೆ, ನಮ್ಮ ಮ್ಯಾರೇಜ್ ಆನಿವರ್ಸರಿ, ಶಾಂತಿಗೊಂದು ಸೀರೆ ಕೊಡ್ಸಿಕೊಂಡ್ಬಾ, ಪ್ರಭು. ವರ್ಷ ವರ್ಷ ತರ್‍ತಾ ಇದ್ದೆ. ಈ ಸಲ ಅದು ಯಾಕೆ ನಿಲ್ಲಬೇಕು'' ಪ್ರಭು ಇಲ್ಲವೆನ್ನಲಾರ.

ಆದರೆ ಅನಿರೀಕ್ಷಿತವೋ ಏನೋ, ಸದಾ ಸವಿತಾಳ ಕಣ್ಣುಗಳು ಪ್ರಭುವನ್ನ ಹುಡುಕುತ್ತಿದ್ದುದ್ದರಿಂದ ಸ್ಯಾರಿ ಸೆಂಟರ್‌ನಲ್ಲಿ ಅವರಿಬ್ಬರನ್ನು ನೋಡಿದಳು. ಅವಳ ತಲೆಯಲ್ಲಿ ಭಯಂಕರ ಪ್ರಳಯ. ಲಕ್ಷ ಲಕ್ಷಗಳ ಲಾಸ್‌ನ ವ್ಯಾವಹಾರಿಕವಾಗಿ ಹಗುರವಾಗಿ ಕಾಣಬಲ್ಲಳೇ ವಿನಾ ಪ್ರಭು ಪ್ರೀತಿ, ಸ್ನೇಹ ಕಿಂಚಿತ್ ಬೇರೆಯವರ ಸ್ವತ್ತಾಗ್ಗಲು ಅವಳು ಸಮ್ಮತಿಸಳು.

''ಎಕ್ಸ್‌ಕ್ಯೂಜ್ ಮಿ ಅಂಕಲ್.... ಪ್ಲೀಸ್ ನನ್ನ ಯಾವುದಕ್ಕೂ ಬಲವಂತವಾಗಿ ಎಳೆದೊಯ್ಯಬೇಡಿ. ನನ್ನ ವೈಯಕ್ತಿಕ ಸಮಸ್ಯೆಗಳು ಇರುತ್ತೆ'' ಸ್ವಲ್ಪ ಸೀರಿಯಸ್ಸಾಗಿಯೇ ಹೇಳಿ ಹೊರಟಿದ್ದಳು.

ಅಂತರಂಗದ ವಿಷ್ಯವನ್ನ ಶಾಂತವಾಗಿ ಹತ್ತಿಕ್ಕುವ ಪ್ರಯತ್ನ ಎನ್ನುವಂತೆ ಪ್ರಭು ನಿಶ್ಚಿಂತೆಯಿಂದ ಮಲಗಿದ್ದ. ಕಾಡಿ, ಬೇಡಿ ಸೇರಿದ ಹೂ ಅವನ ಹೃದಯದಲ್ಲಿ ಸುವಾಸನೆ ಬೀರುತ್ತಿತ್ತು. ಕಳೆದುಕೊಂಡರೂ ಸಹಿಸಲಾರದ ಸ್ಥಿತಿ.

''ಸವಿತಾನ ಹೋಗಿ ಕರ್ಕೊಂಡ್ಬಾ'' ಅವನ ತಾಯಿ ಹೇಳಿ ಹೋಗಿದ್ದಳು. ಖಂಡಿತ ಹೋಗೋಲ್ಲ. ಎಳೆದೆಳೆದು ಗಂಟು ಹಾಕುವಂಥ ಸಂಬಂಧಗಳು ತೀರಾ ಅನರ್ಥಕಾರಿ- ಇದು ಅವನ ಅಭಿಪ್ರಾಯ.

''ನೀನೇನು ಅಡ್ಗೇ ಮನೆಗೆ ಹೋಗ್ಬೇಕಾದ್ದಿತ್ತ!'' ಶಾಂತಿ ತಾಕೀತು ಮಾಡುವುದರ ಜೊತೆಗೆ ''ಪ್ರಭು, ಸವಿತಾಗೆ ವಿಷ್ಯ ತಿಳಿಸಿದ್ಯಾ? ಬಾ.... ಅನ್ನಬೇಕಿತ್ತು'' ಎಂದಿದ್ದಳು. ಅವಳಿಗೆ ಸವಿತಾಳ ಬಗ್ಗೆ ಪ್ರೀತಿ, ಅದಕ್ಕೆ ಮೀರಿದ ಗೌರವ, ಅಭಿಮಾನ.

ಅವಳು ಶ್ರೀಮಂತಳು ಅಂತ ಅಲ್ಲ. ಮೊದಲನೆಯದಾಗಿ ಪ್ರಭು ಮಡದಿ, ಎರಡನೆಯದಾಗಿ ಅವಳ ಬಳಿಯಲ್ಲಿ ಯಾವ ಬಿಗುಮಾನ ತೋರದೆ ಅಡಿಗೆ, ರಂಗೋಲಿ ಹೇಳಿಸಿಕೊಂಡಿದ್ದಳು.

ಸಂಜೆ ಆರರವರೆಗೂ ಕಾದು ಫೋನ್ ಡಿಸ್‌ಕನೆಕ್ಟ್ ಮಾಡಿದ.

ಸ್ಕೂಲ್ ಬ್ಯಾಗ್ ಹಿಡಿದು ಬಂದ ಸ್ವಪ್ನ ''ಮಾ, ಟಿ.ವಿ. ಹಾಕು'' ಅವನ ಮಡಿಲಲ್ಲಿ ಬಂದು ಕೂತಳು ಸಲಿಗೆಯಿಂದ.

ಈ ವಯಸ್ಸಿನಿಂದಲೂ ಶಾಂತಿ ಅವನ ಒಡನಾಡಿ ಎಳೆಯತನದ ಪ್ರೀತಿ, ಸ್ನೇಹ ಇಂದು ಅಳ ಮಾತು, ನಡತೆಯಲ್ಲಿತ್ತು. ವಯಸ್ಸು ಸಂದರ್ಭ ಕೂಡ ಅವಳನ್ನ ಬದಲಿಸಿರಲಿಲ್ಲ.

ಮಾಧವ ಗೊತ್ತಿದ್ದವನೇ ಆದರೆ ಮದುವೆಯ ರಿಸೆಪ್ಷನ್ ಸಮಯದಲ್ಲಿ ಶಾಂತಿ ಅವನನ್ನು

ಪರಿಚಯಿಸಿದ್ದು ಹೀಗೆ ''ಪ್ರಭುಪ್ರಸಾದ್ ಅಂತ, ನನ್ನ ಫ್ರೆಂಡ್....'' ಇಬ್ಬರು ನಕ್ಕಿದ್ದರು. ಆ ಮದುವೆಯಲ್ಲಿ ಪ್ರಭುವಿನದೇ ಹೆಚ್ಚು ಓಡಾಟ.

ಪ್ರೀತಿಯಿಂದ ಅವಳನ್ನ ತಿದ್ದುವುದರಿಂದ ಹಿಡಿದು ಅಧಿಕಾರದಿಂದ ದಂಡಿಸುವಂಥ ಶುದ್ಧ ಸ್ನೇಹ ಅವರಿಬ್ಬರ ಮಧ್ಯೆ.

ನ್ಯೂಸ್ ಕೇಳಿ ಟಿ.ವಿ. ಆಫ್ ಮಾಡಿದವನು ಅವಳ ಕೈಯಲ್ಲಿ ಹೋಂವರ್ಕ್ ಮಾಡಿಸತೊಡಗಿದಾಗ ಕಾರು ಬಂದು ನಿಂತ ಸದ್ದು ಕೇಳಿಸಿತು. ಅದರ ಹಿಂದೆಯೇ ಗೇಟು ತೆರೆದ ಸದ್ದು.

ವಿದೇಶಿ ಪರಿಮಳ ಎಲ್ಲೆಡೆ ವ್ಯಾಪಿಸಿತು. ಅತ್ತ ನೋಡಲು ಇಲ್ಲ. ಒಮ್ಮೆ ತೆಗೆದುಕೊಂಡ ನಿರ್ಣಯಗಳನ್ನು ಅವನೇ ಬದಲಾಯಿಸಿಕೊಳ್ಳಲು ಸಮರ್ಥನಾಗುತ್ತಿರಲಿಲ್ಲ.

''ಸವಿತಾ.... ಬಂತು'' ರೂಮಿನ ಬಾಗಿಲು ಬಳಿ ಹೋಗಿ ನಿಂತಳು. ತೀರಾ ಮುದ್ದು ಮುದ್ದಾಗಿದ್ದ ಅವಳನ್ನ ಕಂಡರೇ ಇಷ್ಟವೇ ''ಬಾ.... ಇಲ್ಲಿ.'' ಹತ್ತಿರಕ್ಕೆ ಕರೆದಳು.

ಬಂದ ಸ್ವಪ್ನಗೆ ಹತ್ತರ ನೋಟವನ್ನು ಕೊಟ್ಟು ''ಚಾಕಲೇಟ್.... ತಗೋ'' ಹೇಳಿದಳು. ಅವಳಿಗೆ ಯಾರು ಹಣವನ್ನು ಕೊಡುತ್ತಿರಲಿಲ್ಲ. ಖುಷಿಯಿಂದ ತೆಗೆದುಕೊಂಡು ಓಡಿದಳು. ಮುಂದಿನ ಅನಾಹುತದ ಪರಿವೆ ಇದ್ದಿದ್ದರೆ ಅವಳು ಕೊಡುತ್ತಿರಲಿಲ್ಲ.

''ಸ್ವಪ್ನ...'' ಇವನು ಕೂಗವ ವೇಳೆಗೆ ಅವಳು ಓಡಿಬಿಟ್ಟಳು. ''ಯಾಕೆ ಕೊಟ್ಟೆ, ಅವಳಿಗೆ ಹಣ?'' ಅವನ ಸ್ವರ ಕಠಿಣವಾಗಿತ್ತು. ಸವಿತಾ ಮಾತಾಡಲಿಲ್ಲ.

ಅನ್ನಕ್ಕೆ ಇಟ್ಟು ಬಂದು ಹಾಲ್‌ನಲ್ಲಿ ಪೇಪರ್ ನೋಡುತ್ತ ಕೂತ ಪ್ರಭು. ಎರಡೇ ನಿಮಿಷದಲ್ಲಿ ರೋಡಿನ ಕೊನೆಯ ಮನೆಯ ಹುಡುಗ ಓಡಿ ಬಂದ.

''ಸರ್, ಸ್ವಪ್ನ ಕಾರಿಗೆ ಸಿಕ್ಕಳು''

ಭಯಂಕರ ಪ್ರಳಯವಾದಂತೆ ಬೆಚ್ಚಿಬಿದ್ದ ಪ್ರಭು.

ಪ್ರಜ್ಞಾಹೀನಳಾದ ಅವಳನ್ನು ಆಸ್ಪತ್ರೆಗೆ ಸೇರಿಸಿದ್ದು ಅವನೇ. ತಲೆ, ಕಾಲು, ಕೈಗೆ ಪೆಟ್ಟು ಬಿದ್ದಿತ್ತು. ಅಪಾಯದಿಂದ ಪಾರಾಗಲು ಡಾಕ್ಟರ್ ನಲವತ್ತೆಂಟು ಗಂಟೆಗಳ ಗಡುವನ್ನು ವಿಧಿಸಿದ್ದರು.

ಮಾಧವ ಗಳಗಳನೆ ಅತ್ತ ''ಶಾಂತಿನ ನೀನೆ ಸಮಾಧಾನ ಮಾಡ್ಬೇಕು. ಅವ್ಳಿಗೆ ಮಕ್ಳು ಮೇಲೆ ವಿಪರೀತದ ಕೆಟ್ಟ ಪ್ರೀತಿ ಸ್ವಪ್ನಳಿಗೆ ಏನಾದ್ರೂ ಆದರೆ, ಆವ್ಳು ಬದುಕೋಲ್ಲ'' ಆ ಸಮಯದಲ್ಲಿ ಅವನಿಗೇನು ಹೇಳಬೇಕೊ ಗೊತ್ತಾಗಲಿಲ್ಲ.

ಆಸ್ಪತ್ರೆಗೆ ತಂದಾಗಲೂ ಹತ್ತರ ನೋಟು ಸ್ವಪ್ನಳ ಮುಷ್ಟಿಯಲ್ಲೇ ಇತ್ತು.

ಆ ಸಮಯದಲ್ಲೂ ಶಾಂತಿ ''ಪ್ರಭು, ನೀನು ಮನೆಗೆ ಹೋಗು, ಸವಿತಾ ಒಬ್ಬರೇ ಇದ್ದಾರೆ. ಪ್ಲೀಸ್ ನನ್ಮಾತು ಕೇಳು'' ಬಲವಂತ ಮಾಡಿ ಕಳಿಸಿದಳು.

ಮನೆಗೆ ಬಂದಾಗ ಮೂರು ಗಂಟೆಯ ಸಮಯ. ಹೆದರಿದ ಮುಖದಲ್ಲಿಯೇ ಬಾಗಿಲು ತೆಗೆದ ಸವಿತಾ ''ಹೇಗಿದೆ ಸ್ವಪ್ನಗೆ?'' ಅವಳಿಗೆ ಪಶ್ಚಾತ್ತಾಪವಾಗಿತ್ತು.

ದಬ್ಬುವಂಥ ವಾತಾವರಣದಲ್ಲಿ ಅವನಿಗೆ ಇರಲಾಗಲಿಲ್ಲ.

''ಮಲಕ್ಕೋ ಸವಿತಾ....'' ಎಂದವ ಹೊರಗಿನ ಸೋಫಾ ಮೇಲೆ ಬಂದು ಕುಕ್ಕರಿಸಿದ ''ಪ್ರಭು, ಸ್ವಪ್ನಗೆ ಏನು ಆಗೋಲ್ವಾ! ನಾನೆಂದು ಮನಸಿಟ್ಟು ದೇವರ ಪೂಜೆ ಮಾಡದೋಳೇ ಅಲ್ಲ... ಅಮ್ಮ ನನ್ನ ಆಗಾಗ ಬಯ್ತಾ ಇರ್ತಾಳೆ....'' ಆಸ್ಪತ್ರೆಯಲ್ಲಿ ತಾನು ಮಾಡಿದ ಅಪರಾಧಕ್ಕೆ ದೇವರಿಂದ ಶಿಕ್ಷೆಯೇ ಎನ್ನುವಂತಿತ್ತು ಅವಳ ಮನಸ್ಥಿತಿ.

''ಏನೇನೋ ಮಾತಾಡ್ಬೇಡ, ಶಾಂತಿ. ನಿನ್ನಷ್ಟು ಒಳ್ಳೆಯತನ, ಮಾನವೀಯ ಗುಣಗಳು ಶೇಕಡ ಹತ್ತರಷ್ಟು ಜನರಲ್ಲಿ ಇದ್ದಿದ್ರೂ.... ಇಂಥ ಪರಿಸ್ಥಿತಿ ಉಂಟಾಗುತ್ತಿರಲಿಲ್ಲ. ನಿನ್ನಂಥವ್ರಿಗೆ ಯಾವ ದೇವರು ಶಿಕ್ಷೆ ಕೊಡೋಕ್ಕಾಗೋಲ್ಲ. ಅಂಥ ದೇವರ ಅಗತ್ಯ ಯಾರಿಗೂ ಬೇಡ. ಸ್ವಪ್ನಗೆ ಏನು ಆಗೋಲ್ಲ'' ಹೇಳಿದ್ದ.

ರಕ್ತದಿಂದ ತೊಯ್ದ ನೋಟು ನೋಡುತ್ತಿದ್ದಂಗೆ ಸವಿತಾಳ ಕರುಳು ಕತ್ತರಿಸಿಂದಾಯಿತು. 'ಸವಿತಾ.... ಸವಿತಾ...' ಮುದ್ದು ಮೊಗದ ಸ್ವಪ್ನ ಈಗಲೂ ಬಾಗಿಲಲ್ಲಿ ಇಣಕಿ ಕೂಗಿದಂತಾಯಿತು.

ಪ್ರಭುಗೆ ತಾನು ಬಹು ದೊಡ್ಡ ಅಪರಾಧಿನಿಯಂತೆ ಕಾಣಬಹುದು. ಇದು ಸಹಿಸುವುದು ಅವಳಿಂದ ಸಾಧ್ಯವಿಲ್ಲ.

''ಸಾರಿ.... ಪ್ರಭು.... ನಂಗೆ ಹೀಗಾಗುತ್ತೇಂತ ಗೊತ್ತಿರಲಿಲ್ಲ'' ಅವನ ತೊಡೆಯ ಮೇಲೆ ತಲೆ ಇಟ್ಟು ಬಿಕ್ಕಳಿಸಿದಳು. ಎರಡು ನಿಮಿಷದ ನಂತರವೇ ಅವನ ಕೈ ಮಡದಿಯ ಕೂದಲನ್ನ ಸ್ಪರ್ಶಿಸಿದ್ದು. ''ಸಮಾಧಾನ ಮಾಡ್ಕೋ, ಸವಿತಾ. ಅದ್ರಲ್ಲಿ ನಿನ್ನ ತಪ್ಪೇನು? ಹತ್ತರ ನೋಟು ಕೊಟ್ಟಿದ್ದೇಕೆ ಎನ್ನುವ ಪ್ರಶ್ನೆಗೆ ನಿನ್ನಲ್ಲಿ ಕೂಡ ಬಹುಶಃ ಉತ್ತರವಿಲ್ಲ. ಹೋಗಿ ಮಲಕ್ಕೋ'' ಕೈ ಹಿಂದಕ್ಕೆ ತಗೊಂಡ

ಗಂಡನ ಮುಖ ದಿಟ್ಟಿಸುವ ಧೈರ್ಯ ಕೂಡ ಸವಿತಾಗೆ ಆಗಲಿಲ್ಲ. ಮಲಗಲು ಹೋದವಳು ಹಿಂದಕ್ಕೆ ಬಂದಳು.

''ಅಮ್ಮ, ಅಪ್ಪ... ಎಲ್ಲಿ?'' ಕೇಳಿದಳು.

ಚಿದಂಬರಯ್ಯನವರು ಹೋಗಿ ಕಾದು ಒಂದು ಚೀಟಿ ಬರೆದು ಪಿ.ಎ. ಕೈಯಲ್ಲಿಟ್ಟು ಕೊಟ್ಟು ಬಂದಿರುವ ವಿಷಯ ತಿಳಿಸಿದ್ದರು. ಬೆಳಿಗ್ಗೆ ಕೂಡ ನೋಡಿದರೂ ನೋಡದಂತೆ ನಟಿಸಿದ್ದು ಇನ್ನು ಅವನ ಕಣ್ಮುಂದಿತ್ತು.

''ಮಾವನ ಜೊತೆ ಹೋಗಿದ್ದಾರೆ'' ಅಷ್ಟೆ ಹೇಳಿದ್ದು.

ಪೂರ್ತಿ ನಿದ್ರಿಸದ ಪ್ರಭು ಬೆಳಗಿನ ಜಾವ ಬೇಗ ಎದ್ದು ಕಾಫಿ ಮಾಡಿ ಫ್ಲಾಸ್ಕ್‌ಗೆ ಹಾಕಿಕೊಂಡವನು ಬಂದಂಗೆ ಒಂದಿಷ್ಟು ಅವಲಕ್ಕಿ ಒಗ್ಗರಣೆ ಹಾಕಿದ.

ಎದ್ದು ಬಂದ ಸವಿತಾಗೆ ಹೇಳಿದ ''ನಾನು ಆಸ್ಪತ್ರೆಗೆ ಹೋಗ್ತಾ ಇದ್ದೀನಿ'' ಸವಿತಾ ಉರಿಯುವ ಕಣ್ಣುಗಳನ್ನು ಹೊಸಕಿಕೊಳ್ಳುತ್ತ''ನಾನು ಬರ್ತೀನಿ.'' ಎನ್ನುತ್ತಫೋನ್ ಮಾಡಲು ಹೋದವಳು ತಕ್ಷಣವೇ ಹಿಂದಿರುಗಿದಳು ''ಫೋನ್ ಡಿಸ್‌ಕನೆಕ್ಟ್ ಆಗಿದೆ!'' ಆಶ್ಚರ್ಯ ವ್ಯಕ್ತಪಡಿಸಿದಳು.

''ಹೌದು....'' ಹೊರಟೇಬಿಟ್ಟ.

ಗರಬಡಿದವಳಂತೆ ನಿಂತಳು ಸವಿತಾ. ಹೊರಗೆ ಎಂಥ ಸಮಸ್ಯೆಗಳನ್ನು ಫೇಸ್ ಮಾಡಬಲ್ಲವಳು, ಪ್ರಭು ಮುಂದೆ ದುರ್ಬಲವಾಗಿಬಿಡುತ್ತಿದ್ದಳು, ಯಾಕೆ ? ಉತ್ತರ ಎಟುಕುತ್ತಿರಲಿಲ್ಲ ಅವಳಿಗೆ.

ಬಂದ ಕೆಲಸದವಳ ಸಹಾಯದಿಂದ ಸೆರಗನ್ನು ಸೊಂಟಕ್ಕೆ ಸಿಕ್ಕಿಸಿ ತಾನೇ ಅಡಿಗೆ ಮಾಡಿದಳು. ಫೋನ್ ಕನೆಕ್ಟ್ ಮಾಡಲು ಹೋಗಲಿಲ್ಲ. ಮತ್ತೆ ಫೋನ್ ಬರುವುದು, ತಾನು ಹೋಗುವುದು- ಅವೆಲ್ಲ ಬೇಡವೆನಿಸಿತ್ತು.

ಕೊನೆಯ ಮನೆ ಶಂಕರ ಬಂದು ಕಾಲಿಂಗ್ ಬೆಲ್ ಒತ್ತಿದ''ಸಾರ್ ಹೇಳಿದ್ರು, ಎನಿ ಹೆಲ್ಪ್ ಮೇಡಮ್....'' ಎಂದ. ಏನು ಬೇಡವೆಂದು ತಲೆಯಾಡಿಸಿದಳು. ''ಈಗ ಹೇಗಿದ್ದಾಳೆ?'' ಸ್ವಪ್ನ ನಡಗುವ ಸ್ವರದಲ್ಲಿ ವಿಚಾರಿಸದಳು.

''ಏನೂ ಹೇಳೋಕಾಗೋಲ್ಲ! ನಿಮ್ಮನ್ನಸಾರ್ ಊಟ ಮಾಡೋಕ್ಹೇಳಿದ್ದಾರೆ. ಮತ್ತೇನಾದ್ರೂ ಬೇಕಾ ಮೇಡಮ್'' ಮತ್ತೆ ತಲೆ ಅಲ್ಲಾಡಿಸಿದಳು.

ಇಡೀ ಮನೆಗೆ ಒಂಟಿ. ಸಾಧಾರಣ ಗೃಹಿಣಿಯಂತೆ ದೇವರ ಮನೆಯಲ್ಲಿ ಓರಣ ಮಾಡಿದಳು. ಕಿಟಕಿಯ ಪರದೆಗಳನ್ನೆಲ್ಲ ಸರಿಪಡಿಸಿದಳು. ತೋಚಿದಂತೆ ಅಡಿಗೆ ಮಾಡಿಟ್ಟಳು. ಇದನ್ನೆಲ್ಲ ಮಾಡಲು ಹರಿಹರನ್ ಬಂಗ್ಲೆಯಲ್ಲಿ ನಾಲ್ಕಾರು ಕೆಲಸದವರಿದ್ದರು.

ಆರಾಮಾಗಿ ಸೋಫಾದಲ್ಲಿ ಕೂತು ಪೇಪರ್ ತಿರುವತೊಡಗಿದಳು.

ಮಧ್ಯಾಹ್ನದ ಸುಮಾರಿಗೆ ಪ್ರಭು ಬಂದ. ಬೆಳಿಗ್ಗೆ ಷೇವ್ ಮಾಡಿರದ ಕಾರಣ ಒಂದು ದಿನದ ಗಡ್ಡವಿತ್ತು. ಸವಿತಾ ಮನೆಯಲ್ಲಿದ್ದಾಳೆಂದುಕೊಂಡೇ ಬಂದಿದ್ದ.

''ಊಟ ಆಯ್ತಾ?'' ಕೇಳಿದ.

''ಇಲ್ಲ...'' ಎಂದಳು.

ವಾಚ್‌ನತ್ತನೋಡಿದ. ಎರಡಕ್ಕೆ ಹತ್ತು ನಿಮಿಷವಿತ್ತು. ''ಯಾಕೆ ಮಾಡ್ಲಿಲ್ಲ?'' ಎಂದ. ಬಹುಶಃ ಆ ಮನೆಗೆ ಹೋಗಿರಬಹುದೇನೋ ಅಂದುಕೊಂಡರು. ಪ್ರಶ್ನಿಸಲು ಹೋಗಲಿಲ್ಲ.

ಬಾತ್ ರೂಂಗೆ ಹೋಗಿ ಬಂದವನು ರೂಮಿಗೆ ಕೂಡ ಹೋಗದೆ ಸೋಫಾ ಮೇಲೆ ಕೂತು ಕಣ್ಮುಚ್ಚಿದ್ದ. ಡಾಕ್ಟರ್ ಕೊಟ್ಟ ನಲವತ್ತೆಂಟು ಗಂಟೆಗಳ ಗಡುವು ದಾಟಬೇಕಿತ್ತು.

''ಸ್ವಪ್ನ ಹೋದ್ರೂ ಶಾಂತಿನ ನೀನು ನನಗೆ ಉಳ್ಸಿ ಕೊಡ್ಬೇಕು, ಪ್ರಭು'' ಮಾಧವ ತಬ್ಬಿ

ರೋದಿಸಿದ್ದ.

''ಊಟ ಮಾಡಿ'' ಸವಿತಾ ಬಂದು ಎದುರು ನಿಂತಳು. ನೋಟವೆತ್ತಿದವನ ದೃಷ್ಟಿ ಹಾಗೆಯೇ ಇತ್ತು. ಕಾಸ್ಲಿಯಾದ ಸೀರೆಯಾದರೂ ಸಾಧಾರಣವಾಗಿ ಉಟ್ಟಿದ್ದಳು. ಒಂದು ಜಡೆ, ಅದರಲ್ಲಿನ ಒಂಟಿ ಗುಲಾಬಿ, ಸೆರಗನ್ನ ಸೊಂಟಕ್ಕೆ ಸಿಕ್ಕಿಸಿದ್ದ ರೀತಿ. ಅವನ ತುಟಿಯಂಚಿನಲ್ಲಿ ನಗು ಮಿನುಗಿತು. ''ಯಾಕೆ ನಗ್ತೀರಾ?'' ಎಂದಳು. ''ನನಗೆ ವಿದ್ಯಾರ್ಥಿಯಾಗಿದ್ದ ಸವಿತಾಳ ನೆನಪಾಯ್ತು ಅಷ್ಟೆ''

ಅತ್ಯಂತ ಮಾಡರ್ನ್ ಉಡುಪಿನಲ್ಲಿ ಡ್ರೈವ್ ಮಾಡುತ್ತ ಬರುತ್ತಿದ್ದ ಸವಿತಾ ವಿದ್ಯಾರ್ಥಿಗಳ ಕನಸಿನ ರಾಣಿಯಾಗಿದ್ದಳು ಎಂಬ ಸಂಗತಿ ಅವನಿಗೇನು ತಿಳಿಯದಲ್ಲ. 'ಕಾಲೇಜ್ ಬ್ಯೂಟಿ' ಹುಡುಗರ ಪಿಸು ನುಡಿಗಳನ್ನು ಕಿವಿಯಾರೆ ಕೇಳಿದ್ದ.

''ಊಟ ಮಾಡೋಣ'' ಮತ್ತೆ ಹೇಳಿದಳು.

ಹೋಟೆಲ್‌ನಲ್ಲಿ ಏನೋ ತಿಂದಿದ್ದ. ಹಸಿವೇನು ಇರಲಿಲ್ಲ ಹಾಗೆಯೇ ಸವಿತಾ ಅವನ ಮುಂದೆ ನಿಲ್ಲುವುದು ಅವನಿಗೆ ಬೇಡವಾಗಿತ್ತು.

''ನನ್ನ ಊಟ ಆಯ್ತು, ನೀನು ಊಟ ಮಾಡು'' ಪೂರ್ತಿ ಹಿಂದಕ್ಕೆ ಒರಗಿ ಕಣ್ಮುಚ್ಚಿದವನು ಮತ್ತೆ ಉಸುರಿದ. ''ಪ್ಲೀಸ್, ಲೀವ್ ಮಿ ಅಲೋನ್''

ತುಟಿ ಕಚ್ಚಿ ಸವಿತಾ ಅಳು ನುಂಗಿದಳು.

ದಢದಢನೆ ಕೋಣೆಯತ್ತ ಹೋದವಳು ''ನೀನು ಊಟ ಮಾಡದಿದ್ರೆ ನಂಗೂ ಬೇಡ. ನಂಗೆ ಹಸಿವು ತಡೆದು ಅಭ್ಯಾಸವಿಲ್ಲ, ಸತ್ತುಹೋಗ್ತೀನಿ ಅಷ್ಟೆ'' ಬೆದರಿಕೆಯ ಬಾಂಬ್ ಹಾರಿಸಿದಳು.

ಕಾಡುತ್ತಲೇ ಬಂದ ಹೆಣ್ಣು. ಬೇಸರದಿಂದಲೇ ಎದ್ದು ಊಟದ ಮನೆಗೆ ಹೋದ. ತಟ್ಟೆ ಹಾಕಿ ನೀರಿಟ್ಟು ಅಡಿಗೆಯನ್ನು ಮುಚ್ಚಿಟ್ಟಿದ್ದಳು. ಕ್ಷಣ ಅಪ್ಪಿ ಮುದ್ದಾಡಿಬಿಡಬೇಕೆನಿಸಿತು. ಆದರೆ ಹೋದಾಗ ಅವಳು ತೋರಿದ ಉದಾಸೀನ ಇವನ್ನೆಲ್ಲ ಮರೆಸುವಂತಿತ್ತು.

''ಬಾ, ಊಟ ಮಾಡೋಣ'' ಕರೆದ.

ತಾನೇ ಅವಳ ತಟ್ಟೆಗೆ ಬಡಿಸಿದ. ಜೀವನಕ್ಕೆ ಬಂದ ಹೆಣ್ಣು ನೋಯಬಾರದು. ಕಲ್ಯಾಣ ಮಂಟಪದಲ್ಲಿದ್ದ ವಿಧಿಗಳು, ಪ್ರಮಾಣಗಳು ಬರೀ ತೋರಿಕೆಯಾಗಿ ಉಳಿಯಬಾರದು. ದಂಪತಿಗಳು ಅದನ್ನು ಗೌರವಿಸಬೇಕೆಂಬುದು ಅವನ ಅಭಿಮತ.

ಅವನು ತಿಂದಿದ್ದು ಬಹಳ ಕಡಿಮೆ. ಹೆಚ್ಚು ಹಸಿದಿದ್ದಳೇನೋ, ಗಬ ಗಬ ತಿಂದಳು. ಸಹಾನುಭೂತಿಯಿಂದ ಕುಸಿದ. ಎರಡು ಕಡೆಯ ಒತ್ತಡಗಳಿಂದ ಅವಳು ನೋಯಬಾರದು.

ಅಷ್ಟರಲ್ಲಿ ಶಂಕರ ಬಂದು ಅವನನ್ನು ಕರೆದೊಯ್ದ.

ಹತ್ತೇ ನಿಮಿಷದಲ್ಲಿ ಕಾರು ಬಂತು. ''ಬರೋಲ್ಲ...'' ಹೇಳಿಕಳಿಸಿದಳು.

ಅರ್ಧ ಗಂಟೆಯಲ್ಲಿ ಹರಿಹರನ್ ಬಂದರು. ಸಾಧಾರಣ ಸೀರೆಯುಟ್ಟು ಮಧ್ಯಮ ದರ್ಜೆಯ ಗೃಹಿಣಿಯಂತೆ ಕಂಡ ಮಗಳನ್ನು ನೋಡಿ ತಳಮಳಿಸಿ ಹೋದರು.

''ಏನಿದು?'' ಅವರ ಹುಬ್ಬುಗಂಟಾಯಿತು.

ಆರಾಮವಾದ ಸ್ವಚ್ಛ ಗುಲಾಬಿಯ ನಗೆ ಬೀರಿದಳು. ''ಹೇಗಿದೆ ಡ್ಯಾಡಿ, ನಂಗೆ ಇಷ್ಟವಾಯ್ತು'' ನಿಟ್ಟುಸಿರು ದಬ್ಬಿದವಳು ಕೈ ಹಿಡಿದು ಒಳಗೆ ಕರೆದೊಯ್ದಳು.

''ಡ್ಯಾಡ್, ನಿಮ್ಮ ಊಟ ಆಯ್ತಾ?''

ಇಲ್ಲವೆನ್ನುವಂತೆ ತಲೆಯಾಡಿಸಿದರು. ''ಐ ಹ್ಯಾವ್ ಡನ್ ಒನ್ ಮಿಸ್ಟೇಕ್, ನಿನ್ನ ಕುಣಿತಕ್ಕೆ ನಾನು ಒಪ್ಪಬಾರ್ದಿತ್ತು. ಸಿಲ್ಲಿ ಗರ್ಲ್....'' ಪ್ರೀತಿಯಿಂದ ಬೈಯ್ದರು.

''ಪ್ಲೀಸ್, ನಂಗೋಸ್ಕರ ಇಂದೊಂದಿಷ್ಟು ಮಾಡಿ ಡ್ಯಾಡಿ, ಪ್ಲೀಸ್....'' ಅವರನ್ನ ಓಲೈಸಿದಳು. ಹುಸಿ ಮುನಿಸಿನಿಂದ ಮಗಳ ತಲೆಯ ಮೇಲೊಂದು ಮೊಟಕಿದರು. ''ನಾಟಿ ಗರ್ಲ್, ಸುಮ್ನೇ ನನ್ನ ತಲೆಗೆ ಚಿಂತೆ ಹತ್ತಿಸ್ದೆ''

ಆದರೆ ಪಟ್ಟು ಬಿಡದೆ ಪಂಚೆಯುಡುವಂತೆ ಪಟ್ಟು ಹಿಡಿದು, ರೇಶಿಮೆಯ ಮೇಲು ವಸ್ತ್ರ ಹೊದ್ದಿಸಿ ನೆಲದ ಮೇಲೆ ಮಣೆ, ಎಲೆ ಹಾಕಿದಳು.

''ನೀವು ಊಟಕ್ಕೆ ಕೂತ್ಕೊಳ್ಳಿ, ಡ್ಯಾಡ್. ನಾನು ಹತ್ತಿರ ಕೂತ್ಕೊಂಡ್ ಬಡಿಸ್ತೀನಿ'' ಹಟದಿಂದ ಅವರನ್ನು ಒಪ್ಪಿಸಿದಳು.

ಗೊಣಗಿಕೊಂಡೇ ಕೂತರು. ಮೊದಲು ಕಷ್ಟಪಡಬೇಕಾಯಿತು. ನೆಲದ ಮೇಲೆ ಹತ್ತಿರದಲ್ಲಿ ಕೂತು ಪ್ರೀತಿಯಿಂದ ಮಾತಾಡುತ್ತ ಬಡಿಸತೊಡಗಿದಳು.

''ಇವತ್ತು ಅಡಿಗೆ ನಾನೇ ಮಾಡಿದ್ದು, ಡ್ಯಾಡ್. ಅಮ್ಮ ಅಪ್ಪ ಊರಲಿಲ್ಲ, ಇವತ್ತು ಎಲ್ಲಾ ಕೆಲ್ಸ ನಾನೇ ಮಾಡ್ದೇ. ಎಷ್ಟು ಮಜವಾಗಿತ್ತು, ಗೊತ್ತಾ'' ಎಂದಳು.

ಮಗಳನ್ನ ತದೇಕಚಿತ್ತರಾಗಿ ನೋಡಿದರು. ಇಷ್ಟು ಸಂತೋಷ, ತೃಪ್ತಿ ತಾವು ಎಂದೂ ಅವಳ ಮುಖದ ಮೇಲೆ ಕಂಡಿಲ್ಲವೆಂದುಕೊಂಡರು.

ಹುಳಿ, ಖಾರ ಹೆಚ್ಚು ಕಡಿಮೆ ಇದ್ದರೂ ತಮ್ಮ ಮನೆಯ ಊಟಕ್ಕಿಂತ ಸ್ವಲ್ಪ ಭಿನ್ನವಾದ ನಾಲ್ಕಾರು ಪದಾರ್ಥಗಳನ್ನು ತಿನ್ನುವ ಗೋಜಿಲ್ಲದ ಊಟ ಅವರಿಗೆ ಪ್ರಿಯವೆನಿಸಿತು.

''ಗುಡ್, ಅಡಿಗೆ ತುಂಬ ಚೆನ್ನಾಗಿದೆ. ಫೆಂಟಾಸ್ಟಿಕ್....'' ಮಗಳ ಕೆನ್ನೆ ಸವರುತ್ತ ಬಾಯಿ ತುಂಬ ಹೊಗಳಿದರು.

ಹರಿಹರನ್ ಆರಾಮಾಗಿ ಕೂತಾಗ ''ಡ್ಯಾಡ್, ನಾನು ಅಲ್ಲಿಗಿಂತ ಇಲ್ಲಿ ಹೆಚ್ಚು ಸುಖವಾಗಿದ್ದೀನಿ ಅನ್ನಿಸೋಲ್ವಾ! ಈಗ ನಿಮ್ಗೆ ನೀರು ಬೇಕಿತ್ತು ಅಂದ್ಕೊಳ್ಳಿ, ನಾನೇ ತುಂಬಿ ಕೊಡ್ಬೇಕು. ಅಲ್ಲಿ ಆ ಕೆಲ್ಸಕ್ಕೆ ಬೇರೆ ಜನ ಇದ್ದಾರೆ. ಆಗ ತಂದೆ ಮಗಳ ವಾತ್ಸಲ್ಯದ ಮಧ್ಯೆ ಅವ್ರು ಇದ್ದಾರೆ ಅನ್ನಿಸೋಲ್ವಾ'' ಪುಟ್ಟ ಮಗುವಿನಂತೆ ಅವಳು ಮಾತಾಡಿದಾಗ ನಕ್ಕುಬಿಟ್ಟರು ಅವರು.

''ಅಂತೂ ಪ್ರಭು ನಿಂಗೆ ಮನೆಯಲ್ಲಿ ಕೂಡ ಪಾಠ ಶುರು ಮಾಡಿದ್ದಾರೆ ಅನ್ನಿಸುತ್ತೆ. ನಮ್ಮ ಹುಡ್ಗೀಗೆ ಬಲೆ ಹಾಕ್ದ ವ್ಯಕ್ತಿ ಸಾಮಾನ್ಯನ!'' ಹುಬ್ಬು ಕುಣಿಸಿ ಬಾಯಿ ತುಂಬ ನಕ್ಕರು.

''ನಿನ್ನ ಅಂಕಲ್ ವೆಯಿಟ್ ಮಾಡ್ತಾ ಇದ್ದಾರೆ. ಹೋಗೋಣ್ವಾ!'' ಮೇಲೆದ್ದರು. ಸವಿತಾ ಮನ ಸಮ್ಮತಿಸಲಿಲ್ಲ. ''ಬೇಡ ಡ್ಯಾಡ್, ಹೇಗೂ ನಾಳೆ ಬರ್ತೀನಿ'' ನಿರಾಕರಿಸಿದಳು.

ತಂದೆಯನ್ನ ಕಾರು ಹತ್ತಿಸಿದ ಮೇಲೆಯೇ ಅವಳು ಹೊರಟಿದ್ದು. ಪ್ರಭು ಒಪ್ಪಿದರೆ ಒಂದು ಬಂಗ್ಲೆಯನ್ನೇ ಮಗಳಿಗೆ ಖರೀದಿಸಿ ಕೊಡಬಲ್ಲರು.

ಸಂಜೆ ಪ್ರಭು ಮನಗೆ ಬೇಗ ಬಂದ. ಸ್ವಪ್ನ ಇನ್ನು ಅಪಾಯದಿಂದ ಪಾರಾಗಿರಲಿಲ್ಲ.

''ಸವಿತಾ ಮನೆಯಲ್ಲಿ ಒಬ್ಳೇ. ಆ ಮನೆಗೆ ಬಿಟ್ಟು ಬರ್ತೀನಿ'' ಎಂದ ಮಂಕಾಗಿ. ''ಮಗುವಿನ ಸ್ಥಿತಿ ಕ್ರಿಟಿಕಲ್. ಗಾಡ್ ಈಸ್ ಗ್ರೇಟ್....'' ಡಾಕ್ಟರ್ ಆಕಾಶದತ್ತ ಕೈ ತೋರಿದ್ದರು.

ಶಾಂತಿ ಒಂದು ತೊಟ್ಟು ನೀರೂ ಬಾಯಿಗೆ ಹಾಕಿರಲಿಲ್ಲ. ಶತ ಪ್ರಯತ್ನ ಮಾಡಿ ಸಾಕಾಗಿದ್ದ.

ಕಾಫೀ ತಂದಿಟ್ಟ ಸವಿತಾ ಮುಖ ಸಪ್ಪಗಾಗಿತ್ತು. ''ನಾನು ಬರ್ತೀನಿ ಆಸ್ಪತ್ರೆಗೆ. ನಾನು ಯಾವ್ದೇ ದುರುದ್ದೇಶದಿಂದ ಅಪ್ಪಿಗೆ ನೋಟು ಕೊಡ್ಲಿಲ್ಲ'' ಅದನ್ನೇ ಪುನರುಚ್ಚರಿಸಿದಳು.

''ಫರ್‌ಗೆಟ್ ಇಟ್, ಅದು ಆಕಸ್ಮಿಕ ಅಂತ ನಾನು ಅಂತೀನಿ. ಅದನ್ನೆ ಎಲ್ಲಾ ನಂಬೋದು. ಆದರೆ ಒಪ್ಪದೇ ಇರೋದು ನಿನ್ನ ಅಂತರಾತ್ಮ ಮಾತ್ರ. ಅದ್ನ ಸಂತೈಯಿಸಿಕೋ ಸಾಕು'' ಸ್ಪಷ್ಟವಾಗಿ ಹೇಳಿದ.

ಮತ್ತೆ ಹೊರಟು ನಿಂತಾಗ ತಾನು ಬರುವುದಾಗಿ ಸವಿತಾ ನುಡಿದಳು. ಬೀಗ ಹಾಕಿದವನು ತೆಗೆದು ಶಾಲು ತಂದು ಅವಳಿಗೆ ಹೊದ್ದಿಸಿದ.

''ಶಾಂತಿ ಸುಮ್ನೇ ಇರು. ಈಗ ಏನಾಗಿದೇಂತ? ಸಿಲ್ಲಿ ಗರ್ಲ್....'' ಕಣ್ಣೀರು ತೊಡೆದು ಪ್ರಭು ಸಂತೈಯಿಸತೊಡಗಿದಾಗ ಸವಿತಾಳ ತಲೆ ಸುತ್ತತೊಡಗಿತು.

ಅವಳ ಮನದಲ್ಲಿ ಅಸ್ಪಷ್ಟಗೊಂಡ ಚಿತ್ರ ಸ್ಪಷ್ಟವಾದ ರೂಪು ರೇಖೆಗಳು ಮೂಡಿದವು. ಜಗತ್ತು ಅವಳ ಪಾಲಿಗೆ ಪೂರ್ತಿ ಬರಿದಾಯಿತೆನಿಸಿತು.

''ಪ್ಲೀಸ್ ಹೆಲ್ಪ್ ಮಿ'' ಹೋಗುತ್ತಿದ್ದ ಸಿಸ್ಟರ್‌ನ ಕರೆದಳು ''ವ್ಹಾಟ್....'' ಅವಳು ಓಡಿ ಬಂದಳು. ಸವಿತಾ ಅವಳ ಆಸರೆಯೊಂದಿಗೆ ಆಸ್ಪತ್ರೆಯಿಂದ ಹೊರಗೆ ಬಂದವಳು ಟ್ಯಾಕ್ಸಿ ಹತ್ತಿ 'ಥ್ಯಾಂಕ್ಸ್' ಹೇಳಿದಳು.

ಮನದಲ್ಲಿಯೇ ಪ್ರಭುಗೆ ಗುಡ್ ಬೈ ಹೇಳಿದಳು. ಅವಳೆದೆಯ ಪ್ರೀತಿಯ ಬಟ್ಟಲು ನೆಲಕ್ಕೆ ಬಿದ್ದು ಒಡೆದುಹೋಗಿತ್ತು. ಸೋರಿಹೋಗಿದ್ದು ಸವಿತಾಳ ಭವಿಷ್ಯ.

ರೂಮನ್ನು ಸೇರಿದವಳು ಹೊರಗೆ ಬರಲಿಲ್ಲ. ಅವಳ ಕನಸುಗಳೆಲ್ಲ ಭಗ್ನ. ತಾನೇಕೆ ಆತ್ಮಹತ್ಯೆ ಮಾಡಿಕೋ ಬಾರದು- ಹುಚ್ಚಿಯಂತೆ ಯೋಚಿಸಿದಳು.

ತಲ್ಲಣಗೊಂಡ ಪ್ರಭು ಬಂದಾಗ ರೂಮಿನ ಬಾಗಿಲು ಕೂಡ ತೆಗೆಯಲು ಇಷ್ಟಪಡಲಿಲ್ಲ.

ಸವಿತಾ ''ಡೋಂಟ್ ಡಿಸ್ಟರ್ಬ್ ಮಿ. ನಿಮ್ಮನ್ನ ಪ್ರೀತಿಸಿದ್ದಕ್ಕೆ, ಮದ್ವೆ ಆಗಿದ್ದಕ್ಕೆ ನಂಗೆ ಪಶ್ಚಾತ್ತಾಪವಾಗಿದೆ.'' ಆ ಮಾತುಗಳು ಸಾಕಾಗಿತ್ತು, ಅವನು ಅಲ್ಲಿಂದ ಕಾಲ್ತೆಗೆಯಲು.

* * *

ಪಾರ್ಥಸಾರಥಿಯನ್ನು ಕಳುಹಿಸಲು ಮುಂಬೈಗೆ ಹೋಗಿದ್ದ ತಂದೆ, ಮಗಳು ಹಿಂದಿರುಗಿದರು. ಆಫೀಸ್, ಫ್ಯಾಕ್ಟರಿಯ ಬಗ್ಗೆ ವಿಶೇಷವಾಗಿ ಗಮನ ಹರಿಸಿದ್ದ ಸವಿತಾ ಆ ಮನೆ ಪ್ರಭುವಿನ ಸುದ್ದಿ ಎತ್ತದಿದ್ದಾಗ ಅವರಿಗೆ ಸ್ವಲ್ಪ ಗಾಬರಿಯೇ ಆಯಿತು.

''ಆ ಮನೆಗೆ ಹೋಗಲ್ಲಿಲ್ವಾ? ಪ್ರಭು ಬಂದಂಗೆ ಕಾಣಿಸಲಿಲ್ಲ'' ರಾತ್ರಿ ಡಿನ್ನರ್‌ಗೆ ಕೂತಾಗ ಮಗಳನ್ನು ಪ್ರಶ್ನಿಸಿದರು ''ಸ್ವಲ್ಪ ಬಿಜಿ ಇತ್ತಲ್ಲ, ಡ್ಯಾಡಿ'' ಮೊಟಕಾದ ಉತ್ತರ ಅವಳಿಂದ.

ಎಷ್ಟೇ ಮುಖ್ಯ ಸಮಯದಲ್ಲೂ ಇವರು ಬಲವಂತ ಮಾಡಿದರು ಸವಿತಾ ನಿಲ್ಲುತ್ತಿರಲಿಲ್ಲ. ''ಸಾರಿ ಡ್ಯಾಡಿ, ನನ್ನ ಪರ್ಸನಲ್ ಲೈಫ್ ನಂಗೆ ಹೆಚ್ಚು ಮುಖ್ಯ'' ಹಾರಿ ಹೋಗುತ್ತಿದ್ದಳು. ಇವಳಿಗೆ ಏನಾಗಿದೆ?

ಹರಿಹರನ್ ಕೂಡ ಪ್ರಭುವಿನ ತುಂಬು ವ್ಯಕ್ತಿತ್ವದಲ್ಲಿ ಲೋಪದೋಷಗಳನ್ನು ಹುಡುಕಲು ಹೋಗುತ್ತಿರಲಿಲ್ಲ. ಕೆಲವು ವೇಳೆ ಅವನು ತೋರಿಸುವ ಆತ್ಮೀಯತೆ ಸ್ವಂತ ಮಗನಿದ್ದರೂ ಸಾಧ್ಯವಿರಲಿಲ್ಲವೇನೋ ಎನ್ನುವ ಭಾವುಕತೆಗೆ ಹೋಗಿ ತಲುಪುತ್ತಿರಲಿಲ್ಲ.

ಫೋನಲ್ಲಿ ಸಂಪರ್ಕಿಸಲು ಎರಡು ಸಲ ಪ್ರಯತ್ನಿಸಿದ್ದರು. ಬಿಜಿನೆಸ್‌ನಲ್ಲಿ ಇವೆಲ್ಲ ಮುಖ್ಯವಾಗುತ್ತಿರಲಿಲ್ಲ.

ಹೊರಗೆ ಲವಲವಿಕೆಯಾಗಿ ಕಾಣುತ್ತಿದ್ದ ಸವಿತಾ ಮನೆಗೆ ಬಂದ ಕೂಡಲೇ ಮೌನವದನಳಾಗುತ್ತಿದ್ದಳು. ಉಡುಪಿನಲ್ಲಿ ಸದಾ ಶಿಸ್ತಿನಿಂದಿರುತ್ತಿದ್ದವಳು ಆ ಕಡೆ ಗಮನ ಕೊಡಲಾರದಷ್ಟು ಅಸ್ತವ್ಯಸ್ತಳಾದಳು.

ಸೂಕ್ಷ್ಮವಾಗಿ ಅವಳನ್ನು ಗಮನಿಸತೊಡಗಿದರು. ಮನೆಗೆ ಫೋನ್ ಹೋಗುತ್ತಿರಲಿಲ್ಲ. ಅಂದು ತಮ್ಮ ಛೇಂಬರ್‌ನಿಂದಲೇ ಪ್ರಭುನ ಕಾಲೇಜಿಗೆ ಫೋನ್ ಹಚ್ಚಿದರು.

''ಸ್ವಲ್ಪ ನನ್ನ ಸನ್-ಇನ್-ಲಾಗೆ ಕೊಡಯ್ಯ'' ಸ್ನೇಹದಿಂದ ಪ್ರಿನ್ಸಿಪಾಲರಿಗೆ ಆರ್ಡರ್ ಮಾಡಿದರು. ಒಂದು ''ಸಣ್ಣ ರಿಕ್ವೆಸ್ಟ್. ಕ್ಲಾಸ್ ತಗೊಂಡಿದ್ದಾರೆ. ಮಧ್ಯೆ ಡಿಸ್ಟರ್ಬ್ ಮಾಡಿದ್ರೆ ಒಬ್ನೇ ಮಾಡ್ದೇ ಇರ್ಬಹುದು. ಹತ್ತು ನಿಮಿಷದ ನಂತರ ನಿಂಗೆ ಫೋನ್ ಬರುತ್ತೆ'' ಎಂದರು.

ಹತ್ತು ನಿಮಿಷಗಳಷ್ಟು ದೀರ್ಘಕಾಲ ರಿಂಗ್‌ಗಾಗಿ ಕಾದು ಕೂತರು. ಅಡ್ವೆರ್ಟೈಸಿಂಗ್ ಆಫೀಸರ್ ಜೊತೆ ಮಾತಾಡುತ್ತಿದ್ದ ಸವಿತಾ ಇದರತ್ತ ಗಮನ ಹರಿಸಿದಂತೆ ಕಾಣಲಿಲ್ಲ.

''ಹಲೋ....'' ಪ್ರಭು ಸ್ವರ.

''ಏನಿದು, ಒಂದೇ ಊರಿನಲ್ಲಿದ್ದೀವಾ! ಅಥ್ವಾ ನೀನು ಅಮೆರಿಕಾ ನಾನು ಇಂಡಿಯಾದಲ್ಲಿ ವಾಸ್ತವ್ಯ ಹೂಡಿದ್ದೀವಾ. ಬಂದು ನೋಡೋದ್ಬೇಡ್ವಾ.... ಈ ಐವತ್ತೈದು ದಾಟಿದ ಮನುಷ್ಯನನ್ನು?

ಏನು.... ವಿಶೇಷ?'' ಮಾಮೂಲು ಧೋರಣೆಯಲ್ಲಿಯೇ ಮಾತು ಶುರು ಮಾಡಿದರು.

''ನಿಮ್ಮ ವ್ಯಾಲ್ಯುಬಲ್ ಟೈಮ್‌ನ ಬಳಸಿಕೊಳ್ಳೋದು ಸರಿಯಲ್ಲಾಂತ....'' ಅವನ ಮಾತಿಗೆ 'ಓಹೋ' ಎಂದು ಜೋರಾಗಿ ನಕ್ಕರು. ''ನಾನು ಮನುಷ್ಯ ಅನ್ನೋದ್ನ ನೀನು ಅಕ್ಸೆಪ್ಟ್ ಮಾಡ್ಕೋತೀಯಾ ತಾನೇ. ಹಾಗಿದ್ರೆ.... ಮಧ್ಯಾಹ್ನದ ಲಂಚ್‌ಗೆ ಇಲ್ಲಿಗೆ ಬಾ.'' ಫೋನಿಟ್ಟರು.

ಸವಿತಾ ತನ್ನ ಸೀಟು ಬಿಟ್ಟು ಎದ್ದು ಹೋಗಿದ್ದು ಅವರ ಗಮನಕ್ಕೆ ಬಂತು. ಏನಾಗಿದೆ ಇಬ್ಬರ ನಡುವೆ? ಮಗಳ ಭಯಂಕರ ಪ್ರೀತಿ, ಎಲ್ಲಿ ಪೆಟ್ಟು ತಿಂದಿದೆ? ಇದರಲ್ಲಿ ಪಾರ್ಥಸಾರಥಿಯ ಕೈವಾಡ ಇದ್ದೀತಾ?

ಕೆಲವು ಸಲ ಪಾರ್ಥಸಾರಥಿ ಹೇಳಿದ್ದು, ಹೇಳೋದು ಸರಿಯೆನಿಸಿದರೂ ಮರುಕ್ಷಣ ತಳ್ಳಿಹಾಕುತ್ತಿದ್ದರು. ಶ್ರೀಮಂತಿಕೆಯ ಬದುಕಿನ ನಡುವೆ ಸಂತೃಪ್ತಿಯನ್ನು ಅರಸಬೇಕೆನಿಸುತ್ತಿತ್ತು.

ವಾಚ್ ನೋಡುತ್ತ ಬಂದ ಸವಿತಾ ''ಹೋಗೋಣ.... ಡ್ಯಾಡ್'' ಕನ್ನಡಕ ಮೂಗಿನ ಮೇಲೆರಿಸುತ್ತ ಎದ್ದ ''ಪ್ರಭು ಬರ್ತಾರ....'' ಅವಳೇನು ಹೇಳಲಿಲ್ಲ. ರೆಸ್ಟ್ ರೂಮಿಗೆ ಹೋಗಿಬಿಟ್ಟಳು.

ಆಮೇಲೆ ಐದೇ ನಿಮಿಷಕ್ಕೆ ಪ್ರಭು ಬಂದ. ಅವನ ತೋಳಿನ ಮೇಲೆ ಕೈ ಹಾಕಿ ಕಣ್ಣಲ್ಲಿ ಕಣ್ಣಿಟ್ಟು ನೋಡಿದರು. 'ಎನೀ ಥಿಂಗ್ ರಾಂಗ್?' ನೋಟ ಅವನ ಕಣ್ಣುಗಳಲ್ಲಿ ಅರಸಿದ್ದು ಉತ್ತರವನ್ನು. ಸುಳಿವು ಸಿಕ್ಕಲಿಲ್ಲಕೂಡ.

ಒಮ್ಮೆ ಅವರು ತೋಡಿಕೊಂಡಾಗ ಹೇಳಿದ್ದ. ''ನನಗೆ ಇಂಟರೆಸ್ಟ್ ಇಲ್ಲ. ಅದರಿಂದ ಅಪಾಯವೆ ಹೆಚ್ಚು. ಸವಿತಾ ಒಬ್ಬಳೇ ಸಮರ್ಥವಾಗಿ ನಿರ್ವಹಿಸಬಲ್ಲಳು. ಡೋಂಟ್ ವರೀ'' ಅವರು ತಲೆದೂಗಿದರು.

''ಸವಿತಾ.... ಪ್ರಭು ಬಂದಿದ್ದಾರೆ'' ಹೇಳಿದಳು.

ಹೊರಗೆ ಬಂದಳು. ಮುಖದ ತುಂಬ ಸುಂದರ, ಸುವಾಸನೆ ಬೀರುವ ಗುಲಾಬಿಗಳ ಬದಲು ಭಾವಶೂನ್ಯವಾದ ಜೀವಂತಿಕೆ ಇಲ್ಲದ ಹೂಗಳ ನೆರಳು ವ್ಯಾಪಿಸಿತ್ತು.

ಇಬ್ಬರ ನೋಟ ಬೆರೆಯಲಿಲ್ಲ. ಆವರೆದೆಯಲ್ಲಿ ಮುಳ್ಳಿನ ಸ್ಪರ್ಶದ ಅನುಭವ.

''ಹೋಗೋಣ....'' ಹೊರಟರು.

ಕಾರಿನಲ್ಲೂ ಕೂಡ ಇಬ್ಬರ ನಡುವೆ ಮಾತುಕತೆಗಳಿಲ್ಲ. ಸವಿತಾ ಮುಖ ಬಿಗಿದು ಕೂತಿದ್ದರೂ ಮಾಮೂಲಿನಂತಿದ್ದ ಪ್ರಭು. ಇವರ ಮದುವೆಯ ನಂತರ 'ಮೈಲ್ಡ್ ಸ್ಟ್ರೋಕ್'ಗೆ ಒಳಗಾಗಿದ್ದರು ಡಾಕ್ಟರ್. ಅದಕ್ಕೆ ಇಬ್ಬರೂ ಮುಂಜಾಗರೂಕತೆ ವಹಿಸಿದ್ದರು.

ಊಟದ ನಡುವೆಯೂ ಸವಿತಾ ಗಂಡನೊಂದಿಗೆ ಮಾತನಾಡದ್ದು ಸೂಕ್ಷ್ಮವಾಗಿ ಗಮನಿಸಿದರು ಹರಿಹರನ್.

''ಫೋನ್ ಮಾಡಿ ಮಾಡಿ ಸಾಕಾಯ್ತು. ಏನಾಗಿದೆ ಅದಕ್ಕೆ?'' ಹರಿಹರನ್ ಮಾತಿಗೆ

ಮುಗುಳ್ನಕ್ಕ ''ಕೇಬಲ್‌ನಲ್ಲಿ ತೊಂದರೆ. ಕೆಲವು ಸರಿಪಡಿಸಲಾರದಂಥವು'' ಬೇರೆಯವರಿಗಾದರೆ ಅರ್ಥವಾಗುತ್ತಿತ್ತೇನೋ.

ಪದೇ ಪದೇ ಸವಿತಾ ಕಳ್ಳನೋಟ ಹರಿಸುತ್ತಿದ್ದಳು. ಆದರೆ ಅವಳ ಹೃದಯದ ಪ್ರೀತಿಗೆ ಅಡ್ಡವಾಗಿದ್ದುದು, ಶಾಂತಿನ ಸಂತೈಯಿಸುವ ದೃಶ್ಯ.

ಮೇಲೆದ್ದು ಸವಿತಾ ತನ್ನ ಕೋಣೆಗೆ ಹೋದಾಗ ಪ್ರಭು ಹೊರಟು ನಿಂತ ''ಇವತ್ತು ಅಮ್ಮ, ಅಪ್ಪ ಹಳ್ಳಿಯಿಂದ ಬರ್‍ತಾ ಇದ್ದಾರೆ,'' ಎಂದ. ಹರಿಹರನ್‌ಗೇನು ಅರ್ಥವಾಗಲಿಲ್ಲ. ''ಓಕೇ.... ಓಕೇ.... ನನ್ನದೇನು ಅಭ್ಯಂತರವಿಲ್ಲ'' ಅವರು ಸವಿತಾನ ಕರೆದೊಯ್ಯಬಹುದೆಂದುಕೊಂಡಿದ್ದರು. ಆ ನಿರೀಕ್ಷೆ ಸುಳ್ಳು ಮಾಡಿ ಅವನೊಬ್ಬನೇ ಹೊರಟ.

ಬಲವಂತ ಮಾಡಿ ಕಾರಿನಲ್ಲಿ ಕಳುಹಿಸಿಕೊಟ್ಟರು ಹರಿಹರನ್. ಆದರೆ ಮಗನನ್ನ ಪ್ರಶ್ನಿಸಲು ಅವರಿಗೆ ಅವಕಾಶವಾಗಲಿಲ್ಲ ಆಗ.

ಮನೆಗೆ ಬಂದಾಗ ಅವನಿಗೆ ಇಂಥದ್ದೇ ಪರಿಸ್ಥಿತಿ ಎದುರಾದುದ್ದು. ''ಸವಿತಾ ಎಲ್ಲಿ? ಊಟ, ತಿಂಡಿ ಆ ಮನೆಯಲ್ಲೇನು? ಇಲ್ಲೇನು ಸ್ಟೌವ್ ಮುಂದೆ ಬಿಡಲಿಲ್ಲ ತಾನೇ?'' ಎಲ್ಲಕ್ಕೂ ಅವನ ಮೌನವೇ ಉತ್ತರ.

ಅಂದಿನ ರಾತ್ರಿ ಬಹಳ ಹೊತ್ತು ಕಾದರು ಚಿದಂಬರಯ್ಯ, ಸೌಭಾಗ್ಯ. ಒಮ್ಮೆ ಫೋನ್ ಬಳಿಗೆ ಬಂದರು. ''ಇದೇನು ಡಯಲ್ ಟೋನ್ ಕೂಡ ಇಲ್ಲ'' ಬೇಸರಗೊಂಡರು.

''ಫೋನ್ ಡಿಸ್‌ಕನೆಕ್ಟ್ ಆಗಿದೆ'' ಪ್ರಭು ತಿಳಿಸಿದ.

ಅವರಿಗೆ ಆಶ್ಚರ್ಯವಾಯಿತು. ಯಾಕೇ, ಏನು ಎಂದು ಪ್ರಶ್ನಿಸಬೇಕೆನಿಸಲಿಲ್ಲ. ಅವನ ನಿರ್ಣಯ, ನಿರ್ಧಾರಗಳು ಸರಿಯಾಗಿರುತ್ತದೆಯೆನ್ನುವುದು ಅವರ ಅಭಿಪ್ರಾಯ. ಆದರೂ ಒಂದು ರೀತಿಯ ಆತಂಕ.

''ನಂಗೇನೋ ಅನುಮಾನ ಕಣೋ, ಹಾರಿ ಬರುತ್ತಿದ್ದ ಹುಡುಗಿಗೆ ಏನಾಗಿದೆ?''

''ಏನಾಗಿಲ್ಲ, ಚೆನ್ನಾಗಿದ್ದಾಳೆ. ಮಧ್ಯಾಹ್ನ ಅಲ್ಲೇ ಊಟ ಮಾಡಿದ್ದು'' ಇನ್ನು ಮಾತು ಬೇಡವೆನ್ನುವಂತೆ ಕಣ್ಮುಚ್ಚಿ ಮಲಗಿದ ಪ್ರಭು.

ತಲೆಯ ಮೇಲೆ ಕೈಯೊತ್ತು ಕೂತುಬಿಟ್ಟರು ಸೌಭಾಗ್ಯ. ''ಏನಾಗಿದೇಂತ, ಪ್ರಭು ಯಾವಾಗ್ಲೂ ದುಡುಕೋನಲ್ಲ. ಇವನು ಹೋಗುವವರೆಗೂ ಕಾದು ಆಮೇಲೆ ಆಫೀಸಿಗೆ ಹೋಗುತ್ತಿದ್ದ ಅಚ್ಚುಮೆಚ್ಚಿನ ಹೆಣ್ಣು ಅವಳು'' ಏನೋ ನಡೆದೇ ಹೋಗಿದೆಯೆನ್ನುವಷ್ಟು ವ್ಯಾಕುಲತೆ ಆಕೆಯದು.

ತೋಳನ್ನು ತಟ್ಟಿ ಮಲಗುವಂತೆ ಸನ್ನೆ ಮಾಡಿದರು ಚಿದಂಬರಯ್ಯ.

ಆಮೇಲೆ ನಾಲ್ಕು ದಿನ ಕಾದರು. ಯಾವುದೇ ಬದಲಾವಣೆ ಇಲ್ಲ. ಡಿಸ್‌ಕನೆಕ್ಟ್ ಆದ ಫೋನ್ ಹಾಗೇ ಇತ್ತು. ಅದನ್ನು ಜೋಡಿಸುವ ಇಷ್ಟ ಮಗನಿಗಿಲ್ಲವೆಂದು ಅರಿತರು.

ಬೆಳಿಗ್ಗೆ ಅವನು ಕಾಲೇಜಿಗೆ ಹೊರಡುವಾಗ ''ನಾನು ಬೀಗರ ಮನೆಗೆ ಹೋಗ್ಬರ್ರೋಣಾಂತ ಇದ್ದೀನಿ. ಸವಿತಾ ಇಲ್ದೆ ಮನೆ ಬಣಗುಟ್ಟುತ್ತಿದೆ'' ಪ್ರಭು ಏನು ಹೇಳಿಲಿಲ್ಲ.

ಆದ ವಿವಾಹದಿಂದ ಪಶ್ಚಾತ್ತಾಪಪಟ್ಟ. ಮಡದಿಯ ಜೊತೆ ಸಹಬಾಳ್ವೆ ಸಾಧ್ಯವಿಲ್ಲವೆನ್ನುವುದು ಅವನ ಅಭಿಮತ. ಪ್ರೀತಿ, ಪ್ರೇಮ, ಆಕರ್ಷಣೆ ಮಾತ್ರ ಸಾಲದು. ನಲ್ಮೆಯ ಬಾಳ್ವೆಗೆ ಅಭಿಮಾನ ಗೌರವವು ಬೇಕು.

ಮಗ ಮೌನವಾಗಿ ಹೋದ ಮೇಲೆ ಚಿದಂಬರಯ್ಯ ವ್ಯಥಿತರಾದರು. ''ಇವನಂತು ಬಾಯಿಬಿಟ್ಟು ಏನು ಹೇಳಲಾರ. ವಿದ್ಯಾವಂತ, ವಿವೇಕವಂತರ ನಡುವೆ ಹುಟ್ಟುವ ಸಮಸ್ಯೆಗಳು ಅವರ ಮಧ್ಯದಲ್ಲಿಯೇ ತೀರ್ಮಾನವಾಗಬೇಕು. ಮೂರನೆಯವರ ಪ್ರವೇಶ ಅನಗತ್ಯ.'' ತಮ್ಮ ನಿಸ್ಸಹಾಯಕತೆ ವ್ಯಕ್ತಪಡಿಸಿದರು.

ಸಂಜೆ ಗಂಡ, ಹೆಂಡತಿ ಬೀಗರ ಮನೆಗೆ ಹೋಗಬೇಕೆಂದು ನಿಶ್ಚಯಿಸಿಕೊಂಡರು.

ಒತ್ತಾಗಿ ಕಟ್ಟಿದ ಮಲ್ಲಿಗೆ ಕುಚ್ಚನ್ನ ಹಿಡಿದು ಬಂದ ಶಾಂತಿ ''ಸವಿತಾ, ಮುಡಿಯಲ್ಲಿ ಮುಡಿಸಬೇಕೆಂದು ನಾಲ್ಕು ದಿನದಿಂದ ತರ್ತಾ ಇದ್ದೀನಿ. ಆದರೆ ಆಕೇನೆ ಪತ್ತೆ ಇಲ್ಲ.'' ನಿರಾಸೆ ವ್ಯಕ್ತಪಡಿಸಿದರು.

''ಸಂಜೆ ಹೋಗಿ ಕರ್ಕೊಂಡ್ಬರ್ತೀನಿ. ಸ್ವಪ್ನ ಹೇಗಿದ್ದಾಳೆ?'' ವಿಚಾರಿಸಿದರು. ಶಾಂತಿ ಮೊಣಕಾಲಿನ ಮೇಲೆ ಗದ್ದವೂರಿ ಕೂತಳು. ''ಪರ್ವಾಗಿಲ್ಲ ಅನ್ನಿಸುತ್ತೆ. ಆಗ ಪ್ರಭು ಇರದೇ ಇದಿದ್ರೆ.... ಸ್ವಪ್ನ ಜೊತೆ ನಾನು ಹೋಗಿಬಿಡ್ತಾ ಇದ್ದೆ.'' ಅಂದಿನ ಸಂದರ್ಭ ನೆನೆದು ನಿಟ್ಟುಸಿರು ಬಿಟ್ಟಳು.

''ಸಾಕು ಬಿಡು.... ನೀನೇನು ಕಮ್ಮಿ ಮಾಡಿದ್ದೀಯ. ಅವ್ನಿಗೆ ಟೈಫಾಯಿಡ್ ಬಂದಾಗ ನೀನು ಸ್ವಪ್ನ ಬಸುರಿ. ಅದನ್ನ ಕೂಡ ಲೆಕ್ಕಕ್ಕೆ ಇಡದೇ.... ರಾತ್ರಿ ಹಗಲು ಅವನನ್ನ ನೋಡ್ಕೊಂಡೆ'' ಹಿಂದಿನದ್ನ ಜ್ಞಾಪಿಸಿಕೊಂಡರು.

ಸಂಜೆಯವರೆಗೂ ನಿಮಿಷಗಳನ್ನು ಲೆಕ್ಕ ಹಾಕಿ ವೇಳೆಯನ್ನು ಕಳೆದರು ದಂಪತಿಗಳು.

ಇವರು ದೊಡ್ಡ ಗೇಟು ದಾಟಿದಾಗ ಅಪ್ಪ, ಮಗಳು ಆರಾಮಾಗಿ ಲಾನ್ ಮೇಲೆ ಕೂತು ಕಾಫೀ ಕುಡಿಯುತ್ತಿದ್ದುದು ಕಂಡಿತು.

ಸೌಭಾಗ್ಯ ಮನದಲ್ಲಿ ಒಂದಿಷ್ಟು ಇರುಸು ಮುರುಸು. ಅದು ಸಹಜ ಕೂಡ.

ಖಾಲಿ ಟ್ರೇ ಒಯ್ಯುತ್ತಿದ್ದ ಸಮವಸ್ತ್ರದ ಆಳು ವಿಷಯ ಮುಟ್ಟಿಸಿದ. ಸವಿತಾ ಒಂದೇ ಉಸುರಿಗೆ ಹಾರಿ ಬಂದಳು.

''ಯಾವಾಗ್ಬಂದಿದ್ದು? ಚೆನ್ನಾಗಿದ್ದೀರಾ, ಅಪ್ಪ?'' ಅಕ್ಕರೆಯಿಂದ ವಿಚಾರಿಸಿಕೊಂಡಳು. ''ಅದಕ್ಕೆ ಮೊದ್ಲು ನಿನ್ನ ಒಂದು ಪ್ರಶ್ನೆ ಕೇಳಲಾ, ಸವಿತಾ? ಪ್ರಭು ಹೇಗಿದ್ದಾನೆ?'' ಚಿದಂಬರಯ್ಯನವರು ಕೇಳಿದಾಗ ಅವಳ ನೋಟ ನೆಲದಲ್ಲಿ ತಡಕಾಡಿತು. ಏನು ಹೇಳಲಾರದೆ ಹೋದಳು.

''ನಡೀ....'' ಅವಳ ಬೆನ್ನತಟ್ಟಿದರು ಚಿದಂಬರಯ್ಯ ''ನೀನು ಹೇಗಿದ್ದೀಯಾ?'' ಅವಳು ಉತ್ತರಿಸಲಿಲ್ಲ. ''ಸಾರಿ.... ಸಾರಿ.... ಈ ಪ್ರಶ್ನೆ, ಪ್ರಭುಗೆ, ನಿನಗಲ್ಲ'' ತಿದ್ದಿಕೊಂಡರು.

ಯಾವುದೇ ತಾರತಮ್ಯ ತೋರದೇ ಹರಿಹರನ್ ಬೀಗರನ್ನು ಉಪಚರಿಸಿದವರು ಕ್ಲಬ್‌ಗೆ ಎದ್ದು ಹೋದರು.

''ಮನೆಗೆ ಹೋಗೋಣ'' ತಾವು ತಂದಿದ್ದ ಮಲ್ಲಿಗೆಯ ಒತ್ತು ಕುಚ್ಚನ್ನು ಅವಳಿಗೆ ಮುಡಿಸಿದರು ''ಶಾಂತಿ ತಂದು ಕೊಟ್ಲು. ದಿನಕ್ಕೆ ನಾಲ್ಕು ಸಲವಾದ್ರೂ ಬಂದು ವಿಚಾರಿಸ್ತಾಳೆ. ಹತ್ತು ವರ್ಷದ ಶಾಂತಿಗೂ ಈಗಿನ ಶಾಂತಿಗೂ ಏನು ವ್ಯತ್ಯಾಸವಿಲ್ಲ. ಪ್ರಭುನ ಕಂಡರೇ ಅವಳಿಗೆ ಅಗೆಷ್ಟು ಪ್ರೀತಿ, ಅಭಿಮಾನವೋ ಈಗ್ಲೂ ಅಷ್ಟೆ.'' ಹೊಗಳಿಕೊಂಡರು.

ಸವಿತಾಳ ಮೈ ಮೇಲೆ ಇರುವೆಗಳು ಹರಿದಾಡಿದಂತಾಯಿತು. ''ಶಾಂತಿ, ಶಾಂತಿ, ಶಾಂತಿ'' ಮನದಲ್ಲೇ ಶಾಪ ಹಾಕಿದಳು. ತೊಯ್ದ ನೋಟು ದಿಗ್ಗನೆ ಅವಳ ಕಣ್ಮುಂದೆ ನಿಂತತಾಯಿತು.

ರೂಮಿಗೆ ಹೋಗಿ ಕೂತುಬಿಟ್ಟಳು. ಮೋಹಕ್ಕೆ, ಹಣಕ್ಕೆ ಕರಗುವಂಥ ವ್ಯಕ್ತಿ ಪ್ರಭುವೆಂದು ಅವಳಿಗೆ ಗೊತ್ತು. ಹಂಬಲಿಕೆಯನ್ನು ಮೆಟ್ಟಿ ನಿಲ್ಲಬಲ್ಲಂಥ ಗಟ್ಟಿ ವ್ಯಕ್ತಿತ್ವ ಅವನದೆಂದು ಗೊತ್ತು.

ಗೆಲುವಿನಿಂದ ಹೊರಗೆ ಬಂದಳು. ''ಅಮ್ಮ, ಒಂದಿಷ್ಟು ಕೆಲ್ಸ ಇದೆ ಅವ್ರನ್ನ ಕಳ್ಸಿ ಬರ್ತೀನಿ....'' ಸಣ್ಣ ಮಗುವಿನಂತೆ ಗೋಗೆರೆದಳು.

''ಹಾಗೇ.... ಮಾಡು!'' ಸೌಭಾಗ್ಯ ಒಪ್ಪಿಗೆ ಸಿಕ್ಕಿತು.

ಆದರೆ ಚಿದಂಬರಯ್ಯ ಒಪ್ಪಿಕೊಳ್ಳಲಿಲ್ಲ. ''ಒಂದೊಂದು ಸಲ ಲೈಬ್ರರಿಯಲ್ಲಿ ಹೋಗಿ ಕೂತರೆ ಗೋವಿಂದ.... ಫೋನ್ ಕೂಡ ಇಲ್ಲ. ಹೇಗೂ ಬೆಳಿಗ್ಗೆ ಬಂದು ನಿನ್ನ ಫೈಲುಗಳ್ನ ನೋಡ್ಬಹುದು, ಬಂದ್ಬಿಡು'' ಅದನ್ನು ಅವರೇ ಸೂಚಿಸಿದರು.

ಅವರುಗಳು ಕಾರಿನಲ್ಲಿ ಕೂತ ಮೇಲೆ ಸೌಭಾಗ್ಯ ಕೆನ್ನೆಯ ಬಳಿ ಬಗ್ಗಿ ''ಅವ್ರನ್ನ ಕಳಿಸಿ, ಅಮ್ಮ'' ಆಕೆ ತಲೆ ದೂಗಿದರು. ಚಿದಂಬರಯ್ಯನವರಿಗೆ ಒಂದು ಮಾತು ಹೇಳಿದಳು. ''ಕಟ್ ಮಾಡಿದ ಫೋನ್ ಕನೆಕ್ಷನ್‌ನ ನೀವು ಯಾಕೆ ಕೊಡ್ಬಾರ್ದು?'' ಅವರು ತಲೆಯಾಡಿಸಿಬಿಟ್ಟರು. ''ಅವನ ಮನಸ್ಸಿನ ವಿರುದ್ಧನಾವು ನಡೆಯೋಕೆ ಸಿದ್ಧವಿಲ್ಲ'' ಪರೋಕ್ಷವಾಗಿ ವಾಸ್ತವ ಸಂಗತಿಯನ್ನು ಅವಳಿಗೆ ಒತ್ತಿ ಹೇಳಿದಂತಾಯಿತು.

ಚಲಿಸದೆ ನಿಂತುಬಿಟ್ಟಳು ಸವಿತಾ. ಗಾಳಿ ಕೂಡ ಸ್ತಬ್ಧವಾದಂತಾಯಿತು. ತೂಗುವ ಗಿಡಗಳು ಕೂಡ ತಮ್ಮ ಚಲನೆಯನ್ನು ನಿಲ್ಲಿಸಿತು.

ಮನೆಯ ಮುಂದೆ ಕಾರು ನಿಂತಾಗ ಗಿಡಗಳಿಗೆ ನೀರು ಹಾಕುತ್ತಿದ್ದ ಪ್ರಭು. ಇಳಿದು ಬಂದ ಡ್ರೈವರ್ ಅವನಿಗೆ ವಿಶ್ ಮಾಡಿದ.

ಪಂಚೆಯನ್ನ ಮೇಲಕ್ಕೆ ಎತ್ತಿ ಕಟ್ಟಿ ಬಂದು ಮಾತಾಡಿಸಿದ ಪ್ರಭು. ''ನಿನ್ನ ಮಗ ಗುಡ್ ಸ್ಟೂಡೆಂಟ್ ಅನ್ವರ್. ಅವ್ನಿಗೆ ಸ್ವಲ್ಪ ಸ್ವತಂತ್ರ ಕೊಡು. ಕಷ್ಟಪಟ್ಟಾದ್ರೂ ಮೆಡಿಕಲ್ ಓದ್ತಾನೆ'' ಕಾಲೇಜಿನಲ್ಲಿ ಓದುವ ಅವನ ಮಗನ ಬಗ್ಗೆ ಸಲಹೆ ಕೊಟ್ಟ.

ಒಳಗೆ ಬಂದ ಕೂಡಲೇ ಸೌಭಾಗ್ಯ ಹೇಳಿದರು ''ನೀನ್ಹೋಗಿ ಸವಿತಾನ ಕರ್ಕೊಂಡ್ಬಾ'' ಅವನು ಮಾತೇ ಆಡಲಿಲ್ಲ. ಅದು ಅವನಿಂದ ಸಾಧ್ಯವಿಲ್ಲ.

ಟಿ.ವಿ. ಯ ಸ್ವಿಚ್ ಒತ್ತಿ ಕೂತ. ಡ್ಯಾನ್ಸ್ ಪ್ರೋಗ್ರಾಂ ಬರುತ್ತಿತ್ತು. ಮುಖದ ಮುಂದೆ ಪೇಪರ್ ಹಿಡಿದ

''ನಿನಗೂ ಸವಿತಾಗೂ ಆಮಂತ್ರಣ ಕೊಟ್ಟಿದ್ದಾರೆ. ನಿನ್ನ ಸೋದರ ಮಾವ, ಅತ್ತೆ. ಅದ್ನ ಉಪೇಕ್ಷಿಸುವಂಥದಲ್ಲ. ಹೋಗ್ಬನ್ನಿ'' ತಂದೆಯ ಮಾತಿಗೆ ಅವನು 'ಊಹ್ಞೂ' ಅನ್ನಲಿಲ್ಲ 'ಉಹ್ಞ' ಎಂದು ತಲೆದೂಗಲೂ ಇಲ್ಲ.

ಮಗುವನ್ನೆತ್ತಿಕೊಂಡ ಬಂದ ಶಾಂತಿ ''ಸವಿತಾ..... ಎಲ್ಲಿ?'' ಎಲ್ಲಾ ಕಡೆ ಹುಡುಕಿದಳು ''ಬರಲಿಲ್ವಾ'' ಅವಳ ಮುಖ ಸಪ್ಪಗಾಯಿತು.

ಮೇಲ್ನೋಟಕ್ಕೆ ಪ್ರಭು ಗೆಲುವಾದರೂ ಅವನೆದೆಯಲ್ಲಿ ಅಗ್ನಿ ಉರಿಯುತ್ತಿದೆಯೆಂದು ಅವಳಿಗೆ ಗೊತ್ತು. ಕಾರಣ ಗೊತ್ತಿಲ್ಲ. ಎಷ್ಟೇ ಸ್ನೇಹವಾಗಿದ್ದರೂ ಪ್ರಭುವಿಗೆ ಏನಾದರೂ ಹೇಳಲು ಆಕೆ ಹಿಂಜರಿಯುತ್ತಿದ್ದಳು.

ಈಗ ಹೋಗಬಹುದು, ಆಮೇಲೆ ಬರಬಹುದು. ಕೊನೆಗೆ ಸವಿತಾ ಬರಬಹುದೆಂದು ಊಟವನ್ನು ತಡ ಮಾಡಿದರು.

ಪ್ರಭು ತಾನೇ ಎದ್ದು ಹೋಗಿ ತಟ್ಟೆಗಳಿಗೆ ಉಪ್ಪು ಉಪ್ಪಿನಕಾಯಿ ಬಡಿಸಿದ.

''ಊಟಕ್ಕೆ.... ಬನ್ನಿ'' ತಾನು ಕೂತವನು ತಟ್ಟೆಗೆ ಅನ್ನ ಬಡಿಸಿಕೊಂಡ. ''ಅಪ್ಪ, ಆಗ್ಲೇ ಅರ್ಧ ಗಂಟೆ ಲೇಟು. ಅರಗೋಲ್ಲ ಅಂತ ಇಡೀ ರಾತ್ರಿ ಎದ್ದಿರುತ್ತೀರಿ, ಬೇಗ್ಬನ್ನಿ'' ಅವಸರಿಸಿ ಹುಳಿಯ ಪಾತ್ರೆಯನ್ನು ಹತ್ತಿರಕ್ಕೆಳೆದುಕೊಂಡ.

ಕೂತ ಸೌಭಾಗ್ಯ ಮಗನನ್ನೇ ದಿಟ್ಟಿಸಿದರು. ಅವನ ಗಂಭೀರ ಮುಖದ ಹಿಂದಿನ ವೇದನೆಯ ಕಾರ್ಮೋಡಗಳನ್ನು ಗುರ್ತಿಸಿದರು. ಏನಾಗಿದೆ? ಹೇಳಿದರೇ ತಾನೇ ಅರ್ಥವಾಗುವುದು.

''ಸವಿತಾ.... ಬರಬಹ್ದು'' ಎಂದರು.

ತಂದೆಯ ತಟ್ಟೆಗೆ ತಾನು ಎಡಗೈಯಿಂದ ಅನ್ನ ಬಡಿಸುತ್ತ ''ಇದು ಮನೆ, ಅವು ಗೆಸ್ಟ್ ಕೂಡ ಅಲ್ಲ. ಇಷ್ಟ ಬಂದಾಗ ಬಂದು ಹೋಗೋಕೆ. ನೀನು ಊಟ ಮಾಡು'' ಅವನಿಗೆ ಅರಿವಾಗದಂತೆ ಅಸಮಾಧಾನ ಹೊರಬಿತ್ತು.

ಎದೆಯನ್ನು ಹಿಡಿದಂತಾದರೂ ಜೋರಾಗಿ ಕೂಡ ಉಸಿರು ದಬ್ಬಲಿಲ್ಲ ಚಿದಂಬರಯ್ಯ. ಊಟದ ಮಧ್ಯೆ ಹಳ್ಳಿಯ ವಿಷಯ ಎತ್ತಿಕೊಂಡರು.

ಎಂದಿಗಿಂತ ಮಗ ಮಾಡಿದ ಊಟ ಕಮ್ಮಿಯಾಗಿಯೇ ತೋರಿತು ಸೌಭಾಗ್ಯಗೆ.

ಎದ್ದು ಹೋಗುವ ಮುನ್ನ ''ಸ್ವಪ್ನ ಆಸ್ಪತ್ರೆ ಖರ್ಚು ನಾನು ಮಾಡಿದ್ದೀನಿ. ಅಂಥ ಸಮಯದಲ್ಲೂ ಅವ್ಳು ಅದನ್ನೆಲ್ಲ ಲೆಕ್ಕವಿಟ್ಟಿದ್ದಾಳೆ. ಕೊಡೋಕೆ ಬಂದರೆ ತಗೋಬೇಡ. ಸದ್ಯಕ್ಕೆ

ಮಾಧವ, ಸ್ವಪ್ನಚೇತರಿಸ್ಕೊಳ್ಳಿ. ಎರ್ಡುತಿಂಗಳು ಸ್ಕೂಟರ್ ಕಂತು ನಾನೇ ಕಟ್ಟುತ್ತೀನಿ. ಅರ್ಧಂಬರ್ಧ ಇರೋ ಚಿನ್ನಮಾರಿಕೊಂಡುಬಿಟ್ಟಿದ್ದಾಳೆ. ಸ್ವಲ್ಪ ಅವ್ಳಿಗೆ ಹೇಳು.'' ತನ್ನ ಭವಿಷ್ಯದ ಚಿಂತನೆಗಿಂತ ಶಾಂತಿ ಬಗ್ಗೆಮುತುವರ್ಜಿ ವಹಿಸಿದಂತೆ ಕಂಡಿತು.

ಸೌಭಾಗ್ಯ ಎದುರು ಮನೆಯಿಂದ ಫೋನ್ ಮಾಡಲು ಹೊರಟಾಗ ತಡೆದ ''ಬೇಡ, ಕೆಲವು ಒತ್ತಡಗಳಿಂದ ಯಾರ್ಗೂ ಒಳ್ಳೆದಲ್ಲ. ಮಲಕ್ಕೋ ನಡೀ'' ತಾನೇ ಮುಂಬಾಗಿಲು ಹಾಕಿ ಕೋಣೆಗೆ ಹೋದ

ಇಡೀ ರಾತ್ರಿ ಹೊರಳಾಡಿದ. ಮೈಯ ಕಣಕಣದಲ್ಲಿ ಬೆರತು ಹೋದ ಹೆಣ್ಣು ದೂರ ನಿಂತು ಛಾಲೆಂಜ್ ಎಸೆದಿದ್ದಳು.

''ಈಗ್ಲೂ ಸೋಲು ನಿಮ್ದೇ'' ಹೇಳಿದಂತಾಯಿತು ಸವಿತಾ.

ಅವನಿಗೆ ನಗು ಬಂತು. ದಂಪತಿಗಳ ಮಧ್ಯೆ ಸೋಲು, ಗೆಲುವಿನ ಪ್ರಶ್ನೆಯೆಲ್ಲಿ?

ಅಷ್ಟರಲ್ಲಿ ಒಂದೇ ಸಮ ಕಾರಿನ ಹಾರನ್ ಸದ್ದು. ಹಿಂದೆಯೇ ಬಾಗಿಲು ತೆರೆದ ಸದ್ದು. ನಂತರದ ಮಾತುಗಳು ಕೂಡ ಅವನನ್ನು ವಿಚಲಿತನಾಗಿರಿಸಲಿಲ್ಲ.

ತಲೆ ಕೆಟ್ಟು ಉನ್ಮಾದಳಂತೆ ಓಡಿ ಬಂದಿದ್ದಳು.

ಕೋಣೆಗೆ ಬಂದವಳು ಓದಿನಲ್ಲಿಮಗ್ನನಾಗಿದ್ದ ಪ್ರಭುನತ್ತ ನೋಡಿದಳು. ಸ್ಥಿತಪ್ರಜ್ಞನಂತೆ ಕಂಡ. ನಾಟಕವಲ್ಲ, ಇದು ಅವನ ಸ್ವಭಾವವೆಂದು ಗೊತ್ತು.

ಸೌಭಾಗ್ಯ ಸೊಸೆಯನ್ನು ಕರೆದು ಬಿಸಿ ಬಿಸಿ ಹಾಲು ಕೊಟ್ಟರು. ''ಊಟ ಮಾಡಿದ್ಯೋ, ಇಲ್ವೋ!'' ಮಮತೆಯಿಂದ ಹೇಳಿದರು. ಮಾತಾಡದೇ ಹಾಲು ಕುಡಿದು ಲೋಟ ಅವರ ಕೈಗೆ ಕೊಟ್ಟು ಹೋಗಿ ಮಲಗಿದಳು ಮಂಚದ ಒಂದು ತುದಿಗೆ.

ಮಾತಾಡದೇ ಮಲಗಿದ ಪ್ರಭು. ಎರಡು ಅಡಿಗಳ ಅಂತರದಲ್ಲಿ ಮನದನ್ನೆ. ಕೈ ಚಾಚದಷ್ಟು ದೃಢಚಿತ್ತ. ಹೊರಳಿ ಹೊರಳಿ ನರಳಿ ಯಾವಾಗಲೋ ನಿದ್ದೆಹೋದಳು ಸವಿತಾ.

ಬೆಳಿಗ್ಗೆ ಎದ್ದು ಬಂದಾಗ ಮಗನ ಮುಖದ ಮ್ಲಾನತೆ ಗುರ್ತಿಸಿದರು ಸೌಭಾಗ್ಯ. ಕೇಳಲೇಬೇಕೆಂದು ಬಾಯಿ ತೆರೆದವರು ಸುಮ್ಮನಾದರು.

ತಾಯಿಗೆ ಹೇಳಿಯೇ ಹೊರ ನಡೆದ. ಅವನಿಗೆ ಅತ್ಯಂತ ಇಷ್ಟವಾದ, ಪ್ರಿಯವಾದ ಸೇತುವೆಯ ಬಳಿಗೆ.

ಸೃಷ್ಟಿಯಲ್ಲಿನ ತುಸು ಬದಲಾವಣೆ ಅವನ ಗಮನಕ್ಕೆ ಬಂತು. ತುಂಬು ಹಸುರಿನಿಂದ ಕಂಗೊಳಿಸುತ್ತಿದ್ದ ವೃಕ್ಷಗಳು ಚಿಗುರು ಫಲಗಳಿಲ್ಲದೆ ಬೋಳಾಗಿ ನಿಂತಿದ್ದವು. ಶರತ್ ಋತುವಿಗೆ ವಿದಾಯ, ಹೇಮಂತ ಋತುವಿಗೆ ಸ್ವಾಗತ ಕೋರಿದಂತಿತ್ತು.

ಕಾರು ಬಂದು ಪಕ್ಕದಲ್ಲಿ ನಿಂತಿತು. ಕೆಳಗಿಳಿದು ಬಂದ ಹರಿಹರನ್ ಅವನ ಭುಜದ ಮೇಲೆ ಕೈ ಹಾಕಿದರು.

''ಗುಡ್ ಮಾರ್ನಿಂಗ್ ಮೈ ಬಾಯ್'' ಎಂದರು ಸ್ನೇಹದಿಂದ. ಅವನಿಗೆ ಆಶ್ಚರ್ಯ ''ಮಾರ್ನಿಂಗ್, ಇದೇನು ನೀವು ಇಲ್ಲಿ'' ಹರಿಹರನ್ ನಕ್ಕು ಬಿಟ್ಟರು ''ನಮ್ಮ ಸವಿತಾ ಈ ಪ್ರದೇಶದ ಬಗ್ಗೆ ಹೇಳುತ್ತಿದ್ದಳು. ಅಫ್ ಕೋರ್ಸ್ ಇದೆಲ್ಲ ಅವಳಿಗೆ ಇಷ್ಟವಾಗಿದೆಯೆಂದಲ್ಲ, ಇದನ್ನ ಇಷ್ಟಪಡೋ ಜನ ಮಾತ್ರ ಇಷ್ಟ.''

ಪ್ರಭು ಕೂಡ ಮುಗುಳ್ನಕ್ಕ.

''ಸವಿತಾ ಯಾಕೋ ನಾರ್ಮಲ್ ಆಗಿಲ್ಲ. ಅರಿತೋ ಅರಿಯದೆಯೋ ಕೆಲವು ತಪ್ಪುಗಳ್ನ ಮಾಡ್ತಾ ಇದ್ದಾಳೆ. ತುಂಟ ಹುಡ್ಗಿಯಾಗಿದ್ದ ಅವಳು ಪ್ರಿಯವಾಗಿದ್ದಳು. ಈಚೆಗಿನ ಗಾಂಭೀರ್ಯ, ಮೌನ, ಕೆಲವೊಮ್ಮೆಯ ಅನೀರಿಕ್ಷಿತ ಸಿಡುಕಾಟ ಕಷ್ಟವಾಗ್ತ ಇದೆ'' ಎಂದರು.

ಏನು ಹೇಳಲೂ ಅವನಿಂದಾಗಲಿಲ್ಲ. ''ಮದುವೆಯಿಂದ ಪಶ್ಚಾತ್ತಾಪವಾಗಿದೆ.'' ಎಲ್ಲಕ್ಕೂ ಇದೊಂದೇ ಕಾರಣವೆನಿಸಿತು.

ಮತ್ತೆ ಅವನ ಭುಜ ತಟ್ಟಿ ''ಇದಕ್ಕೆಲ್ಲ ನಿನ್ನಿಂದ ಉತ್ತರ ಬೇಕು. ಬಾ.... ಹೋಗೋಣ'' ಆತ್ಮೀಯತೆಯಿಂದ ಭುಜದ ಮೇಲೆ ಕೈ ಹಾಕಿ ಅವನನ್ನು ಕರೆದೊಯ್ದರು.

ಕಾರನ್ನ ಅವರೇ ಡ್ರೆವ್ ಮಾಡಿಕೊಂಡು ಬಂದಿದ್ದರು.

ಸ್ನಾನ, ಬ್ರೇಕ್‌ಫಾಸ್ಟ್ ಎಲ್ಲಾ ಅಲ್ಲೇ ಆಯ್ತು. ಈಚೆಗಿನ ಕೆಲವು ವಿಷಯಗಳನ್ನು ವಿವರಿಸಿದರು.

''ಸವಿತಾಗೆ, ತಾಯಿ ಇದ್ದಿದ್ದರೆ ಎಲ್ಲಾ ಅವಳ ಗಮನಕ್ಕೆ ಬರುತ್ತಿತ್ತೇನೋ, ಸದಾ ಬೆಳಕು ಇಷ್ಟಪಡೋ ಅವಳು ಕತ್ತಲಲ್ಲಿ ಕೂತ್ಕೋತಾಳೆ. ಮೊನ್ನೆ ಅವ್ಳ ಸ್ವಂತ ಕೆಲಸಕ್ಕೆ ಇರೋ ಲತಾ ಕೆನ್ನೆಗೆ ತಟ್ಟಿ ಕಳಿಸಿದ್ದಳು. ಇದೆಲ್ಲ ಏನು. ಪ್ಲೀಸ್, ನಂಗೆ ಮೊದ್ಲಿನ ಸವಿತಾ ಬೇಕು ಪ್ರಭು'' ಅವನ ಕೈ ಹಿಡಿದುಕೊಂಡರು.

'ಎಲ್ಲ ಸಾಧ್ಯ' ಎನ್ನುವುದಕ್ಕೆ ಇದೊಂದು ನಿದರ್ಶನವಾಗಿ ಕಂಡಿತು ಅವನಿಗೆ. ದುಡುಕಿ ಏನಾದರೂ ಹೇಳಲು ಹೋಗಲಿಲ್ಲ.

ಬೀಳ್ಕೊಡುವಾಗ ಹಸನ್ಮುಖವಾಗಿ ''ಡೋಂಟ್ ವರೀ, ನಿಮ್ಗೆ ಮೊದಲಿನ ಸವಿತಾ ಸಿಗ್ತಾಳೆ'' ಅವನು ಉದ್ದೇಶವಿಟ್ಟುಕೊಂಡು ಆಡಿದ ಮಾತುಗಳೇ ಬೇರೆ. ಆದರೂ ಅವರು ಹರ್ಷಿತರಾದರು. ''ಗುಡ್, ಐ ಟ್ರಸ್ಟ್ ಯು....''

''ಕಾರು ಬೇಡ, ಹಾಗೇ ಹೋಗ್ತೀನಿ.'' ಎಂದ ಪ್ರಭು. ಅವರು ಅರ್ಥ ಮಾಡಿಕೊಂಡರು ''ನನ್ನ ನಿನ್ನ ಭೇಟಿ ತುಂಟ ಸವಿತಾಗೆ ತಿಳಿಯಬಾರ್ದು. ದಟ್ಸ್ ಆಲ್ ರೈಟ್'' ಕಳುಹಿಸಿಕೊಟ್ಟರು.

ಮನೆಗೆ ಬಂದಾಗ ನಗುವಿನ ಸದ್ದು. ಅಂತು ಎಲ್ಲಾ ಒಳ್ಳೆಯ ಮೂಡ್‌ನಲ್ಲಿದ್ದಾರೆಂದುಕೊಂಡ. ಅಂಥದ್ದು ಸದಾ ಶಾಶ್ವತವಾಗಿ ಇರಲೀಯೆಂದಾಗಲೀ, ಇರುತ್ತೆ ಎಂದಾಗಲೀ ಭಾವಿಸುವುದು ಮೂರ್ಖತನವೆನಿಸಿತು.

ಡೈನಿಂಗ್ ಹಾಲ್‌ನಿಂದ ಹೊರ ಬಂದ ಚಿದಂಬರಯ್ಯ ಕೂಗಿ ಹೇಳಿದರು ಸೊಸೆಗೆ ''ಪ್ರಭು

ಬಂದಿದ್ದಾನೆ'' ಆದರೆ ಮಗನನ್ನೇನು ಪ್ರಶ್ನಿಸಲು ಹೋಗಲಿಲ್ಲ. ''ನಿನ್ನಮೇಲೆ ನಂಗೆ ಪ್ರೀತಿಗಿಂತ ಗೌರವವೇ ಹೆಚ್ಚಾಗಿದೆ ಅನಿಸುತ್ತೆ, ಪ್ರಭು'' ಆಗಾಗ ಅದನ್ನು ತಮಾಷೆಯ ಮಾತಾಗಿ ಬಳಸುತ್ತಿದ್ದರು.

ರೂಮಿಗೆ ಹೋಗಿ ಬಟ್ಟೆ ಬದಲಾಯಿಸುವ ವೇಳೆಗೆ ಸವಿತಾ ಹಾಜರಾದಳು. ಆಡಲು ಮಾತಿಲ್ಲ. ''ಎಲ್ಲಿ ಹೋಗಿದ್ರೀಂತ ಕೇಬಹುದಾ?'' ಅವನು ತುಟ್ಟಿ ಬಿಚ್ಚಲಿಲ್ಲ.

ಹರವಾದ ಬನೀನು ತೊಟ್ಟ ಎದೆಯ ಬಿಸುಪನ್ನು ಅವಳಿಗೆ ಸವಿಯಬೇಕೆನಿಸಿತು. ತಕ್ಷಣ... ಆ ದೃಶ್ಯ.... ಎದೆಗೊರಗಿಸಿಕೊಂಡು ಸಂತೈಯಿಸಿದ್ದ.

''ನೆವರ್....'' ಕಿವಿಗಳನ್ನು ಕೈಗಳಿಂದ ಮುಚ್ಚಿಕೊಂಡು ಬಡಬಡಿಸಿದಳು. ''ಏನು ಬೇಕಾದ್ರೂ.... ಸಹಿಸಬಲ್ಲೆ. ನೋ....ನೋ....'' ಎರಡು ಕೈಯಲ್ಲಿ ಮುಖ ಮುಚ್ಚಿಕೊಂಡು ಅಳತೊಡಗಿದಳು.

ಆಗುವ ಆನರ್ಥವನ್ನು ಗಮನಕ್ಕೆ ತಂದುಕೊಂಡು ಹತ್ತಿರಕ್ಕೆಳೆದುಕೊಂಡು ಕಣ್ಣೀರು ತೊಡೆದ ''ನಂಗೆ ಸದಾ ನೀನು ಮೇಷ್ಟ್ರು ಕೆಲ್ಸ ಕೊಡೋ ಹಾಗೇ ಕಾಣ್ತೀಯ. ಪ್ಲೀಸ್ ಕೂಲ್ ಡೌನ್....'' ಸಂತೈಸಿದ.

''ಮುಖ ತೊಳ್ಕೊಂಡ್ ಹೊರಗಡೆ ಹೋಗು. ನಿನ್ನ ಕಣ್ಣೀರು ನೋಡ್ದ ಕೂಡ್ಲೇ ಅಪ್ಪ, ಅಮ್ಮ ನನ್ನ ಕಟಕಟೆಯಲ್ಲಿ ನಿಲ್ಲಿಸೋಕೆ ಹಿಂಜರಿಯೋಲ್ಲ'' ಕೆನ್ನೆ ತಟ್ಟಿದ. ತಾನೇ ಹೊರಗೆ ಬಂದ.

ಕಾಲಿಗೆ ಸಾಕ್ಸ್ ಏರಿಸುತ್ತ ಕೂಗಿದ ''ಅಮ್ಮ, ನಂದು ಎಲ್ಲಾ ಆಯ್ತು. ಈಗೇನು ಬೇಡ, ಒಂದ್ಲೋಟ ಮಜ್ಜಿಗೆ ಕೊಟ್ಟರೆ ಸಾಕು'' ಷೂನ ಹತ್ತಿರಕ್ಕೆಳೆದುಕೊಂಡ.

ತುಸು ಹಳದಿ ಬಣ್ಣದ ಷರಟಿಗೆ ನೇರಳೆ ತಿಳಿ ಬಣ್ಣದ ಷರಟು ತೊಟ್ಟು, ಕಡಲಿನ ವರ್ಣದ ಪ್ಯಾಂಟ್ ತೊಟ್ಟಿದ್ದ.

''ಹಲೋ ಹ್ಯಾಂಡ್‌ಸಮ್'' ಕಿವಿಯಲ್ಲಿ ಪಿಸು ನುಡಿದಂತಾಯಿತು.

ಹಿಂದೊಮ್ಮೆ ಸವಿತಾ ಅವನು ಈ ಡ್ರೆಸ್‌ನಲ್ಲಿದ್ದಾಗ ಧೈರ್ಯವಾಗಿ ಬಂದು ಸಂಭೋದಿಸುವ ಧೈರ್ಯ ಮಾಡಿದ್ದಳು. ಅದನ್ನು ಬೇರೆಯವರು ಹೇಗೆ ತೆಗೆದುಕೊಳ್ಳುತ್ತಿದ್ದರೋ 'ಸ್ಟುಪಿಡ್ ಗರ್ಲ್....' ಎಂದು ಹಲ್ಮುಡಿ ಕಚ್ಚಿದ್ದ.

ಮಧುರಾನುಭೂತಿಯ ಕ್ಷಣಗಳು ಮೈಯನ್ನು ಝುಮ್ಮೆನಿಸಿತು. ಕ್ಷಣ ಎಲ್ಲವನ್ನು ಮರೆತುಬಿಟ್ಟ.

''ಮಜ್ಜಿಗೆ...'' ಸವಿತಾ ಅವನ ಮುಂದಿಡಿದಳು. ಕಣ್ಣಲ್ಲಿ ಕಣ್ಣಿಟ್ಟು ನೋಡುವ ಆಸೆ ''ಸಾರಿ, ಬೇಡ...'' ಎಂದು ಬಿಟ್ಟ.

ಅವಮಾನವೆನಿಸಿತು ಅವಳಿಗೆ. ಗ್ಲಾಸನ್ನು ಅವನ ತುಟಿಯ ಬಳಿಗೆ ಒಯ್ದಳು ''ಕೇಳಿದ್ಮೇಲೆ.... ಕುಡಿಯಲೇಬೇಕು. ಪನೀಷ್‌ಮೆಂಟ್ ಅಂದ್ಕೊಂಡ್ರು.... ಪರ್ವಾಗಿಲ್ಲ...'' ಪ್ರಭು ಮುಖ

ಕೆಂಪಗಾಯಿತು. ಕೋಪ ಯಾವಾಗಲೂ ಅನಾಹುತವನ್ನೆ ತಂದೊಡ್ಡುತ್ತದೆಯೆಂದು ಅವನಿಗೆ ಗೊತ್ತು.

''ಓಕೇ....'' ಕುಡಿದು ಗ್ಲಾಸನ್ನು ಒಳಗೆ ಒಯ್ದಿಟ್ಟ.

ಓಡಿ ಬಂದ ಶಾಂತಿಯ ಮಗ ''ಔಷ್ಧಿ ತರ್ಬೇಕಂತೆ'' ಚೀಟಿಯನ್ನು ಅವನ ಕೈಗಿಟ್ಟ. ಅದರ ಜೊತೆ ನೂರರ ಒಂದು ನೋಟು ಇತ್ತು ಕೂಡ. ಅವನ ಕೆನ್ನೆ ತಟ್ಟಿ ''ಒಳ್ಗೇ ತಿಂಡಿ ತಿನ್ನೋಗು....'' ಕಳುಹಿಸಿದ

ಕೆಳ ತುಟಿಯನ್ನು ಕಚ್ಚಿಡಿದು ಕೋಪ ನುಂಗಿದಳು ಸವಿತಾ. 'ಶಾಂತಿ ಶಾಂತಿ' ಬರೀ ಪ್ರಭುವನ್ನು ಮಾತ್ರವಲ್ಲ ಈ ಮನೆಯನ್ನು ಅವರಿಸಿಕೊಂಡಿದ್ದಾಳೆನಿಸಿತು.

ಮತ್ತೆ ಷೂ ಬಿಚ್ಚಿ ಬಂದು ಚಾಮಿಯ ಕೈಯನ್ನು ತೊಳಸಿ ಛೇರ್ ಮೇಲೆ ಕೂಡಿಸಿ ತಾನೇ ದೋಸೆ ಹಾಕಿಕೊಂಡು ಬಂದು ಕೊಟ್ಟ.

''ಅಮ್ಮ, ಶಾಂತಿ ಮನೆಗೆ ಹೋಗ್ಬರ್ತೀನಿ'' ನಡೆದ.

ಮಾಧವನ ಆರೋಗ್ಯ ಇತ್ತೀಚೆಗೆ ಸುಧಾರಿಸಿತ್ತು. ಬೆಳಿಗ್ಗೆ, ಸಂಜೆಯೊಮ್ಮೆ ಹೋಗಿ ನೋಡಿ ಬರುತ್ತಿದ್ದ.

ರೂಮಿನಿಂದ ಬಂದ ಚಿದಂಬರಯ್ಯ ಚಾಮಿಯ ಪಕ್ಕ ಕೂತರು ''ನಿಮ್ಮಮ್ಮ ಏನು ಮಾಡ್ತಾ ಇದ್ದಾಳೆ'' ಅವನು ತಟ್ಟನೇ ಬಾಯಿ ಬಿಟ್ಟ. ''ಬೈಸಿಕೋತಾ ಇದ್ದಾಳೆ'' ಅವರು ಜೋರಾಗಿ ನಕ್ಕುಬಿಟ್ಟರು. ಸೌಭಾಗ್ಯ ಕೂಡ ಅದರಲ್ಲಿ ಭಾಗಿಗಳಾದರು.

ಅರ್ಧ ಗಂಟೆಯ ನಂತರವೇ ಪ್ರಭು ಬಂದಿದ್ದು. ಕ್ಷಣಗಳನ್ನು ಲೆಕ್ಕ ಹಾಕಿಬಿಟ್ಟಿದ್ದಳು ಸವಿತಾ. ಅವಳ ಬಹು ಪ್ರಯತ್ನಗಳೆಲ್ಲ ಸೋತು ಪ್ರಭುವನ್ನು ಬಿಟ್ಟು ಬದುಕಲಾರನೆಂಬ ತೀರ್ಮಾನಕ್ಕೆ ಬಂದಿದ್ದಳು. ಆದರೆ....ಈ ಶಾಂತಿ.... ಸೇತುವೆಯಿಂದ ಕೆಳಕ್ಕೆ ಹಾರಿಕೊಳ್ಳಬೇಕೆನಿಸಿತ್ತು.

ಅಡಿಗೆಯ ಮನೆಯ ಬಾಗಿಲಿಗೆ ಬಂದ ಪ್ರಭು ''ಅಮ್ಮ, ಶಾಂತಿ ಅಮ್ಮ ಬಂದಿದ್ದಾರೆ. ಬೈದೇ ಏನ್ಮಾಡ್ತಾರೆ? ಅತ್ತುಕೊಂಡು ಕೂತಿದ್ದಾಳೆ. ಬಂದರೇ ತಿಂಡಿ ಕೊಡಮ್ಮ. ಸ್ವಲ್ಪನೂ ಇಂದಿನ ಪರಿಸ್ಥಿತಿಗೆ ಸ್ಪಂದಿಸದಿದ್ರೆ.... ಹೇಗೆ!'' ಬೇಸರಪಟ್ಟುಕೊಂಡ.

ಪರ್ಸ್‌ಗಾಗಿ ರೂಮಿಗೆ ಬಂದಾಗ ಅವನ ಕೈ ಹಿಡಿದುಕೊಂಡಳು. ''ನಂಗೆ ಅಧಿಕಾರ ಇದೆ. ನೀವು ನನ್ನಿಂದ ತಪ್ಪಿಸಿಕೊಳ್ಳಲಾರಿರಿ. ನೆವರ್....'' ಗಡುಸಾದ ಅವನ ಮುಖ ನಿಧಾನವಾಗಿ ಮೃದುವಾಯಿತು. ಕರುಣೆಯಿಂದ ನೋಡಿದ.

''ನೀವು ಯಾರನ್ನಾದ್ರೂ ಪ್ರೀತಿಸಿದ್ರಾ?'' ಪ್ರಶ್ನೆಗೆ ಅವನೇನು ವಿಸ್ಮಿತನಾಗಲಿಲ್ಲ. ''ಪ್ರೀತಿಸುತ್ತ ಬದುಕುವುದು ಸಹನೀಯ. ಜಗತ್ತಿನ ಸಾಗುವಿಕೆಗೆ ಅದು ಮುಖ್ಯ ಕೂಡ'' ಸವಿತಾಳ ಕೈ ಸರಿಸಿದ.

ಮನೆಯಿಂದ ಹೊರಗೆ ಹೋದ ಮೇಲೆ ಅದೇ ಪ್ರಶ್ನೆ ಅವನನ್ನು ಕಾಡತೊಡಗಿತು. ಅದರ ಹಿಂದಿನ ಉದ್ದೇಶವೇನು? ಪ್ರೀತಿಯ ನಡುವೆ ಅಂತಸ್ತನ್ನು ತಂದ ನೆನಪೇ ಅವನಿಗೆ ಇರಲಿಲ್ಲ.

ಮಧ್ಯಾಹ್ನ ದಿಢೀರನೇ ಮನೆಗೆ ಹಿಂದಿರುಗಿದ. ಅತ್ತೆ, ಸೊಸೆ ಹೊಸ ಅಡಿಗೆಯ ತಯಾರಿಕೆಯಲ್ಲಿದ್ದರು ಅಡಿಗೆಯ ಮನೆಯಲ್ಲಿ.

ರೂಮಿಗೆ ಹೋದವನು ಬಾಗಿಲು ಹಾಕಿಕೊಂಡ. ಕೆಳಗೆ ಬಿದ್ದಿದ್ದ ಒಂದೆರಡು ಹಾಳೆಗಳನ್ನು ಹೆಕ್ಕಿಕೊಂಡ. ಆ ಹಾಳೆಗಳ ತುಂಬೆಲ್ಲ ಶಾಂತಿಯ ಹೆಸರು, ಚಿತ್ರಗಳು. ಅದರ ಮೇಲೆ ಸಾಧ್ಯವಾದಷ್ಟು ಅಡ್ಡ ಗೆರೆಗಳನ್ನು ಹಾಕಿ ಚಿತ್ತು ಮಾಡಿದಳು. 'ರೈವಲ್' ಪ್ರತಿಸ್ಪರ್ಧಿ ಇಂತಹ ಪದಗಳು ನಾಲ್ಕಾರು ಕಡೆ ಇದ್ದವು.

ಸತ್ಯ ಸ್ಪಷ್ಟವಾದಾಗ ದಿಗ್ಭ್ರಮೆಗೊಂಡ. ಇಂಥ ಕಲ್ಪನೆಯನ್ನು ಕೂಡ ಎಂದೂ ಅವನು ಮೂಡಿರಲಿಲ್ಲ. ತಲೆ ಹಿಡಿದುಕೊಂಡು ಬಹಳ ಹೊತ್ತು ಕೂತುಬಿಟ್ಟ.

ಅಡ್ಡದಾರಿ ಬಿಟ್ಟು ನೇರ ದಾರಿಯಲ್ಲಿ ಯೋಚಿಸಿದಾಗ ಬೆಂಕಿಯಲ್ಲಿ ಕಾದ ಬಂಗಾರದಂತೆ ಸವಿತಾ ಪ್ರೀತಿ 'ಫಳಫಳ' ಹೊಳೆಯಿತು.

ಬಲವಂತವಾಗಿ ತನ್ನ ನಿರ್ಣಯ, ನಿರ್ಧಾರ ಬದಲಾಯಿಸಿಕೊಂಡ. ಡಿಸ್‌ಕನೆಕ್ಟ್ ಆದ ಫೋನ್‌ನತ್ತ ನೋಡಿದ.

ಬಾಗಿಲು ತಟ್ಟಿದ ಸದ್ದಾದ್ದಾಗ ಎದ್ದು ಹೋಗಿ ತೆಗೆದ. ಬೆವರಿನಿಂದ ತೊಯ್ದ ಮುಖ, ಅಸ್ತವ್ಯಸ್ತಗೊಂಡ ಮುಂಗುರುಳು.

''ಓಹೋ....'' ಪಕ್ಕಕ್ಕೆ ಸರಿದ. ''ನೋಡ್ಹೋಗಿ.... ಯಾರು ಬಂದಿದ್ದಾರೋ'' ಕುಲುಕಿದಂತೆ ಮಾತಾಡಿದಾಗ ಅವಳ ಅರಳಗಣ್ಣುಗಳಲ್ಲಿ ತುಂಬಿಕೊಂಡ ನೀರು ಅವನ ಗಮನ ಸೆಳೆಯಿತು. ಪರಿತಾಪಪಟ್ಟ. ''ಶಾಂತಿ, ಆ್ಯಮ್ ಐ ಕರೆಕ್ಟ್....'' ನಸುನಕ್ಕ. ಸರಿದು ಹೊರಗೆ ಬಂದ ಕೂಡ.

ಚಿದಂಬರಯ್ಯನವರ ಕೋಣೆಯಲ್ಲಿ ಮಂಚದ ಮೇಲೆ ಕೂತು ಅವರೊಂದಿಗೆ ಮಾತಾಡುತ್ತಿದ್ದ ಶಾಂತಿ, ''ಹುಣೇಸೇ ತೊಕ್ಕು ತಂದಿದ್ದೀನಿ'' ಉತ್ಸಾಹದಿಂದ ಹೇಳಿದಾಗ ಅವನಿಗೆ ತಲೆ ಚಚ್ಚಿಕೊಳ್ಳಬೇಕೆನಿಸಿತು. ''ಷೇಮ್‌ಫುಲ್, ನಿಮ್ಮಮ್ಮ ಅಷ್ಟೊಂದು ಬೈದಿದ್ದಾರೆ. ಸ್ವಲ್ಪ ಬುದ್ಧಿವಂತಳಾಗೋಣ ಅನ್ನೊಂದು ಬಿಟ್ಟು, ಆಗ್ಲೇ ಹುಣಸೇ ತೊಕ್ಕು ಹಿಡಿದು ಬಂದಿದ್ದಾಳೆ'' ರೇಗಿದ

ಹೆಚ್ಚು ಜೋರಾಗಿ ನಕ್ಕರು ಚಿದಂಬರಯ್ಯ. ''ಅವ್ಳಿಗೆ ಬುದ್ಧಿ ಬರೋಲ್ಲ. ಹೀಗೇ ಇದ್ಕೊಳ್ಳಿ ಬಿಡು.'' ಅವರ ಪರವೇ ವಹಿಸಿದರು.

ಹೊರಗೆ ಹೋಗಿಬಿಟ್ಟ ಪ್ರಭು.

ಶಾಂತಿ, ಸವಿತಾನ ಹುಡುಕಿಕೊಂಡು ಕೋಣೆಗೆ ಬಂದಳು. ''ನಮ್ಮ ಸ್ವಪ್ನಹಗಲೆಲ್ಲ ಸವಿತಾ ಅಂತಾಳೆ. ಒಂದು ಸಲ ಬನ್ನಿ'' ಅದಕ್ಕೆ ಸೌಭಾಗ್ಯ ಕೂಡ ಒತ್ತಡ ತಂದಾಗ ಹೋಗುವುದು ಅವಳಿಗೆ ಅನಿವಾರ್ಯವಾಯಿತು.

ವಿಷಯ ತಿಳಿದ ಮಾಧವ ಬಾಗಿಲಿಗೆ ಬಂದುಬಿಟ್ಟ. ''ಬನ್ನಿ ಸವಿತಾ ಅವರೇ.... ನಮ್ಮ ಸ್ವಪ್ನ ಉಳಿದುಕೊಂಡ್ಳು'' ಆತನ ಕಣ್ಣುಗಳಲ್ಲಿ ಮಿನುಗಿದ ಹರ್ಷ ಲಕ್ಷ ಲಕ್ಷಗಳಿಗೂ ಸಮನಾಗದು.

ಸ್ವಪ್ನಳನ್ನು ಎತ್ತಿಕೊಂಡು ಬಂದು ಅವಳ ಮುಂದಿಡಿದರು. ಇನ್ನು ತಲೆಗೆ, ಕೈಗೆ, ಕಾಲಿಗೆ ಬ್ಯಾಂಡೇಜ್ ಇತ್ತು. ಆದರೆ ಆ ಮುದ್ದು ಮುಖದ ಚೆಲುವು ಮಾಸಿರಲಿಲ್ಲ.

''ಸವಿತಾ....'' ಮುಖ ಮುಚ್ಚಿಕೊಂಡು ನಕ್ಕಳು. ''ಬಾ....'' ಎಂದು ಅವಳನ್ನು ಹತ್ತಿರಕ್ಕೆ ಕರೆದುಕೊಂಡಳು. ನಿಷ್ಕಲ್ಮಷವಾಗಿ ಅವಳ ತೊಡೆಯ ಮೇಲೆ ತಲೆ ಇಟ್ಟಳು. ರಕ್ತದಿಂದ ತೊಯ್ದ ನೋಟು ಗಾಳಿಯಲ್ಲು ತೂರಿಕೊಂಡು ಬಂದು ಅವಳ ಮುಂದೆ ನಿಂತಂತಾಯಿತು.

ಹಳೆಯ ಆಲ್ಬಮ್ ತಂದು ಅವಳ ಕೈಗೆ ಕೊಟ್ಟು ಶಾಂತಿ ಅಡಿಗೆಯ ಮನೆಗೆ ಹೋದಳು.

ಒಂದೊಂದೇ ಹಾಳೆ ಮಗುಚತೊಡಗಿದಳು. ಪ್ರಭು ಮತ್ತು ಅವರ ಕುಟುಂಬದ ಹತ್ತಾರು ಫೋಟೋಗಳು ಇದ್ದವು. ಪುಟ್ಟ ಫ್ರಾಕ್‌ನಿಂದ ಹಿಡಿದು ಮದುವೆ ಮತ್ತು ನಂತರದ ಫೋಟೋಗಳಲ್ಲಿ ಕೂಡ ಪ್ರಭು ಇದ್ದ.

''ನನ್ನ ಶಾಂತಿ ಫ್ರೆಂಡ್ ಪ್ರಭು. ಅಂದು ಅವರಿಗಾಗಿ ಅವಳ ಹೃದಯದಲ್ಲಿದ್ದ ಸ್ನೇಹ, ಸ್ಥಾನ ಇಂದಿಗೂ ವ್ಯತ್ಯಾಸವಾಗಿಲ್ಲ. ಅವ್ಳು ಲಕ್ಕಿ'' ಹೆಂಡತಿಯ ಅದೃಷ್ಟವನ್ನು ನಿರ್ಮಲವಾದ ಮನಸ್ಸಿನಿಂದ ಹೊಗಳಿಕೊಂಡ.

ಶಾಂತಿಯ ಪ್ರೀತಿ, ಅಕ್ಕರೆಯಿಂದ ದಿಗ್ಭ್ರಾಂತಳಾದಳು. ಕೊನೆಗೆ ಮಾಧವ ಆಡಿದ ಮಾತು ಅವಳ ಮನದಲ್ಲಿ ನಿಂತುಹೋಯಿತು. ''ನಮ್ಮ ಶಾಂತಿ ದೇವರನ್ನು ನಂಬುತ್ತಾಳೋ ಬಿಡುತ್ತಾಳೋ, ಆದರೆ ಅವಳು ನಂಬುವ ವ್ಯಕ್ತಿ ಮಾತ್ರ ಪ್ರಭು. ಅಷ್ಟೊಂದು ಪವಿತ್ರವಾದ ಸ್ಥಾನದಲ್ಲಿ ಕುಳ್ಳಿರಿಸಿದ್ದಾಳೆ.''

ಮನೆಗೆ ಬಂದ ಮೇಲೆ ಅವಳಲ್ಲಿ ಅರ್ಥವಾಗದ ಗೊಂದಲ. ಪ್ರತಿಯೊಂದರಲ್ಲೂ ಪಾದರಸದಂತಿದ್ದ ಅವಳ ಮನ ಯಾಕೋ ಇಂದು ಜಡವಾಯಿತು.

ಇಡೀ ರಾತ್ರಿ ಹೊರಳಾಡಿ ಕಳೆದವು. ಬೆಳಗಿನ ಜಾವ ಪ್ರಭು ಅವಳ ಭುಜದ ಮೇಲೆ ಕೈಯಿಟ್ಟ ''ಸವಿತಾ ಬೇಗ ರೆಡಿಯಾಗು, ಹೇಮಂತದ ಸೊಗಸು ಸವಿಯಲು ಈ ಸಮಯ ಸೂಕ್ತ'' ಮಾತಾಡದೇ ಎದ್ದಳು.

ಇಬ್ಬರು ಸೇತುವೆಯನ್ನು ತಲುಪಿದರು. ನೀಲ ಆಕಾಶದಲ್ಲಿ ಹತ್ತಿಯ ಉಂಡೆಗಳಂತೆ ತೇಲುತ್ತಿದ್ದ ಮೋಡಗಳಿರಲಿಲ್ಲ. ಮರಗಳು ಬರಡಾಗಿ ಪ್ರಕೃತಿ ಎಲ್ಲೆಲ್ಲು ಮಸುಕಾಗಿತ್ತು.

ಸುತ್ತಲೂ ಕವಿದಿರುವ ಮಂಜು ಇಂದ್ರಜಾಲದಂತೆ ಎಲ್ಲವನ್ನು ಮರೆಸಿತ್ತು. ಸೂರ್ಯ ಮೇಲೇರಿದಂತೆ ಮೋಹಕ ಇಬ್ಬನಿಯ ಅವಕುಂಠನ ಸರಿಸಿ ಪ್ರಕೃತಿ ಅಸದೃಶ್ಯವಾದ ಸೌಂದರ್ಯ ದರ್ಶನ ಮಾಡಿಸಿದಂತಿತ್ತು.

ಎಲೆಯ ಮೇಲೆ ಮಿಣಿ ಮಿಣಿ ಮಿನುಗುತ್ತಿರುವ ಮಂಜಿನ ಮಣಿಗಳನ್ನು ಅವಳಿಗೆ ತೋರಿಸಿದ. ''ಇದು ಹೇಮಂತದ ಸೊಬಗು. ಎಲ್ಲಿ ಎಲ್ಲಿ ನೋಡಿದರೂ ರಾಶಿಗಟ್ಟಲೇ ಹಿಮದ ಬಿಂದುಗಳು. ಅಲ್ಪಕಾಲ ಮಿನುಗಿ ಅದೇ ಬಿಸಿಲು ಏರಿದಂತೆ ಮರೆಯಾಗಿ ಬಿಡುತ್ತದೆ. ಇದು ನನಗೆ ಇಷ್ಟ. ಈ ಸಮಯದಲ್ಲಿ ನಾನು ಶಾಂತಿ ನೋಡುತ್ತ ನಿಂತಿದ್ದೀವಿ. ಅವ್ಳು ನನ್ನ ಒಬ್ಬಳೇ

ಗುಡ್‌ಫ್ರೆಂಡ್. ನನ್ನ ಅವಳ ಸ್ನೇಹ ಹಿಂದೆ ಇತ್ತು. ಇಂದು ಇದೆ, ಮುಂದು ಇರುತ್ತೆ. ಅವಳ ನಿರ್ಮಲ ಮುಗ್ಧಸ್ನೇಹದಿಂದ ವಂಚಿತನಾಗ್ಲಾರೆ. ಇದು ನಿನ್ನ ಪಾಲಿಗೆ ಕಸಿವಿಸಿ ಅನ್ನಿಸಬಹುದ್ದು'' ಅವಳು ಬರೆದು ಗೀಚಿ ಎಸೆದ ಪೇಪರ್‌ಗಳು, ರಕ್ತದಿಂದ ತೊಯ್ದನೋಟನ್ನು ಅವಳ ಮುಂದಿಡಿದ ಸಾಕ್ಷಿಯೆನ್ನುವಂತೆ.

ಹರಿದ ಕಂಬನಿಯನ್ನು ತೋರು ಬೆರಳಿನಿಂದ ಅವನೇ ತೊಡೆದ ''ನನಗೆ ಹೇಮಂತದ ಸೊಗಸು ಪ್ರಿಯವೆಂದು ನೀನು ಸೈರಿಸಬೇಕೆಂದೇನು ಇಲ್ಲ. ನಿನ್ನಹಾದಿ ನಿಚ್ಚಳವಾಗಿದೆ. ಆಯ್ಕೆನು ನಿಂದೇ. ನಿನ್ನ ಭಯಂಕರ ಪ್ರೀತಿ ಅನರ್ಥಗಳನ್ನು ಸೃಷ್ಟಿಸೋದ್ಬೇಡ. ಇಂದೇ, ಈ ಕ್ಷಣ ತೀರ್ಮಾನವಾದರೇ ಒಳ್ಳೆಯದು. ನಮ್ಮಿಬ್ಬರ ದಾರಿ ಇಲ್ಲಿಂದಲೇ ಕವಲೊಡೆಯಲಿ'' ಹೃದಯದ ವೇದನೆಯನ್ನು ಹತ್ತಿಕ್ಕಿ ಇಷ್ಟು ಹೇಳಲು ಸಮರ್ಥನಾದ.

ಪ್ರಭು ನಿರ್ಣಯವನ್ನು ಅವಳ ಪಾಲಿಗೆ ಬಿಟ್ಟ.

''ನಿನ್ನಮನ ಇಷ್ಟು ಕಲುಷಿತವಾಗಿ ಊಹಿಸಿದೆಯೆಂದು ಶಾಂತಿ ತಿಳಿದರೆ ಸೈರಿಸಲಾರಳು. ಅದಕ್ಕೆ ಅವಕಾಶ ಕೊಡಬೇಡ. ನಿನ್ನ ಬಗೆಗಿನ ಅವಳ ಪ್ರೀತಿಯ ಪ್ರೇಮ ಹಾಗೆಯೇ ಇರಲಿ...'' ಎಂದು ಹಿಂದಕ್ಕೆ ಬೆಟ್ಟು ಮಾಡಿ ತೋರಿಸಿದ. ಅವಳ ಕಾರು ಅಷ್ಟು ದೂರದಲ್ಲಿ ನಿಂತಿತ್ತು.

ಒಮ್ಮೆ ಹಿಂದಕ್ಕೆ ತಿರುಗಿ ನೋಡಿದವಳು ಅವನನ್ನು ಅಪ್ಪಿ ಬಿಕ್ಕತೊಡಗಿದಳು. ಬರೀ ಕಾರು ಹಿಂದಕ್ಕೆ ಹೋಯಿತು.

* * *